அதே ஆற்றில்

அதே ஆற்றில்

லாவண்யா சுந்தரராஜன் (பி. 1971)

திருச்சி மாவட்டம் முசிறியில் பிறந்தார். பெங்களூருவில் வசிக்கிறார். மென்பொருள் நிறுவனமொன்றில் தலைமைப் பொறியாளராகப் பணிபுரிகிறார்.

இவருடைய கவிதைத் தொகுப்புகள்: 'நீர்க்கோல வாழ்வை நச்சி' (2010), 'இரவைப் பருகும் பறவை' (2011), 'அறிதலின் தீ' (2015), 'மண்டோவின் காதலி' (2021).

சிறுகதைத் தொகுப்புகள்: 'புறாக்களை எனக்குப் பிடிப்பதில்லை' (2019), 'முரட்டுப் பச்சை' (2022), நீல மிடறு (2023).

நாவல்: 'காயாம்பூ' (2021).

மின்னஞ்சல்: lavanya.sundararajan@gmail.com

இணையதளம்: uyirodai.blogspot.com

லாவண்யா சுந்தரராஜன்

அதே ஆற்றில்

காலச்சுவடு பதிப்பகம்

அன்பார்ந்த வாசகருக்கு,

வணக்கம்.

காலச்சுவடு நூலை வாங்கியமைக்கு நன்றி.

நூலின் உள்ளடக்கம், உருவாக்கம், அட்டைப்படம் இன்ன பிற அம்சங்கள் பற்றிய உங்கள் கருத்துகளையும் ஆலோசனைகளையும் காலச்சுவடு வரவேற்கிறது. தகவல், எழுத்து, வாக்கியப் பிழைகள் தென்பட்டால் அவசியம் தெரிவித்து உதவுங்கள். நூல் தயாரிப்பில் கடும் குறைபாடு இருப்பின் மாற்றுப் பிரதி உங்களுக்குக் கிடைக்கக் காலச்சுவடு ஏற்பாடு செய்யும்.

மின்னஞ்சல்: publisher@kalachuvadu.com

காலச்சுவடு நாகர்கோவில் அலுவலகத்திற்குக் கடிதம் அனுப்பலாம்.

தங்கள்
எஸ்.ஆர். சுந்தரம் (கண்ணன்)
பதிப்பாளர் – நிர்வாக இயக்குநர்

அதே ஆற்றில் ♦ சிறுகதைகள் ♦ ஆசிரியர்: லாவண்யா சுந்தரராஜன் ♦ © லாவண்யா சுந்தரராஜன் ♦ முதல் பதிப்பு: செப்டம்பர் 2024 ♦ வெளியீடு: காலச்சுவடு பப்ளிகேஷன்ஸ் (பி) லிட்., 669, கே.பி. சாலை, நாகர்கோவில் 629001

காலச்சுவடு பதிப்பக வெளியீடு: 1303

atee aaRRil ♦ Short Stories ♦ Author: Lavanya Sundararajan ♦ © Lavanya Sundararajan ♦ Language: Tamil ♦ First Edition: September 2024 ♦ Size: Demy 1 x 8 ♦ Paper: 18.6 kg maplitho ♦ Pages: 184

Published by Kalachuvadu Publications Pvt. Ltd., 669 K.P. Road, Nagercoil 629001, India ♦ Phone: 91-4652-278525 ♦ e-mail: publications @kalachuvadu.com ♦ Printed at Clicto Print, Jaleel Towers, 42 KB Dasan Road, Teynampet Chennai 600018

ISBN: 978-93-6110-483-1

09/2024/S.No. 1303, kcp 5258, 18.6 (1) rss

வரலாற்றுக் கதைகளை எழுதிப்பார்க்கும்
ஆவலைத் தூண்டிய கு.ப.ரா. படைப்புகளுக்கு

பொருளடக்கம்

என்னுரை	11
மனவாசம்	15
மனைவாசம்	24
வாசனை	38
கன்னிமை	48
அவ்வியம்	59
அழுக்காறு	69
ஒருத்தி	78
இன்னொருத்தி	90
ரூபம்	103
அரூபம்	112
வாய்மை	122
பொய்மை	133
இசைக்காத புல்லாங்குழல்	144
வன்மழை	153
தாகம்	163
அறம்	172

என்னுரை

"ஒரே ஆற்றில் இரண்டாம் முறை இறங்க முடியாது" என்பது கிரேக்கத் தத்துவவாதி ஹரிக்ளைட்டஸின் கூற்று. உண்மைதான். வரலாறு மறுமுறை நிகழ முடியாது. அப்படியே நிகழ்ந்தாலும் அது நிகழும் காலகட்டத்துக்குத் தகுந்தபடி மாற்றுருக் கொள்ளும். நான் பணிபுரியும் தகவல் தொழில்நுட்பத் துறைசார் கதைகள் எழுதி முடித்த கையோடு முற்றிலும் வேறு தளத்தில் கதைகள் எழுத வேண்டும் என்ற யோசனை வந்தது. புராண இதிகாசக் காலத்துக் கதைகளை எழுதலாம் என்று நினைத்தேன். அந்தக் கதைகளில் வஞ்சிக்கப்பட்ட பெண் பாத்திரங்களை எனது கோணத்தில் எழுதிப் பார்த்தால் என்ன என்று நினைத்தேன். இதிகாசப் புனைகதைகளில் வஞ்சிக்கப்பட்ட பெண்களின் பட்டியல் சரம் சரமாக எனக்குள் வந்து சென்றது. அத்தனை பாத்திரங்களையும் வைத்து எழுத முடியுமா என்ற சந்தேகமும் வந்து சேர்ந்தது.

முதலில் இராமாயணக் காலத்து ஊர்மிளையை யும் மகாபாரதக் காலத்து அம்பையையும் வைத்து இரண்டு கதைகளை எழுதினேன். இரண்டையும் அதே காலத்தை முன்வைத்தே எழுதினேன். வாசித்துப் பார்த்துவிட்டு நன்றாக இருக்கிறது என்று ஊக்கப்படுத்தியதோடு, இதை நவீன கதையாக எழுதிப்பாருங்களேன் என்று சிறு பொறியைத் தட்டிவிட்டார் நண்பனும் சகோதரனும் எழுத்தாளரு மான செந்தூரன் ஈஸ்வரநாதன். 'அகல்யா' என்ற பெங்காலி குறும்படத்தைப் பார்க்கச் சொல்லிப்

பரிந்துரைத்தார். அதைப் பார்த்ததும் புராண இதிகாசக் காலகட்டத்தில் வஞ்சிக்கப்பட்ட பெண்களை நவீன கதைகளாக எழுத முடிவுசெய்தேன். முன்னர் எழுதிவைத்திருந்த ஊர்மிளை, அம்பை கதைகளுக்கு இணையான நவீன கதைகளை எழுதி முடித்தேன். இந்த இரட்டைக் கதைகளை வாசித்த ஆவநாழி சுதேசமித்திரன் இதனை இரட்டைக் கதைகளாகவே பிரசுரம் செய்யலாம், இதைப் போல யாரும் செய்ததில்லை என்று சொல்லி, சிறு கனலை மேலும் ஊதிஊதிப் பிழம்பாக்கினார்.

அவர் கேட்டுக்கொண்டதன்படி ஊர்மிளை கதைகளைப் பிரசுரம் செய்ய வேண்டி இரட்டைக் கதைகளை உருவாக்கினேன். அடுத்த கதையாக என்ன எழுதலாம் என்று யோசித்துக் கொண்டிருந்தபோது மாதவியைப் பற்றி எழுத வேண்டுமென்று மனம் சொன்னது. அப்போதுதான் சித்ரா பாலசுப்ரமணியன் நடத்திக்கொண்டிருந்த சிலப்பதிகார வகுப்புகள் தொடங்கி அரங்கேற்றக் காதை நடந்துகொண்டிருந்தது. மாதவி என் மனம் முழுவதும் கொள்ளைகொண்டிருந்த சமயம். சிலப்பதிகார மாதவி, மகாபாரத மாதவி (நித்யகன்னி) இருவரையும் புராண காலத்துக் கதை மாந்தர்களாகவும் பின்னர் நவீன காலத்துக் கதை மாந்தர்களாகவும் எழுதி முடித்தேன். அவையும் பிரசுரமாகின. அந்தக் கதைகளை முடித்து அனுப்பியபோது இரயில் பயணத்தில் தற்செயலாக இருவர் பேசிக்கொண்டதில் திருச்சிராப்பள்ளி மலைக்கோட்டையில் இருக்கும் பல்லவர் குகையின் மீதிருக்கும் சிராப்பள்ளி அந்தாதி, பல்லவர் குகை மீதிருக்கும் கங்காதர் சிலைகள் பற்றிக் கேட்க முடிந்தது. காவேரியின் மீது பொறாமை கொண்ட கங்கை சிவனைத் தேடித் திருச்சி வந்துவிடுவதாக ஸ்லோகம் ஒன்றும் இருப்பதாக அவர்கள் பேசிக்கொண்டிருந்ததைக் கேட்ட உடன் மூன்றாவது கதை மனதில் அமைந்துகொண்டது. அந்த ஸ்லோகத்தையும் சிராப்பள்ளி அந்தாதியையும் அறிந்துகொண்டது இன்னொரு சுவாரஸ்யமான அனுபவம். இப்படி ஒரு கதை எழுதி முடிந்ததுமே அடுத்த கதை மாந்தர்கள் வரிசையாக வந்து தங்களை எழுதிக்கொண்டனர்.

இந்தத் தொகுப்பிலுள்ள எல்லாக் கதைகளும் ஆவநாழி இதழில் வெளியானவை. ஆனால் கதைகளை ஒருமுறை எழுதி முடித்ததும் என் மனம் எப்போதும் அமைதியடைவதில்லை; அதைத் தொடர்ந்து மேம்படுத்திக்கொண்டேயிருப்பேன். அப்படி மேம்படுத்திய பிரதிகள் ஆவநாழியில் வெளியிடப்பட்ட வரிகளிலிருந்து சற்றே மாறியிருக்கும்.

இப்படியாக வரலாற்றுக் கதைகள் எழுத இருந்த என்னை வரலாற்றுக் கருவை நவீன கதைகளாக எழுதிப் பார்க்கச் சொன்ன செந்தூரன் ஈஸ்வரநாதனுக்கும், இதை இணை கதைகளாகத் தொடர்ந்து எழுத ஊக்கப்படுத்திய நண்பரும் ஆவநாழி இதழாசிரியரும் எழுத்தாளருமான சுதேசமித்திரனுக்கும் எனது பிரத்யேகமான நன்றிகள். ஒவ்வொரு கருவையும் இணைக் கதைகளாக மாற்றிய பின்னர் அதைச் சார்ந்த ஆக்கப்பூர்வமான விமர்சனக் கருத்துகளைப் பகிர்ந்து கொண்டதோடு அந்தக் கதைகள் அனைத்தையும் தொடராக வெளியிட்ட ஆவநாழி ஆசிரியர் சுதேசமித்திரனுக்கும், அதன் ஆசிரியர் குழுவுக்கும் எனது மனப்பூர்வமான நன்றிகள். சிலப்பதிகாரம் வாசிக்கும்போது அதிலிருந்து சில வார்த்தைகள் தானாகக் கதையுள் வந்து அமர்ந்துகொண்டன. அதற்குத் தோழியும் எனது ஆசிரியையுமான சித்ரா பாலசுப்ரமணியனுக்கும், இந்த வாசிப்புக்குக் களம் அமைத்துக் கொடுத்த தோழி நித்யாவுக்கும் நன்றிகள். சிராப்பள்ளி அந்தாதி, பல்லவக் குகைக் கல்வெட்டுகள், குறிப்பாகக் காவேரியைப் பார்த்துப் பொறாமை கொண்டு திருச்சி நோக்கி வந்த கங்கை என்று காவேரியைப் போற்றும் ஸ்லோகத்தை அறிந்துகொள்ள உதவிய முகநூல் நண்பரும், தொல்பொருள் ஆய்வாளருமான திருச்சி பார்த்திக்கு எனது நன்றிகள். அந்த ஸ்லோகத்தைத் தமிழில் எழுதிக் கொடுத்த தோழியும் எழுத்தாளருமான மதுமிதாவுக்கும் நன்றிகள். இந்தக் கதைகளைப் புத்தகமாக்கும் பணியில் உதவிய எழுத்தாளரும் நண்பருமான எஸ். செந்தில்குமார், அரவிந்தன், இரா. ஹெமிலா ஆகியோருக்கும், காலச்சுவடு பதிப்பாளர் கண்ணனுக்கும் எனது நன்றிகள்.

பெங்களூர் லாவண்யா சுந்தரராஜன்
11.07.2024

முதல் முறை: 1–1

மனவாசம்

அயோத்தி மாநகரம் விழாக் கோலம் பூண்டிருந்தது. சீதை குளித்த தீ ஒவ்வோர் வீட்டு மாடத்திலும் முற்றத்திலும் அகலில் முகிழ்த்து இரவை ஒளிரச் செய்துகொண்டிருந்தது. பரதனைப் பூக்குழியிலிருந்து மீட்ட ஆனந்தம் எல்லோர் மனத்திலும் நர்த்தனம் ஆடிக்கொண்டிருந்தது. எங்கிருந்துதான் இத்தனை மக்கள் திரண்டனரோ? அவ்வளவு பேருக்கும் அமுது பறிமாறப்பட்டது. ஊர் முழுவதும் வண்ண வண்ண மலர்களால் அலங்கரிக்கப்பட்டிருந்தது. மாலை மயங்கும் வேளையில் எங்கும் நிறைந்திருந்த வாசனையும் மக்கள் ஆரவாரமும் அயோத்திக்கு வினோதமான புது வடிவம் தந்திருந்தது.

விண்ணிலிருந்து பார்க்கும்போதே எனக்குச் சந்தேகமாக இருந்தது. நாம் இறங்க இருப்பது அயோத்தியா, இந்திரலோகமா? இந்த நேரம் ஊர்மிளா என்ன செய்துகொண்டிருப்பாள்? இன்று நாங்கள் வருவது அவளுக்குத் தெரியுமா? நேற்றுவரை அது எங்களுக்கே தெரியாத ஒன்று. போரில் நாங்கள் வெல்வோம் என்பது தோராயமான நம்பிக்கையாகத்தானே இருந்தது. அனுமன் மட்டும் சஞ்சீவி மலையைக் கொண்டு வாராதிருந்தால் இந்நேரம் நாங்கள் இங்கே வந்திருக்கவா முடியும்? நாங்கள் வென்றுவிடுவோம், வென்று இன்றே வருவோம் என்பதெல்லாம் காலத்தால் முன்னரே

அதே ஆற்றில்

எழுதி வைக்கப்பட்டதோ? அதுவே மக்களையெல்லாம் திரட்டிக்கொண்டு வந்ததோ? அப்படியென்றால் ஊர்மிளைக்கு நாங்கள் வருவது தெரிந்திருக்கும்.

புஷ்பக விமானம் வந்திறங்கிய கணம் பரதனும் சத்ருகன்னும் அவரவர் மனைவியரோடு வந்து அண்ணனையும் அண்ணியையும் என்னையும் வணங்கி ஆரத்தியெடுத்தனர். என் கால்கள் அயோத்தி அரண்மனையின் வாசல் வந்து நின்ற கணத்திலிருந்து அடி வயிறு கனத்தது. இந்த அடி வயிற்றுக் கனம் சமீபகாலமாய் மிக அதிகமாய் இருக்கிறது. சூர்ப்பணகையைப் பார்த்ததிலிருந்து அது மொத்த உயிரையும் சுருட்டிப் புரட்டு கிறது. எங்கே என்னவள்? இதுவரை காத்திருந்தேன்; இனிக் கணநேரம் இங்கிருக்க முடியாது.

ஊர்மிளையின் அந்தப்புரத்தை நோக்கி நடந்தபோது “லஷ்மணா” என்று அழைத்த குரலுக்கு என் கால்கள் கட்டுப்பட்டு நின்றுவிட்டன. இன்னுமா எனக்கு இந்த மடத்தனம்? அண்ணனின் குரலும், அதன் மீதான ஈர்ப்பும் அன்பும் எனக்கு என்னவெல்லாம் கொடுத்தன! எதையெல்லாம் பிரித்தன! அண்ணா அந்த வாஞ்சையான குரலைக் கொஞ்சம் உன் தொண்டைக் குழிக்குள் புதைத்து வையேன். உன் மக்களிடம் உன்னைப் பத்திரமாய்ச் சேர்த்துவிட்டேன். என்னைத் தீயாய் எரித்துக்கொண்டு இவ்வளவு நாள் கடத்திவிட்டேன். இனிக் கொஞ்சமேனும் எங்களை வாழவிடேன். ஆனால் என் மனம் இன்னும் அண்ணன் சொன்னால் அது என் நன்மைக்காகவே இருக்கும் என்றே சொல்கிறது. இத்தனை பேர் வந்து குசலம் விசாரிக்கும் இடத்தில் என் இருக்கை வெற்றிடமாக இருந்தால் அது மரியாதையாக இருக்காதுதானே. அதைத்தான் அண்ணன் உணர்த்தியிருக்கவேண்டும். என் மனம் வெற்றிடமாய் இருக்கிறதே. என் உடல் மட்டும் இங்கே வெற்றுப் பையாய் அமர்ந்திருக்கிறது. ஆமாம் அவள் என் அருகில் இல்லாத உலகில் காற்றே இல்லை. இது யாருக்குமே புரிவதில்லை. ஏன் அண்ணனுக்கேகூடத் தெரியவில்லை. என்னை இப்படியே விட்டுவிட்டால், ஒரு பறவையாகி என் செல்லக் கிளியிடம் பறந்து செல்வேன்.

அண்ணனே இன்னும் தன் ஓய்வறைக்குச் செல்லவில்லை. அவனுக்கு அடுத்துப் பிறந்தவன், நான் எப்படி ஓடி என் அந்தப்புரத்துக்குப் போக முடியும்? என்னால் போக முடியாது. அது எனக்கு விதிக்கப்பட்டது. ஆனால் என்ன ஆயிற்று ஊர்மிளைக்கு? தம்பிகளின் மனைவிகளோடும் இல்லை சேடிப் பெண்களோடும் அவளைக் காணவில்லை. எங்கே போய்விட்டாள்? இத்தனை காலமாய்ப் பிரிந்திருந்தவனை

ஓடோடி வந்து பார்க்க வேண்டாமா? என்னைக் காணும் ஆர்வமில்லையா? வெட்கம் தடுத்தால் மாடத்தில் தோழிகளோடு ஒளிந்திருந்தாவது பார்க்கலாமே? ஒருவேளை அப்படிப் பார்க்கிறாளா என்று என்னால் தலை சுழற்றிக்கூடப் பார்க்க முடியாமல் வருகிறவர்கள் அனைவருக்கும் பொய்ப் புன்னகையும் சம்பிரதாயப் பதில்களும் சொல்லிக்கொண்டிருக்கிறேன். அழுத்தக்காரிதான் இல்லையா? அவளைப் பற்றி இப்படிப் பிசகாய் யோசிக்கும்போதே 'நீ செய்திருக்கும் தவறுக்கு அவள் தன்னை மெருகேற்றிப் பக்குவப்பட்ட ஞானியாகியிருக்கலாம் என்று கடிகிறது என் மனது. எப்படியிருக்கிறாளோ என் தங்கப் பதுமை? அவளைக் காணாத கண்கள் நெருப்புப்போலத் தகிக்கிறதே. ஒரு வேளை இத்தனை வருடங்கள் உறக்கம் பிறழ்ந்த என் கண்களுக்கு அவள் தெரியவில்லையா? இல்லை எல்லாமே தெரிகிறது. அதோ வெளியில் தூரத்தில் ஒரு மரத்தில் ஆந்தை, லட்சுமியை வரவேற்க அவள் வாகனமே வந்து அமர்ந்திருக்கிறது. எல்லாவற்றையும் காட்டும் இந்தக் கண்கள் ஊர்மிளாவை மட்டும் காட்டாமல் ஏதோ கண்ணாமூச்சி ஆடுகின்றன.

ஊர்மிளாவைக் கரம் பிடித்த நாளை எண்ணிப் பார்க்கிறேன். அண்ணன் நோக்கினான், அண்ணி சீதை கரம் பிடித்தாள். நாங்கள் மூவரும் அவனுடைய தம்பிகள்; சீதையின் தங்கைகள் தலா ஒருவருக்கு என்று முடிவானபோது என்ன நினைத்தாய் ஊர்மிளா? என்னை நீ கரம் பிடித்தபோது நமக்கு விதித்தது என்று நினைத்தாயா, மனப்பூர்வமாய்க் கரம் கோர்த்தாயா தேவி? அண்ணன் அளவு இல்லையென்றாலும் நானும் அழகன்தானே? அப்படித்தானே சூர்ப்பணகை சொன்னாள்? உனக்கு என்னைப் பிடித்திருந்ததா? 'நல்ல கேள்வி தான். பதினான்கு வருடத்திற்குப் பிறகாவது கேட்டீர்களே?' இது உன் குரலாக இருக்க வாய்ப்பில்லை ஊர்மிளா. நீ இன்றுவரை என்னை எந்தக் கேள்வியுமே கேட்டதில்லையே.

திருமணமாகி நீ எங்கள் அரண்மனையில் அடி எடுத்து வைத்த முதல் நாளிலிருந்தே பக்குவமான குழந்தைதான் என்பது எல்லோருக்கும் தெரியுமே. சாப்பிடக்கூட அடம் பிடிக்க மாட்டாயே. இன்முகம் மாறிக் கடுஞ்சொல் சொன்னதில்லை. எதற்கும் பிடிவாதம் பிடித்ததேயில்லை. இல்லையென்றால் வனவாசம் போக அண்ணி அடம்பிடித்ததைப் போல நானும் உடன் வருவேன் என்று அடம்பிடித்திருந்தால் என்ன செய்திருப்பேன்? நீ எப்படி அவ்வளவு இலகுவாய் என்னைப் பிரிந்திருக்கத் திடமனம் கொண்டாய்? நான் பல நாள் அதை எண்ணி வியந்திருக்கிறேன். நான்... நான் ஒரு அண்ணன் பித்தென்று தெரியாதா உனக்கு. என்னால் அண்ணனை

அப்படித் தனியே காட்டுக்கு அனுப்பிவிட்டு நிம்மதியாக இருந்திருக்க முடியுமா? ஆனால் நீ என்னை அனுப்பிவிட்டு அப்படி நிம்மதியின்றித்தானே இருந்திருப்பாய் என் கண்மணியே. அதை யோசிக்கும் அளவுக்கு அன்று நேரமில்லை. மனப்பக்குவமும் இல்லை. பாசம் மட்டுமே கண்ணை மறைத்தது. நான் மட்டும் போகாமலிருந்திருந்தால், காட்டில் அண்ணனுக்கு ஏதேனும் ஆகியிருந்தால் உலகம் என்னை மட்டுமல்ல உன்னையும்தானே ஏசியிருக்கும் கண்ணே. அண்ணி மட்டும் உடன் வராதிருந்திருந்தால் கதையே வேறு. பஞ்சவடியில் அண்ணனைத்தானே முதலில் பார்த்தாள் சூர்ப்பணகை, அண்ணியைக் கவனிக்காமலிருந்தால் என்னிடம் ஹூம்ம் ஏன் வரப்போகிறாள்?

ராம பட்டாபிஷேகம் உடனடியாக நடத்திட வேண்டும் என்று அரற்றுகிறான் பரதன். அவனுக்கு அவன் பாரத்தை இறக்கிவிட வேண்டும். என்னைப் பற்றி யாருமே ஏன் யோசிக்க வில்லை. 'என்னைப் பற்றி நீங்கள் எப்போதாவது யோசித்தீர்களா?' ஊர்மிளா இது உன் குரல்தான். நீயா என்னை வதைக்கிறாய். இந்தப் பதினான்கு ஆண்டாக எப்போதும் கேட்பதுபோல உன் குரல் மட்டுமே கேட்கிறது. ஆனால் இன்று அந்தக் குரலில் புகார்கள் கொஞ்சம் அதிகமாயும் கேட்கிறது. இதுவரை நீ ஏன் என் முன்னே வந்து உன் முகத்தைக் காட்டவே இல்லை. ஒருவேளை நான் இல்லாத கொடுமையைத் தாங்க முடியாமல். . . அய்யோ அப்படியெல்லாம் எதுவும் நடந்திருக்காதுதானே. அய்யோ என்னைக் கொஞ்ச நேரம் விட்டால், ஓடிச்சென்று ஊர்மிளையின் கரங்களைப் பற்றிக்கொள்வேன். அவள் கைகளைப் பற்றிக்கொண்டால் என் ஆவி ஆறுதல் பெறுமோ? அப்படி நினைக்கும்போதே நான் நெருப்பில் வார்த்த வெண்ணெய் போலாகிறேன். அப்படி உன் கரம் தீண்டும்போது பல ஜென்மத்துக்கும் முன் நான் செய்த பாவத்தின் நீளம் ஆண்டாண்டுகளாய் நீண்டு போனதற்குப் பரிகாரம் கிடைக்குமா? அணில் குஞ்சுபோல நினைவுகள் அலைகின்றனவே. ஊர்மிளா உனக்கு இந்தப் புலம்பல்கள் எதுவுமே எட்டவில்லையா? என் கண் முன்னே வந்துவிடேன் என் தங்கத் தாமரையே. பட்டாபிஷேகத்தை லட்சுமி வாசல் வந்த அதே நாள் அதே நேரமே உகந்தது உடனடியாக நடத்திவிடலாம் என்கிறார் அரண்மனை ஜோசியர். இன்று விட்டு நாளை நடத்தக் கூடாதா? பதினான்கு மாதமாய் சீதை தன் மேனி போர்த்த தவ ஆடையைக்கூட மாற்றவில்லை. அக்கினிகூடத் தீண்டாத அந்த ஆடையை மாற்றி நாட்டின் ராணிக்கு நல்லுடை தரிக்க நேரம் கொடுங்களேன். அந்த அவகாசத்தில் என் உயிர்க் கனியை ஒரே ஒருமுறை தரிசித்து

விட்டு வருகிறேன். மேள தாளங்களும், மந்திர ஓசைகளும் ஓங்கி ஒலிக்கத் தொடங்கிவிட்டன ஊர்மிளா. ஆனால் என் மனமோ அதைத் தாண்டிச் சத்தம் செய்கிறது.

ஊர்மிளா, அன்று சூர்ப்பணகை கேட்டாளே ஒரு கேள்வி, வாளால் அறுத்ததைப்போல. 'நீ மணமானவன் என்றால் உன் பத்தினி எங்கே?' அந்தக் கேள்வி, அவள் கேட்கும்வரை எனக்குள் தோன்றவில்லை, நீ ஏன் என்னுடன் இல்லை? மனையற்ற தனியன். எந்த மானுடச் சங்கதிகளுக்கும் லாயக்கற்றவன். மனைவியின் அருகாமையே மனைக்கு மரியாதை என்று எனக்குத் தெரிய ஒரு சூர்ப்பணகை தேவைப்பட்டாள். அவள் என்னைச் சந்தேகித்துக் கேட்ட கேள்வி அதில் தொனித்த கிண்டல் என்னை மிருகமாக்கிவிட்டது. அந்தக் கேள்வியின் உள்ளடங்கியிருந்த உண்மைத் தீ என்னைச் சுட்டதாலோ என்னவோ அவள் மூக்கை அறுத்தேன். பின்னர் மிகவும் வருந்தினேன். நான் மட்டும் உன்னைப் போலப் பக்குவப்பட்டவனாய், நல்ல விஷயம் நான்கையும் யோசித்து, நம் எதிர்காலத்தை யோசித்து சூர்ப்பணகையை நல்ல தோழியைப் போலப் பாவித்து அறிவுரை சொல்லி அவளை அவள் வீட்டுக்கு அனுப்பியிருந்தால் சீதையைச் சிறை பிடிக்க ராவணன் ஏன் வரப்போகிறான்? எல்லாம் என் பிழையே.

அன்று நடந்ததை நினைத்துப் பார்க்கிறேன் ஊர்மிளா. சூர்ப்பணகையை ஏறெடுத்துப் பாராத உத்தமன் என்று பெயர் எடுக்கும் பொருட்டா அவளை உதாசீனம் செய்தேன். சூர்ப்பணகை என்மேல் ஒரே கணத்தில் மையல்கொண்டாள். அவள் கண்களில் காதலைக் கண்டேன். அவள் தோள்கள் ஒரு தெப்பம்போல என்னை எங்கோ ஏற்றிச் செல்லத் தவித்தன. அந்தத் தனிமை. . . ஒரு பெண்ணின் அவ்வளவு அருகாமை. . . அவள் உடலிலிருந்து எழுந்த காமத்தின் நறுமணம் என்னைத் தடுமாறச் செய்தது. ஒரு கணம்தான் ஊர்மிளா. உடனே உன் நினைவும் என்னைப் பிரிந்த அன்று உன் முகத்தில் கண்களில் கவிந்திருந்த சோகமும் என்னைச் சாட்டையால் அடித்ததுபோல உடல் குலுக்க வைத்தன. தலையைச் சிலுப்பி மீண்டெழுந்தேன். உன்னிடம் மறைக்க எதுவுமில்லை சகி. என்னுள் ததும்பிய உன் நினைவு என் கண நேர ஆணவத்தை எண்ணி வெட்கும்படி செய்தது. உன்னை அயோத்தியில் சுற்றமும் நட்பெல்லாம் சூழ இதே தனிமையில் விரகக் கடலில் தத்தளிக்கவிட்டு வந்தது என்னை மிருகமாக்கியது. உன்னைப் பிரிந்து வந்த என் துயரத்தை அறுப்பதாய் நினைத்து, நான் அறுத்தது சூர்ப்பணகையின் மூக்கை. அவள் எனக்குள் தூண்டிய உனக்கான காதலை, மோகத்தை எல்லாம் சேர்ந்த என்னுடைய ஏதோ ஒன்றைத்தான்

வெட்டியெறிந்தேன். உண்மையைச் சொல்ல வேண்டுமென்றால் அன்று என்னை நான் அங்ககீனம் செய்துகொண்டிருந்திருக்க வேண்டும். ஆனால் நான் உனக்கானவன். இந்த உடல் உனது. என்மீது எனக்கே உரிமையில்லை. என்ன சொல்வேன் வருடக்கணக்கான பொறுமை... தவம் போன்ற வாழ்க்கை அவ்வளவு விரைவாக எப்படி குரோத உணர்வுக்கொள்ளச் செய்தது. உன்மத்தமான உன் முகம் தாண்டி வேறு எந்தப் பெண்ணிலும் என் கண் பட்டால் அந்த மூளியான மூக்குதான் நினைவுக்கு வர வேண்டும். அதுதான் என்னை அப்படியொரு முடிவுக்குத் தள்ளியது.

கடல்போலும் காமம். ஆனால் கடல் இந்தப் பிரபஞ்சத்தில் மிகச்சிறிய துளியிலும் சிறிது என்பதை நீ என்னைப் பிரிந்த அன்றே உணர்த்தியிருந்தாய் தேவி. தொலைவிலிருந்தும் உணரச் செய்திருந்தாய். மயில்கள் அகவும் குரலில் உனது துயர சங்கீதத்தைக் கேட்டிருந்தேன். குயில், அக்கா அக்கா என்று கூவும்போது நீயே வந்து அண்ணி சீதையை அழைக்கிறாய் என்று தோன்றியது. ஊர்மிளா நீ என்னை விட்டுப் பிரிந்திருந்தது போல நான் உணர்ந்ததே இல்லை. என் மனதில் வாசம் செய்துகொண்டிருந்தாய். இது சத்தியம். சூர்ப்பணகை என்னைச் சீண்டும்வரை அப்படி உன்னைப் பிரிந்திருந்ததாய் நினைத்ததேயில்லை. அன்று... அன்று மிக வருந்தினேன் நீ மட்டும் என்னுடனிருந்தால் ஒரு பெண்ணிடம்போய் வீரத்தைக் காட்டினேனே என்று, எண்ணி நான் வருந்தும்படி ஆகியிருக்காதல்லவா?

சூர்ப்பணகையின் சொல் கேட்டு அண்ணி சீதையைக் கவர்ந்து செல்ல அன்று ராவணன் வருமுன்னர் மாரீசன் மானாக வந்தபோது அவள் ஆசைப்பட்டுக் கேட்ட விஷயமென்று அண்ணன் சென்றான். அண்ணியின் ஆசை அதுமட்டுமா? ராமனுடனேயே வருவேன் என்ற பிடிவாதத்தில் தொடங்கித் துறவு வாழ்க்கையை லௌகீகமாக்கிய எல்லா ஆசைகளும் நிராசைகளுமே அண்ணியிடம் இருந்தன. ஒரே நாளில் உருவானதல்ல அண்ணியின் பிடிவாதம். பிறந்தது முதல் அவளுடனிருந்த உனக்கு நன்றாகத் தெரிந்திருக்குமே ஊர்மிளா. அண்ணனை அனுப்பியவள் அத்தோடு விட்டாளா? மாயக்குரலாக அவன் "லஷ்மணா" என்ற அலறலைக் கேட்டதும் எப்படிப் பதறிப் போனாள். ராமன் தெய்வமல்லவா என்பதை உணராமல் சீதை என்னை ஏசினாள். அவனுக்கு எதுவும் நிகழ்ந்துவிட்டால்... என்று என்னையும் பயமுறுத்தினாள். அவன் இல்லாதுபோனால் உனக்கு வசதி என்னையும் வசப்படுத்திவிடலாம் என்று மனக்கோட்டை கட்டுகிறாய்

என்று வாய் கூசாமல் சொன்னாள். அபாண்டம்! அப்போதே காடு துறந்து உன்னிடம் ஓடோடி வந்திருப்பேன். ஆனால் இந்த நாட்டை ஆளும் பாதுகைக்கு ராமனைப் பத்திரமாய் அழைத்து வருவேன் என்று மானசீகமாய் வாக்குக் கொடுத்திருந்தேன். என்ன செய்வது விதி சீதையின் நாவில் அன்று குடியேறியிருந்தது. இல்லையென்றால் அவள் மாயமானைக்கூடக் கேட்டிருக்க மாட்டாள்தானே. அண்ணியின் பரிதவிப்பைப் பார்த்தேன். பரிதவிப்பின் உச்சத்தில் அண்ணியின் நிதானம் பிறழ்ந்திருந்தது.

அன்றுதான் உணர்ந்தேன் ஊர்மிளா, இத்தனை வருடங்களாகக் காட்டில் எனக்கு என்னென்ன நிகழக்கூடு மென்று தினம் நீ எப்படியெல்லாம் பரிதவித்திருப்பாய். காட்டில் உண்டேனா, உறங்கினேனா என்று யோசித்திருப்பாய். கண்ணே இங்கே வந்த பதினான்கு ஆண்டு அண்ணனைக் காடும் காட்டுயிர்களும் கொடுக்கும் அபாயத்திலிருந்தும் காக்க நொடி நேரம்கூடக் கண்ணயரவில்லை. நீயும் உறங்கியிருக்க மாட்டாய். தெரியும். ஆனால் என்ன, அரண்மனை மலர் மஞ்சமும் பூந்தோட்டமும் கொஞ்சும் நீலப்புறாக்களும் வெள்ளை மயில்களும் கிளிகளும் உன்னை ஓரளவுக்காவது ஆறுதல்பெறச் செய்திருக்கும். அவற்றை எப்படியெல்லாம் சீராட்டுவாய், அருகிலிருந்து பார்த்திருக்கிறேன். அவை கொடுத்துவைத்தவை. என்னைப் போல ஊழ்வினையில் ஊறிய மரக்கட்டைகள் அல்ல அவை. உன்னோடு இருந்த உயிர், உன்னைப் பிரிந்தபோது உன்னுடனேயே தங்கி விட்டதை நீ அறிவாயா சகியே? காட்டிலே அவ்வளவு பசுமை, குளுமை நிரம்பியிருக்கும் இடத்தில்கூட உனக்கு ஏன் உடல் தகித்து வியர்வை நதிபோல் பெருகுகிறது என்று அண்ணன் அடிக்கடி கேட்பான். நான் என்ன பதில் சொல்வேன்? பசுமை குளுமை எல்லாமே ஊர்மிளாவின் அருகாமையில் மட்டுமே என்று அண்ணனிடம் எப்படிச் சொல்ல முடியும்?

இதோ பட்டாபிஷேகம் நடக்கிறது. நான் ஒரு பக்கம் நின்று சாமரம் வீச வேண்டுமாம். மறுபுறம் பரதன், சத்ருகன், தேவகணங்கள் புடைசூழ, மங்கள வாத்தியங்கள் முழங்க நடந்தேறுகிறது. எல்லோரும் இருக்கிறார்கள். இந்தக் காட்சியைக் காண நீ என் அருகே இல்லையே அன்பே. என்னதான் செய்து கொண்டிருக்கிறாய்? ஆண்டாண்டுகளாய் உன்னைக் காணாத கண் என்னை விட்டுப் பிரிந்து முன்னே ஓடிவரும்போலே உள்ளதே. அதோ மகுடம் தரிக்கிறார், என் அண்ணன் பிரிய ராமன் இந்த மண்ணின் மன்னன். உனக்கும் சேர்த்து இந்த மங்கல நிகழ்வை நான் காண்கிறேன். இன்னும் கொஞ்ச நேரத்தில் சுமங்கலிகள் ஆரத்தி எடுப்பார்களே. கையில்

விளக்கும் அட்சதையுமாய் நீயும் இங்கே இருக்க வேண்டாமா? அண்ணி சீதையின் பிடிவாதம் போலாகிவிட்டது உனதும். சரி பட்டாபிஷேகம் இன்னும் சற்று நேரத்தில் முடிந்துவிடும். உன்னை ஏன் காணவில்லை என்று யாருமே கவலைப்பட வில்லை. உன் உலகில் நான் எத்தனை அவசியமானவன் என்று இப்போது புரிந்தது. பதினான்கு ஆண்டுகள் அன்னை கைகேயின் ஆணைப்படி வனவாசம், பின்னர் அசோக மரத்தடியிலிருந்த சீதையை மீட்கப் பதினான்கு மாதம் இதோ பட்டாபிஷேகம் முடியட்டும் தேவி. நான் உன்னைத் தேடிக் காட்டாறுபோல ஓடி வருவேன். உன் கற்பகத்தருவுக்கு இத்தனை கால வறட்சி போதும். குளிரக் குளிரப் பேய் மழையாய்ப் பொழிவேன் கண்ணே.

பட்டாபிஷேகப் படாடோபங்கள் முடிந்துவிட்டன. வந்துவிட்டேன் உன்னைத் தேடித் தொலைவிலிருந்து உன்னைக் காண்கிறேன். தூரத்திலேயே தெரிகிறது உன் திரு உருவம். அடடா சிவந்த புடவை முக்காட்டுக்குள் பளிங்கு வெள்ளையில் முழு நிலவுபோலத் திரண்டிருப்பது உன் முகமா? சுடரைப் பார்த்து நீ சிரிக்கிறாயா அல்லது சுடர் உன் முகத்தில் சிரிக்கிறதா? நீ இத்தனை ஆண்டுகளில் எப்படியம்மா உன் பதினான்கு ஆண்டுக்கு முன் பார்த்த அதே அழகு ததும்பும் முகம் கொஞ்சமும் மாறாமல் இருக்கிறாய். ஆனால் இயற்கை தன்னுடைய விளையாடல்களை உன்மீது செய்திருக்கிறது எவ்வளவு வளர்ந்துவிட்டாய்? உன் இளமை என்னுள் ஏதேதோ செய்கிறதே. உன்னைச் சுற்றி அகல் விளக்குகளை மெய் மறந்து ஏற்றிக்கொண்டிருக்கிறாய். நம் அந்தப்புரம் முழுவதும் அகல்களை ஒளிரவிட்டிருக்கிறாய். உன்னை மறந்து நேரம் காலம் மறந்து அதில் எண்ணெய் ஊற்றுகிறாய். இன்னும் ஏற்றிக்கொண்டிருக்கிறாய். உனது ஒவ்வொரு அசைவிலும் சிவப்புச் சீலை சுழன்று நெகிழ்கிறது, என்னைப் போலவே. அதனூடே சிறு சிறு ஒளிக்கீற்றுகள் பளீரெனக் கிளம்பி வந்து என்னைச் சூழ்கின்றன. இவ்வளவு ஜொலிக்கும் தேஜஸை நான் வசிஷ்டர் மாமுனியின் ஞான முகத்தில் மட்டுமே கண்டிருக்கிறேன்.

என் வரவைக் கொண்டாட நீ ஏற்றும் அகல்களில் உன்னையே மறந்து என்னையும் மறந்து ஒளியோடு ஒளியாய் மிளிர்கிறாய் தேவி. இல்லை அத்தனை விளக்கொளியும் சுழன்று சுழன்று நீயே பெரிய தீபம்போலத் தகதகக்கிறாய் தேவி. ஒவ்வொரு சுடரும் நீயாகி எனக்குத் துலங்குகிறாய். மின்னல்களால் ஆன விளக்கு நீ. உன் சேடியார் என் வரவைப் பார்த்து நேற்றிலிருந்து இந்த விளக்குகளை நீ ஏற்றத் தொடங்கி

விட்டதாகவும், உன்னைப் பார்த்த பிறகு ஊர் முழுக்க லட்சுமியை வரவேற்க அகல் ஏற்றத் தொடங்கினார்கள் என்று சொல்கிறார்கள். அவர்கள் சொன்னது எனக்கு வியப்பாக இருக்கிறது. சில பொழுதுகளில் பூக்களைத் தொடர்ந்து தொடுப்பாய், தோட்டத்துச் சிவனுக்குத் தொடர்ந்து நீர் வார்த்துக்கொண்டே இருப்பாய், அது நாட்கணக்கில் தொடருமாம். ஊண் உறக்கம் மறப்பாய். உன்னையே மறந்து உன் செய்கைகளைத் தொடர்வாய் என்றும் சொல்லி வியக்கிறார்கள். நீ பெரிய யோகி ஆகிவிட்டாய் தேவி. நாங்கள் இங்கே சிறு பிசிறுமின்றி வந்துசேர்ந்தது உன் தவத்தால் அல்லவா? நேற்றுவரை நாங்கள் மேற்கொண்டிருந்தது வனவாசமில்லை. அது உன் இதயத்தில் நாங்கள் கொண்டிருந்த மனவாசம். நம் கதையில் நானில்லை காவியத் தலைவன். நீதான் காவியத் தலைமகள். என்னைப் பொருத்தவரை இன்று அயோத்தியெடுக்கும் விழா, லட்சுமியின் வரவை வரவேற்க மட்டுமல்ல. உன் தவ வாழ்க்கையின் வெற்றியை அதன் மகிழ்ச்சியைக் கொண்டாடுவதற்கே. இது தீபங்களின் ஒளி தீப ஆவளி. தீபாவளி.

இரண்டாம் முறை: 1–2

மனைவாசம்

“பலாப்பழத்தில் இது சுகர்லெஸ் வெரைட்டி போல. இன்டிரஸ்டிங்” வழியில் வாங்கிய பலாப்பழத்தில் ஒன்றைச் சுவைத்துக்கொண்டே சொன்னேன்.

“நம்ம வாழ்க்கைய போல” முணுமுணுத்தாள் ஊர்மிளா.

அவள் சொன்னதைக் கேட்காதவன்போல வண்டியைச் செலுத்திக்கொண்டிருந்தேன். பொதுவாக அவள் சொல்ல நினைக்கும்போதே எனக்குப் புரிந்துவிடும். ‘ராஜு சவுண்டஸ் அன் லைட்ஸ்’ துளு மொழியில் எடுக்கப்பட்ட திரைப்படத்துக்குப் போய்விட்டுத் திரும்பும் வழியில் நல்ல மழை. சைக்... இந்த மழை வேறு பிடித்துக்கொண்டதே. வண்டியின் முன்பக்கக் கண்ணாடியில் மழைத்துளிகளை வேகவேகமாகத் துடைத்துக்கொண்டிருந்தது மழைத்துடைப்பான்கள். அது எப்போதுமே அலுத்துக்கொள்வதில்லையே என்று நினைத்தேன். ஆனால் நமக்கு மட்டுமேன் எல்லாவற்றிலும் சலிப்பு? கண்ணாடியில் விழுந்த மழைத்துளிகள் துடைக்கப்படும் முன்னர் ஒன்றோடு ஒன்று இணைந்து திக்கற்று அலைந்தன.

“இந்த மழைத்துளிகள் தனித்தனியா இருக்கும் வரை அதன் இலக்குச் சரியாகத்தான் இருக்கு” என்றாள் ஊர்மிளா.

“இரண்டும் சேர்ந்து புதுவழி கண்டுபிடிச்சிச்சின்னுகூடச் சொல்லலாம்” என்றேன்.

அவள் சிரித்தபடி பக்கவாட்டில் திரும்பிப் பார்த்தாள். மழைநீர் சிறு நதியெனப் பெருக்கெடுத்து ஓடும் சாலையில் கவனம் பிசகாது வண்டியை ஓட்டியபடி கவனித்தேன். ஒரே ஒரு நொடி அவளது பார்வை என் விழிகளைச் சந்தித்து மீண்டது. கவனத்தை விருட்டெனச் சாலைமீது திருப்பினேன். தெருநாய் ஒன்று சாலையைக் கடக்க வந்து, வாகனத்தைப் பார்த்ததும் வள்ளென்று பதுங்கியது. ஊர்மியின் விழிகள் அவை என்னென்னவோ சொல்லத் துடித்தன. வருடத்தின் முக்கால் பாகம் வேலை நிமித்தம் வெளிநாடு பயணம். பேசக் கூட நேரம் கிடைப்பதில்லை. அதிசயமாய் வீட்டிலிருக்கும் வார இறுதியிலாவது அவளை எங்காவது அழைத்துச் செல்ல வேண்டுமென்று நினைப்பேன். அதில் மிக எளிதானது திரைப்படத்துக்குப் போவது. எந்தத் திட்டமிடலும் தேவை யில்லை. அன்று வேறு படங்கள் எதுவும் புதிதாக வரவில்லை. இரண்டு மாதமாக அரங்கு நிறைந்து ஓடிக்கொண்டிருக்கும் துளு படத்துக்குச் செல்லலாம் என்றபோது ‘துளு மொழிப் படத்துக்குமா?’ என்றது அவளது இளக்காரமான பார்வை. அவள் எப்போதுமே எதற்கும் சண்டையிட்டதில்லை. அதிகம் பேசவும் மாட்டாள். அதனாலேயே எனக்கு அவள் பேசாததும் புரிந்துவிடும்.

இரவு மணி ஏழாக இன்னும் ஐந்து நிமிடங்களே இருந்தன. நெடுஞ்சாலையில் இருந்த ‘பஞ்சாபி தாபா’ ஒன்றில் வண்டியை நிறுத்துவதற்கான இடவசதி இருந்தது. சட்டென இடதுபக்கம் ஒடித்து உணவகத்தில் வண்டியை நிறுத்தினேன். இன்னும் கொஞ்ச தூரத்தில் எனக்குப் பிடித்த தென்னிந்திய உணவுகள் கிடைக்கும் ‘ஸ்ரீகிருஷ்ண உணவகம்’ உண்டு. ஆனால் அங்கே வண்டி நிறுத்த இடமும் இருக்காது; கூட்டமும் அதிகமாக இருக்கும். ஊர்மிளா அருகில் இல்லாமலிருந்தால் வண்டியை வேறு எங்காவது நிறுத்திவிட்டுக்கூட அங்கே செல்ல முடியும். மழைவேறு. வண்டி, ஊர்மிளா இரண்டைச் சார்ந்த பொறுப்புகள் இருக்கும்போது நான் அதிகம் ரிஸ்க் எடுத்துக் கொள்வதில்லை. ருசியைவிட வசதியே முக்கியம்.

விடுதியுள்ளே சுவர்களுக்குச் செங்கலால் கட்டப்பட்ட மண் சுவர்களைப் போன்று செயற்கை அலங்காரம் செய்திருந்தனர். அரை ஆள் உயரமான சுவர்களும் அதற்குமேல் மூங்கில் தட்டிகள் போன்ற ஒன்றால் ஒரு திறந்தவெளி உணவகமாக அது உருவாக்கப்பட்டிருந்தது. பழங்கால லாந்தர் விளக்குகளை அங்கங்கே தொங்கவிட்டிருந்தார்கள்.

அதற்குள்ளே மின்பல்புகள் இருந்தன. ஆனாலும் வெளிச்சம் பளீரென்று இல்லாமல், ஒளி மங்கியிருந்தது. நன்கு இடம் விட்டுப் போடப்பட்டிருந்த உணவு மேசைகளில் இரண்டோ மூன்று மேசைகளில் மட்டும் ஆட்கள் இருந்தார்கள். விளக்குக்கு மிக அருகிலிருந்து ஒரு மேசையைக் காட்டி அமரலாமா என்று கேட்டேன். சரி என்று தலையசைத்தாள். "சர்சோங்கா சாங் மக்கிக்கா ரோட்டி" சொல்லிவிட்டுக் கைப்பேசியை நோண்டத் தொடங்கினேன்.

வந்தமர்ந்து இருபது நிமிடங்களுக்கு மேல் ஆகிறது; உணவு இன்னும் வரவில்லை. கைப்பேசியிலிருந்து கண் நிமிராது இருந்த என்னை யாரோ உறுத்துப் பார்த்துக்கொண்டிருப்பது போலிருந்தது. நிமிர்ந்து பார்த்தேன். என்னை நோக்கியிருந்த கண்களை வேறு எதையோ பார்ப்பதுபோலத் திருப்பினாள் ஊர்மிளா. அவள் வீட்டை விட்டு வெளியே என்னோடு வரும்போது தனது தொலைபேசியை எடுத்துக்கொண்டு வர மாட்டாள். செல்லுமிடத்தில் யாருடனும் பேச வேண்டிய அவசரம் அவளுக்கு இல்லை. அவளுக்கு என்னுடன் பேசவே எதுவும் இல்லை; பிறகு தொலைபேசியில் யாருடன் பேசுவாள். ஆனால் அவளுடைய அக்காவும் என் பெரியண்ணனும் கல்யாணம் ஆனதிலிருந்தே ஒருவருடன் ஒருவர் இடைவிடாது பேசிக்கொண்டே இருப்பார்கள். பெரியண்ணன் கழிவறை போக வேண்டுமென்றால்கூட மனைவியிடம் சொல்லி விட்டுத்தான் போவார். நானும் ஊர்மிளாவிடம் எதாவது உரையாட வேண்டும் என்று நினைப்பேன். ஆனால் தொடர் பயணம் அதற்கு எந்த இடத்தையும் கொடுப்பதில்லை. முக்கியமாய் ஊர்மிளாவின் பேசும் விழிகள் எந்த வாய்ப்பையும் கொடுப்பதில்லை. உணவு வந்தது. சாப்பிடு என்றுவிட்டு நானும் சாப்பிட ஆரம்பித்தேன். சாப்பிட்டு முடித்ததும் பில்லில் டிப்ஸ் 50 ரூபாய் என்று எழுதிக் கடன் அட்டையை வைத்தேன். அது திரும்பி வந்ததும் "போகலாம்" என்றேன். நான் எழுந்துகொண்ட பிறகு உட்பக்கமாக அமர்ந்திருந்தவளை, "கொஞ்சம் நிதானமா எந்திரி. இடிச்சுக்கப்போற" என்றபோது சரி என்பதுபோலத் தலையை ஆட்டினாள். பின்னர் அமைதி யாக வந்து வண்டியில் ஏறிக் கொண்டாள். வண்டியை இயக்கினேன், இனி அது தானாக வீடு போய்ச் சேர்ந்துவிடும். நெடுஞ்சாலையில் சிறிது தூரம்தான் பயணித்திருப்போம்.

"நான் எங்காவது கொஞ்ச நாளைக்குத் தனியா போயிட்டு வரலாம்னு இருக்கேன்."

சொன்னது ஊர்மிளாதானா?

"என்ன! தனியாவா? நீ எப்படி?"

லாவண்யா சுந்தரராஜன்

சடாரெனப் பக்கவாட்டில் திரும்பி அமர்ந்து ஆழ்ந்து பார்த்தாள். அதில் ஆயிரம் கேள்விகள் இருந்தன. 'ஏன் நீங்க போகலையா' என்பது போலிருந்தது அந்தக் கூர்ப்பார்வை. என்ன செய்வது என் கடமை அப்படி. பெரியண்ணன்தான் இங்கே இருந்தாலும் சரி, வெளியே பயணித்தாலும் சரி, மனைவியைக் கூடவே அழைத்துக்கொண்டு செல்கிறான். அவன் எங்கள் நிறுவனத்தின் அதிபதி. அவன் என்ன வேண்டு மென்றாலும் செய்யலாம். இரண்டாவது அண்ணனும் நானும் தம்பியும் அப்படியல்ல, எங்களுக்கென்று எல்லைகள் உண்டு. முக்கியமாய், கேள்வி கேட்க முடியாது. அந்தச் சகோதரர்களைப் பாருங்கள் அவர்களைப் போல பிரிந்து கெட்டழிந்து விழக் கூடாது என்று அம்மா அடிக்கடி சொல்வாள். அப்பாவின்மீது சத்தியமென்பார். அதுவே எங்களை இப்படி ஆட்டிவைக்கிறது.

சகோதரர்கள் அனைவருக்கும் ஆளுக்கொரு தனி வீட்டைக் கொடுத்திருந்தது எங்களது நிறுவனம். வீட்டுச் செலவு, வேலையாட்கள் செலவு, வண்டி, வாகனம், போக்குவரத்துச் செலவு எல்லாமே நிறுவனம் பார்த்துக்கொள்ளும். இதற்குமேல் என்ன வேண்டும் என்பார்கள் அம்மாவும் பெரியண்ணனும். எல்லோருமே நிறுவனத்தின் பங்குதாரர்கள். வீட்டுக்கு வரும் மருமகள்களையும் கேள்வி எதுவும் கேட்காதவர்களாகத்தான் பார்த்துக் கல்யாணம் செய்துவைத்திருந்தாள் அம்மா. ஏதோ வரங்கள் வாங்கி வந்திருப்பாள்போல. யாருமே அவளை எதிர்த்து எதுவும் பேச முடியாது. அம்மாவிடம் மட்டுமா, ஊர்மிளாவிடமும் இப்போதெல்லாம் ஒன்றும் பேச முடியவில்லை. இப்போது எதுவும் பேசத் தோன்றவில்லை. பேசினாலும் ஒன்றும் நடக்கப் போவதில்லை. வீடு வரும்வரை நிலவிய மௌனம் வழக்கத்தைவிட இன்னும் கனமாக இருந்தது. சாலை வழக்கத்தைவிட அதிக இருட்டாகவும் நீளும் பாதையாகவும் இருந்தது.

வீட்டில் நுழைந்ததும் பொமொரேனியன் நாய்க்குட்டி ஷீரோ அவளைப் பார்த்துத் தாவிக்கொண்டு ஓடிவந்தது. தன் அதீத அன்பைத் தயங்காமல் அவளிடம் கொட்டியது. அதன்மீது எனக்குப் பொறாமையாக இருந்தது. அதன் தலையைத் தடவிக் கொஞ்ச நேரம் ஆற்றுப்படுத்திவிட்டு, "ஷீரோ போய் அமைதியா உட்காரு" என்றாள். அது ஓடிச்சென்று தனக்கு ஒதுக்கப்பட்ட இடத்தில் உட்கார்ந்துகொண்டது. "ஷீரோ இங்க வா" என்றேன். தயங்கிக்கொண்டே என்னிடம் வந்தது. அவள் அடுக்களைக்குச் சென்று "சாப்பிட்டு வந்துட்டோம், எல்லாம் ஒழிச்சி வீட்டுக்கு எடுத்துக்கொண்டு போ! என்று சமையல்காரியிடம் சொல்லிவிட்டு வரவேற்பறையில்

அதே ஆற்றில்

அமர்ந்தாள். தொலைக்காட்சியை ஒளியூட்டினேன். செய்தி, பாட்டு என்று ஒவ்வொரு அலைவரிசையாக ஊர்ந்து கொண்டே மறுபடி ஏதோ திரைப்பட அலைவரிசைக்கு வந்தவுடன் அதில் ஒன்றிப்போனேன். திரைப்படம் முடிவிருந்த சமயத்தில் பால் காய்ச்சி எடுத்துக்கொண்டு வந்தாள்.

“நிஜமா நீ தனியா எங்கேயும் போகணுமா? எங்க போகணும் சொல்லு நான் கூட்டிட்டுப் போறனே.”

“இல்ல வேண்டாம். நானே போய்க்கிறேன்.”

“எங்க போகணும்?”

“இன்னும் முடிவு செய்யல.”

வழக்கத்துக்கு மாறாக அன்று உறக்கம் வரவில்லை. அவள் புரண்டு புரண்டு படுக்கும்போது கொலுசொலி கேட்டது. என் உறக்கத்தைக் கலைத்துவிடக் கூடாதென்று மிக கவனமாகப் புரண்டு படுப்பது தெரிந்தது.

“என்ன தூக்கம் வர்லயா?”

“ம் வழக்கம்போலத்தான். நீங்க?”

அதன்பிறகு அவள் புரண்டும் படுக்கவில்லை. உறங்கி விட்டாளோ என்னவோ.

நான் கடந்தமுறை வெளிநாட்டுக்குப் பயணம் போயிருந்த போது இரண்டு வாரம் முடிந்தவுடன் தம்பி அழைத்திருந்தான், “அண்ணி வீட்டிலிருந்து தனியாகக் கிளம்பி கடற்கரைக்குப் போய் ரொம்ப நேரம் தனியா உட்கார்ந்திருந்தாங்க” என்று சொன்னபோது உடனடியாகக் கிளம்பி வந்தேன். வந்து பார்த்தபோது ஊர்மியிடம் எந்த மாற்றமும் தெரியவில்லை. அதற்கு முன்னர்கூட ஒருமுறை விமான நிலையம் வந்து இறங்கும்போது வண்டி ஓட்டுநர், “மேடம் திடீர்ன்னு கார் எடுத்துகிட்டுத் தனியா எங்கோ போயிடறாங்க. பெட்ரோல் தீர்ந்து போய்ச்சுன்னு போன் பண்ணாங்க. உடுப்பி ஹைவேல நடுரோட்ல பயப்படாம வெயிட் பண்ணாங்க” என்றான். நான்தான் இதெல்லாம் அவ்வப்போதே என்ன ஆச்சு என்று கேட்காமல் விட்டேனோ?

காலையில் விழித்தபோது விடிந்து வெகு நேரமாகி யிருந்தது. ஊர்மிளா அடுப்படியில் சமையல்கார லட்சுமி அம்மாவுடன் ஏதோ பேசிக்கொண்டே அடுப்பில் வேலையில் ஈடுபட்டிருந்தாள். நான் இருக்கும்போது தன் கையால் சமையல்செய்து கொடுத்தால் மட்டுமே அவளுக்கு நிம்மதியாக

இருக்கும் என்பாள். தாளிக்கும் ஓசையும் மணமும் காதையும் மூக்கையும் கவனத்தையும் ஈர்த்தன. வாஷிங் மெசினில் நேற்று நான் கொண்டுவந்த துணி மூட்டை எல்லாம் துவைத்துக் காயவைக்கும் இறுதிப் பணியில் இருந்தன. வெளியே முன்முற்றம்வரை சென்றேன். ஷீரோ என்னைப் பார்த்து "வவ்" என்று ஒருமுறை கோபமாய்க் குரைத்துவிட்டு மறுபடி சுருண்டுகொண்டது. நான் வீட்டுக்கு வரும்போது அவளுடைய வீட்டுப் பணிகள் அதிகரிக்கும், நாய்க்குட்டி அவள் அருகாமைக்கு ஏங்கிச் சோர்ந்து போகும். நான் வீட்டிலிருந்தால் என்ன... நாய்க் குட்டியோடு எப்போதும்போல நேரம் செலவிடு என்று சொல்வேன். அதற்கும் 'அதோடுதானே எப்போதும் இருக்கேன்' என்று சொல்வதுபோல பார்ப்பாள்.

தோட்டத்தில் நிஷாகந்தி மலர்கள் துவண்டு வாடியிருந்தன. அதன் வெளீரென்ற நிறம் மனத்தை இலகுவாக்கியது. பூ வாடியிருந்தாலும் மிக அழகாக இருந்தது. அருகே சென்றபோது அதன் தெய்வீக மணம் இன்னும் வீசிக்கொண்டிருந்தது. கடந்த வருடம் இதே மாதம் நிஷாகந்தி மலர்ந்தபோது அதை நள்ளிரவில் படமெடுத்துக் காணொலியாய் இன்ஸ்டாகிராமில் பதிவிட்டிருந்தாள் ஊர்மிளா. அவளுக்கு வெண்மை நிற மலர்கள் பிடிக்கும். தோட்டம் முழுவதும் விதவிதமான வெண்நிறப் பூக்கள். நந்தியாவட்டையும் வெள்ளை ரோஜாவும் வெண்சங்கு மலர்களும் அவளோடு எப்போதும் பேசுவதாக அவள் அக்காவிடம் சொல்லக் கேட்டிருக்கிறேன். செடிகளுக்கும் நமது அன்பு வேண்டும் என்பாள். மாலை ஐந்துமுதல் ஏழுவரை ஒவ்வோர் செடியருகேயும் சென்று பழுத்த இலைகளைக் கிள்ளிச் சுத்தம் செய்வாள். அது பார்ப்பதற்கு உறங்கும் குழந்தையின் நகத்தை வெட்டுவதைப் போலிருக்கும்.

எங்கள் தோட்டமே சிறிய நர்சரிபோலத்தான் இருக்கும். ஆனால் வெள்ளை மலர்கள் மட்டுமே காட்சிக்கு வைத்திருக்கும் மலரகம். பலவகை அல்லி, சம்பங்கி போன்ற மலர்கள் முதல் கோஸ்ட் ஆர்கிட்போல அறியாத வகை மலர்களையும் சேகரித்துப் பராமரித்துக்கொண்டிருந்தாள். அவளுக்கு வெள்ளை மலர்கள் மீதான பைத்தியம் எவ்வளவு பெரிய தென்றால், பனித்துளி மலரை வளர்ப்பேன் என்று ஐஸ்கட்டி களால் ஆன பூந்தொட்டி ஒன்றை அவளே தயாரித்ததுதான். 'வீட்டையும் தோட்டத்தையும் ஷீரோவையும் விட்டுட்டு எப்படி போவா? அவள் போக மாட்டாள்... ஏதோ ரொம்ப நாள் தனியா விட்டுவிட்டுப் போயிட்டன்னு ஏக்கத்தில் சொல்லியிருப்பா' என்று நினைத்துக்கொண்டே வீட்டுள்ளே சென்றேன்.

“காப்பி ரெடி” என்ற குரல் கேட்டுப் பல் துலக்கச் சென்றேன். அவளுடைய பெட்டியை வேலையாள் இறக்கிவைத்துத் துடைத்துக்கொண்டிருந்தான். நான் வருவதைப் பார்த்ததும் எழுந்து நின்று வணக்கம் சொன்னான். இந்தப் பெட்டி அவள் திருமணமாகி வீட்டுக்கு வந்தபோது எடுத்துக்கொண்ட பெட்டிகளில் ஒன்று; நடுத்தர அளவு கொண்டது. குறைந்தபட்சம் பத்து ஆடைகள் வைக்கப் போதுமானது. அப்படியென்றால் அவள் பயணம் செல்வது என்பதில் உறுதியாக இருக்கிறாள். காலைக் கடனை முடித்துவிட்டு வந்தபோது ஊர்மிளா தொலைபேசியில் உரையாடிக்கொண்டிருப்பது கேட்டது.

“இல்ல ஒரு டிக்கெட்தான்.”

“. . .”

“ஆமா சார் வர்ல.”

“. . .”

“ஆமா ஏர்போர்ட் பிக்அப் இருக்க ஹோட்டல் புக் பண்ணிடுங்க.”

“. . .”

“புக்கிங் தேவைப்பட்டா எக்ஸ்டெண்ட் பண்ணிக்கிற வசதியிருக்க இடம்.”

“. . .”

“சரி அத்தைக்கும் மெயில் போட்டுடறேன். நீங்க உடனடியாக எல்லாம் ப்ளாக் பண்ணிடுங்க.”

தொலைபேசியை வைத்துவிட்டுத் திரும்பியபோது அவளையே பார்த்துக்கொண்டு நின்ற என்னிடம், “ட்ராவல் டெஸ்க்கு போன் பண்ணேன்.” புரிந்தது என்பதுபோலத் தலையாட்டினேன். “சரி குளிச்சிட்டுச் சாப்பிடறீங்களா? இல்லை சாப்பிட்டுக் குளிக்கிறீங்களா?” என்று கேட்டுவிட்டு அவன் பதிலுக்குக்கூடக் காத்திருக்காமல் பின்கட்டுக்குச் சென்றவள் குரல் ஒலித்தது, “லட்சுமிம்மா என்ன, துணிங்க எதுலயும் வாசனையே காணோம். ஃபிரஸ்னர் ஊத்த மறந்துட்டீங்களா? ஃபிரஸ்னர் ஊத்தி மறுபடி ஒருவாட்டி ஓடவிடுங்க. சாயங்காலம் மறக்காம அயன் பண்ணி அய்யா செல்ஃப்ல அடுக்கி வைச்சிடுங்க” இன்றே கிளம்புகிறாளா என்ன? சாயங்காலம்வரைகூட இருக்க மாட்டாளா நானே நேற்று பன்னிரண்டு மணிக்குத்தானே வந்தேன். இன்னும்

இரண்டு வாரத்தில் மறுபடி அமெரிக்கா போகணுமே புது ப்ராஜட்டுக்காக. அப்பகூட இவ எங்கேயும் போறதா பிளான் பண்ணிக்கலாமே நான் இங்கே தனியா என்ன பண்ணுவேன்? அவள் தொலைபேசி ஒலித்தது.

"சொல்லுங்க அத்தை."

"..."

"ஆமா."

"..."

"பிரச்சினையெல்லாம் ஒண்ணுமில்லையே, சும்மா போகணும் தோனுச்சி ஒரு சேன்ஜ்க்காக."

"..."

"ஏன் அவருக்கும் வீடு, தோட்டம், என் நாய்குட்டி இதெல்லாம் தனியா பார்த்துக்கத் தெரியும்தானே."

"..."

"லட்சுமிம்மா பார்த்துச் சாப்பாடும் கொடுத்துட்டு வீட்டுக்குப் போவாங்க."

"..."

"கொஞ்சம் ரெடி ட்டு ஈட் வாங்கிக்குவேன். அங்கேயும் எதுவும் கிடைக்கும்" நினைக்கிறேன்."

"..."

"பணமெல்லாம் ஒண்ணும் தேவையில்ல கார்டே வெர்க் ஆகுமின்னு நினைக்கிறேன்."

"..."

"இல்ல கண்டிப்பாக போகணும்."

"..."

"ஏன் இங்க தனியா இருக்கலயா?"

'என்ன பேசறா இவ, வீட்டுல தனியா இருக்கறதுக்கும் வெளியே எங்கேயோ போய்த் தனியா இருக்கறதுக்கும் வேறுபாடே இல்லயா. இந்த ஊர் மக்கள் ஊருக்குள்ள எந்த இடம் பக்கம் போனாலும் பதினாலு வருஷமா பழகின இடம். எந்த பிரச்சினை வந்தாலும் உடனே உதவ ஆள் இருக்காங்க. இதுவரைக்கும் போகாத இடத்துக்குப் போய், யாருமே

தெரியாம எப்படி இருப்பா? இது எவ்வளோ ரிஸ்க். அவளுக்கு இங்க என்ன இல்ல? வீடு நிறையத் தேவைப்படற எல்லா பொருளும் இருக்கு. வீட்டைச் சுத்தி அவளுக்குப் பிடிச்ச மாதிரி தோட்டம். சொடக்குப் போட்டா செய்து முடிக்க ஆளுங்க. எங்க வேணும்ன்னா போகலாம். வண்டியிருக்கும். வேலு அண்ணாகிட்ட எப்ப சொன்னாலும், ஒரு மணி நேரத்துக்கு முன்ன சொல்லிட்டா போதும், வந்து வண்டிய எடுத்துடுவாரு. சொன்ன இடத்துக்கு மகாராணிபோல போயிட்டு வந்துறலாம். எங்கே வேணும்ன்னா கம்பெனி கார்ட்ல என்ன வேணும்ன்னா வாங்கிக்கலாம். எவ்வளவு சொகுசான வாழ்க்கை. நான்கூட வெளியில் போற இடத்தில் சில சமயம் நல்ல ஹோட்டல்கூடக் கிடைக்காம, சாப்பாடு பிடிக்காம தூக்கம் வராம இருக்கும். வீட்டில இருக்கறது என்ன அவ்வளவு கஷ்டமா? ஊர்மிளாவுக்கு என்னவோ ஆயிடுச்சி எப்படி சரி பண்றது?' என்று நினைத்துக் கொண்டிருந்த நேரம் ஊர்மிளா சாப்பிட அழைக்கும் குரல் கேட்டது.

"குளிச்சிட்டு வரேன்."

"சீக்கிரம் வாங்க. எனக்குக் கிளம்பும் முன்ன நிறைய வேல இருக்கு. பேக்கிங் பண்ணணும். சில சாமான் வாங்கணும். நீங்க வரீங்களா, வேலு அண்ணாகிட்ட சொல்லவா? இப்ப சொன்னாதான் சரியா இருக்கும்."

"நானே வரேன்."

"சரி. அப்ப சாயங்காலம் ஏர்போர்ட் டிராப்புக்கு?"

"நானே வரேன்."

சாப்பிட்டுவிட்டு "ஓன்எக்ஸ் மால்" சென்று பதப்படுத்தப் பட்ட உணவுப் பொருட்களை வாங்கினாள். புது செருப்பு. புதிதாய்த் துணிமணிகள். என்னென்னவோ வாங்கினாள். அவள் முகத்தில் இதுநாள்வரை நான் பார்க்காத ஏதோ ஒரு குதூகலம் என்னைத் தொந்தரவு செய்தது. அவள் எங்கே செல்கிறாள் என்று கேட்கவில்லை. கேட்கக் கூடாது என்று முடிவெடுத்திருந்தேன். அவளாகக் கிளம்பத் தயாராகி விட்டாள். இனி அவள் எங்கே போக இருக்கிறாள் என்று கேட்டு என்ன ஆகப்போகிறது. ஆனால் என் மனதுக்குள் ஏதோ அடைப்பது போல இருந்தது. நானும் என் அனுபவத்தில் வெளிப்பயணத்தில் அவளுக்குத் தேவைப்படுமென்று சில பொருட்களை எந்த உணர்வுமே இல்லாமல் எடுத்து வைத்தேன். அதைக் கவனித்தவள் கேலிப் புன்னகை புரிந்தாள். சில பொருட்களை மறுபடி எடுத்த இடத்திலேயே வைத்தாள்.

எல்லாம் வாங்கி முடித்து "நீங்க கார்ட் தரீங்களா, நான் தரட்டா" என்றாள். கடன் அட்டை எடுத்து நீட்டினேன். கடைக்காரர் விலைப்பட்டியலையும் பொருட்களையும் கொடுத்தவுடன் விலைப்பட்டியலை ஒருமுறை சரிபார்த்தாள். அதைச் சரிபார்த்துக்கொண்டே நகரவும், எதிரே இருந்த தடுப்பானில் மோதிக்கொள்ளப் போகிறவள்போலப் போனவளைக் கைகளைப் பிடித்து நிறுத்தி "கவனம்" என்று எச்சரித்தேன், "தனியா போகும்போது கவனமா இருக்கணும்"

"ம். . . . இருப்பேன்."

"இப்பக்கூட இடிச்சிக்க இருந்தியே."

'எப்போதும் அப்படியேகூட இருந்து பார்த்துகிட்டா இருக்கீங்க' என்பது போலிருந்தது அவள் பார்வை. மேலே பேச எதுவுமில்லாமல் வீட்டுக்கு வந்துசேர்ந்தோம். சாயுங்காலம் வரும்வரை துணிமணிகளை அடுக்கி வைக்க, ரெடி ஏட் உணவு பண்டங்களைத் தகுந்த பாதுகாப்போடு வைக்க என்று அவள் பரபரப்பாக இருந்தாள். என்ன சொல்லி இவளை நிறுத்திவைக்க முடியுமென்ற யோசனையிலேயே இருந்தேன். அம்மா பேசியே கேட்காதவள் நான் சொல்லியா கேட்கப் போகிறாள்? எங்கே போகிறாள்? கேட்டுவிடலாமா? ஆனால் அவளுக்கு என்ன மனஅழுத்தம், இதுவரையும் சொல்லவில்லை. உள்நாட்டுப் பயணமா? வெளிநாடா? ட்ராவல் டெஸ்க்கில் கேட்டால்கூடத் தெரியும்; அம்மாவுக்குக்கூடத் தெரிந்திருக்கலாம். ஆனால் தேவையில்லை. அவளாகச் சொல்லட்டும் என்றிருந்தேன்.

ஆறு மணிக்கு விளக்கேற்றிவிட்டு ஷீரோவுக்குச் சாப்பாடு வைத்துவிட்டுக் கிளம்பும்போது லட்சுமியம்மாவிடம் "எவ்வளவு நேரம் இருக்க முடியுமோ அவ்வளவு நேரம் தினம் இருங்க. ஷீரோவுக்குச் சரியா சாப்பாடு கொடுங்க. தோட்டக்காரன் தண்ணி போதுமான அளவு விடறானா பாருங்க. உங்களுக்குதான் தெரியுமே அய்யாவுக்கு என்ன சாப்பாடு பிடிக்கும்னு. . . பார்த்து செய்து கொடுங்க" என்று சொல்லிவிட்டு என்னைப் பார்த்து, "சரி கிளம்பலாம் இப்ப போனாதான் 10 மணி பிளைட்டுக்குச் சரியா இருக்கும் என்றாள். "போன் எடுத்துகிட்டியா?" என்று கேட்டபோது "ம்" என்றாள்.

விமான நிலையம் அடையும்வரை நான் அவளிடம் ஒரு வார்த்தைகூடப் பேசவில்லை. 'இவள் எப்படி தைரியமாகக் கிளம்பறா, இவளுக்கு எங்கே போய் செக்கின் பண்ணணும், எங்க செக்யூரிட்டி போகணும் எதுவும் தெரியாது. யாரையும்

கேட்கவும் மாட்டா, பாஸ்போர்ட் எல்லாம் எடுத்துக்கிட்டுப் போற வெளிநாட்டுக்குப் போறதுன்னா இமிகிரேசன் வேற இருக்கும். பேசாம நானே என்ன எதுன்னு கேட்டுவிடவா' என்னால் ஒரு அளவுக்குமேல் கட்டுப்படுத்திக்கொள்ள முடிய வில்லை. 'ப்ளீஸ் நானும்கூட வரேன், உன்னைத் தனியா அனுப்ப முடியாதும்மா' என்று சொல்லத் துடித்தேன். அவள் கைப்பேசியில் எந்த நுழைவாயிலில் நுழைய வேண்டு மென்பதைப் பார்த்துக்கொண்டிருப்பதைக் கவனித்தேன். "கேட் செவன் கிட்ட விட்டா போதும்." நுழைவாயில் ஏழு அருகே வாகனத்தை நிறுத்தியதும் பெட்டிகளை எடுத்துக் கொண்டாள். "பத்திரம். ரொம்ப கவனமா இருக்கணும்" என்றதும் "ம் சரி" என்று சொல்லிவிட்டு விரைந்தாள்.

ஏதோ அசம்பாவிதமாக நடக்கப்போகிறது என்று உள்மனம் சொல்லிக்கொண்டிருந்தது. ஏழாம் நுழைவாயிலைப் பார்த்தபடியே வண்டியில் அமர்ந்திருந்தேன். அவள் திரும்பிப் பார்த்து என்னைப் போகச் சொன்னாள். வீட்டுக்குத் திரும்ப மனமில்லை. திருமணம் முடிந்து அவளோடு அடியெடுத்து வைத்த வீடு. அம்மா ஒவ்வொருவருக்கும் திருமணப் பரிசாகப் புது மாளிகையின் சாவியைத்தான் கொடுத்தாள். பூர்வீக வீட்டில் ராணியைப்போலத் தனியாக அவள் மட்டும்தான் இருக்கிறாள். அன்றிலிருந்து இதுவரை ஊர்மிளா இல்லாமல் அந்த வீட்டிலிருந்ததே இல்லை.

வீட்டில் வண்டியிலிருந்து இறங்கும்போதே சம்பங்கியும் மல்லிகையும் கலந்த நறுமணம் முகத்தில் அடித்தது. என்னுள் காதல் கிளர்ந்தது. ஊர்மிளாமேல் எனக்கு எரிச்சல் மேலிட்டது. வீட்டில் எல்லாமே முன்பு எப்படியிருந்ததோ அப்படியேதான் இருந்தது. ஆனால் ஏதோ ஒன்று அவளோடு சென்றுவிட்டது போலவும் இருந்தது. திருமணம் முடிந்து இரண்டே வாரத்தில் பணி நிமித்தம் டெல்லி சென்ற சமயம் ஊர்மிளாவுக்கு எப்படியிருந்திருக்கும்? மனம் மிகவும் சொடுக்கி இழுத்தது. ஷீரோ ஒரே ஒருமுறை தலையைத் தூக்கிப் பார்த்துவிட்டு என் பின்னால் ஊர்மிளா இருக்கிறாளா என்று தேடியது. பின்னர் சென்று அதன் இடத்தில் படுத்துக்கொண்டது. அதன் மூச்சு வேகவேகமாய் இறைத்துக்கொண்டிருந்தது. இப்போது ஷீரோவும் நானும் ஒன்றுதான். மெல்ல ஒலிக்கும் அவள் கொலுசொலி கேட்பதுபோலவே இருந்தது. ஆழ்உறக்கத்தில் பதிந்திருக்கும் இசையல்லவா? என்னை அது ஏமாற்றியது.

ஊர்மிளா எங்கோ தனியாக நடந்து செல்கிறாள். அவள் இதுவரை கண்டிராத அனுபவம். காற்று அவள் முகத்தைச் சுதந்திரமாய்த் தீண்டுவது போலிருந்தது அவள் முகபாவனை.

கண்களை மூடி மழையை ஏந்துவதுபோல முகத்தை வானம் நோக்கி வைத்திருந்தாள். கண்களைத் திறக்காமலே சாலையில் நடக்கிறாள். அவள் சாலையின் நடுப்பகுதிக்கு வந்துவிட்டாள். படுவேகமாய்க் கனரக வாகனம் ஒன்று வருகிறது. அவள் அதை கவனிக்கவே இல்லை. அது அவள்மீது மோதப்போகிறது. “ஊர்மிளா...” என்று அலறிக்கொண்டே விழித்தேன். அவளுக்கு ஏதோ நடந்துவிட்டது. என்னால் பதற்றத்தைக் கட்டுப்படுத்தவே முடியவில்லை. அலைபேசியை எடுத்து வாட்ஸ் ஆப் திரையைப் பார்த்தேன். ஐந்து நிமிடம் முன்னால்வரை வாட்ஸ் ஆப் பார்த்திருக்கிறாள். நிலைத் தகவலில் ஒரு குழந்தையுடன் படமெடுத்துப் பதிவிட்டிருந்தாள் “ம்...” பெருமூச்செறிந்தபடி அவள் சமூக ஊடகத்தில் பதிவிட்டிருந்த படங்களைப் பார்வையிட்டேன். வண்ண வண்ண விளக்குகள், பலூன் துரத்தும் சிறுவர்கள், பூக்கள் விற்கும் கடை. எல்லோரும் எங்கே இருக்கிறாய் என்று கேட்டதற்குப் பதிலாகப் புன்னகையை மட்டுமே பதிவுசெய்திருக்கிறாள்.

இன்றோடு ஊர்மிளா சென்று நான்கு நாட்கள் ஆகின்றன. “அம்மா என்ன மாதிரி சாம்பார் வைப்பாங்களோ அப்படியே வைச்சிருக்கேன் சார். ஆனா அவங்க வைக்கிறபோது வருமே ஒரு வாசனை அது வரல சார்” என்று ஊர்மிளா கிளம்பிச் சென்ற மறுநாளே சொன்னாள் லட்சுமியம்மா. இன்றும் சாப்பிடும்போது ஊர்மிளா பரிமாறும் உணவுபோல் ருசியில்லை என்று நாக்கு உணர்த்தியது. நேற்றைய கனவில் அவளது கடன் அட்டை தொலைந்தது போலவும் அவள் உணவு உண்ணக்கூடக் காசில்லாமல் பட்டினியாக இருப்பது போலவும் ஓடிய காட்சிகள் மனத்தைச் சலனப்படுத்தின. சாப்பிட்டிருப்பாளா? கடன் அட்டைப் பரிமாற்றங்களைப் பார்த்தேன். மாலையுணவும் காபியும் இருவருக்குப் பில் ஆகியிருந்தது. யாருடன் சாப்பிடப் போயிருப்பாள் மனம் சஞ்சலமடைந்தது. உடனடியாக அவளது பேஸ்புக், இன்ஸ்டாகிராம் எல்லாம் பார்த்தேன். எதிலும் எந்தவிதப் பதிவுகளும் காணவில்லை. ஹாய் சாப்பிட்டியா என்று தகவல் அனுப்பினேன். உடனடியாகப் பார்த்துவிட்டதாக டபுள் டிக் ஊதா நிறமாகியது. பதிலில்லை. பொதுவாகவே அவள், நான் வெளியில் இருக்கும்போதுகூடத் தினசரி குசல விசாரிப்புகளுக்குப் பதில் அளிக்க மாட்டாள். அதுவேறு இதுவேறு அல்லவா? அவளுக்கு அவ்வளவு என்ன திமிர். எதையாவது எடுத்து உடைத்தெறியலாம்போல எரிச்சல் வந்தது.

படுக்கை அறைக்குச் செல்லும்போதெல்லாம் கலைத்துப் போட்டிருந்த படுக்கை விரிப்புகள் அப்படியே கிடக்கும்.

வேலையாட்கள் ஊர்மிளா சொல்லாமல் எங்கள் அறையில் நுழைய மாட்டார்கள். அது நினைவுக்கு வந்தவுடன் அழைத்துப் படுக்கையைச் சரிசெய்யச் சொன்னேன். ஆனாலும் அவள் கடைசியாக நீவி எடுப்பாளே அந்த மெ்மை படுக்கைக்குக் கிடைக்காமல் அது முழுமையடையாது போலவே இருக்கிறது. துணிகள் லாண்டரி பாஸ்கெட்டில் குவிந்திருந்தன. எத்தனை நாளைக்கு ஒருமுறை துணிகளைத் துவைக்கச் சொல்வாள். லட்சுமியம்மாவிடம் கேட்டபோது "நீங்க சொல்லலயே அய்யா சொன்னா எடுத்து வாசிங்கில போட்டிருப்பேன்" என்றாள். தினம் ஒருமுறை அவளது கடன் அட்டைக் கணக்குகளை ஆராய ஆரம்பித்தேன். சில நாட்கள் ஒன்றுமே செலவாகியிருக்காது. சில தினங்கள் இரண்டு நபர்களுக்கான உணவுக்குச் செலவளிக்கப்பட்டிருக்கும். யாருடன் தனது நாட்களைக் கழிக்கிறாள். வீட்டைப் பற்றி ஏன் நினைவேயில்லை? அப்படி எந்த இந்திரலோகத்தில் இருக்கிறாள்?

இன்றோடு பதினான்கு நாட்கள் ஆகிவிட்டன. பதினான்கு நாட்கள் பதினான்கு வருடங்கள் போலாகிவிட்டது எனக்கு. தினம் என்ன காய்கறி வாங்கி வருவது என்று லட்சுமியம்மா கேட்கும் கேள்விக்குப் பதில் சொல்வது பெரும்பாடாக இருக்கிறது. கவலை பிடித்துக்கொண்டது எப்போது வருவாள்? ஒருவேளை சென்ற இடமே அவளுக்குப் பிடித்துவிட்டால்? உடல் ஒருகணம் அதிர்ந்து அடங்கியது. அகந்தை விடுத்து அவளை அழைத்தேன். "அடடே நானே கூப்பிடணும்னு நினைச்சேன். சரியா நீங்களே கூப்பிட்டீங்க. நீங்க ஊரிலிருக்கீங்களா? ஏர்போர்ட் வர முடியுமா? இன்னும் நாலு மணிநேரத்துல அங்க இருப்பேன். உங்களால் வர முடியாதுன்னா வேலு அண்ணாக்குக் கொஞ்சம் சொல்ல முடியுமா? அவருக்கு இப்ப சொன்னாதான் சரியா இருக்கும்" இவ்வளவு நேரம் தொடர்ந்து ஊர்மிளா என்னுடன் பேசியது இந்தப் பதினான்கு வருடத்தில் இதுவே முதல்முறையாக இருக்கும். மனம் கொஞ்சம் இலகுவானது. ஆனால் ஏதோ ஒன்று மூளைக்குள் பிராண்டிக்கொண்டேயிருந்தது. அதிகம் கவனம் செலுத்தாமல் ஊர்மிளாவின் வருகையைப் பற்றி யோசித்தேன். அவளே எதிர்பார்க்காத விதத்தில் அவளை வரவேற்க வேண்டுமென்று நினைத்தேன்.

போன பிறந்த நாளுக்கு அவள் தேர்ந்தெடுத்துக் கொடுத்த உடையை எடுத்து அணிந்துகொள்ளலாம் என்று நினைத்தேன். ஆடை சேமிப்பு அலமாரியைத் திறந்ததும் நறுமணம். அவள் பதினான்கு நாட்களுக்கு முன்னர் துவைத்துச் சலவைசெய்து வைத்திருந்த ஆடையில் அவள் சேர்த்திருந்த

வாசனை மனத்தை மயங்கியது. 'நான் உன்னைக் கூப்பிட வருகிறேன்' என்று செய்தி அனுப்பினேன். உடனடியாகப் பதில் வந்தது: எங்கே என்னை இறக்கிவிட்டீர்களோ, அதே இடத்துல காத்திருங்க. நான் வெளியில் செல்லும்போதெல்லாம் சாப்பிட்டாயா, என்ன செய்கிறாய் என்று என்ன செய்தி அனுப்பினாலும் பதில் வராது அவளுக்குத் தனியாகப் போனது கண்டிப்பாகச் சிரமாக இருந்திருக்கும். அதனால்தான் அவள் நடவடிக்கை மாறியிருக்கிறது. இனிமேல் கண்டிப்பாகத் தனியே வெளியே கிளம்ப மாட்டாள் என்று நினைத்தேன்.

மனம் லேசானது போலிருந்தது.

விமான நிலையத்திலிருந்து வெளியே வந்த ஊர்மிளா வேறு ஒருத்தி போலிருந்தாள். அவள் முகத்தில் பொலிவும் தன்னம்பிக்கையும் கூடியிருந்தது. "அடடே பளபளக்கிறயே... புது எக்ஸ்பீரியன்ஸ் எப்படி இருந்தது?" என்று தயக்கத்துடனும் நடுக்கத்துடனும் கேட்டேன்.

ஒருமுறை: 2–1

வாசனை

கோவலன் தலை துண்டிக்கப்பட்டு மண்ணில் விழுந்தது. அந்தக் கணத்தில், அய்யோ என் கருங்கட்டழகி கண்ணகி என்ன செய்வாள் என்று நினைத்தான். அப்படி அவன் நினைத்தது புரிந்ததுபோலத் தலையற்றுக் கீழே விழுந்த உடல் ஓரிருமுறைதுடித்தது. கீழே கிடக்கும் தனது தலையை எடுத்துத் தனித்துக் கிடக்கும் முண்டத்தோடு ஒட்ட வைத்துப் பார்த்தான். "மூடனே இனி அது ஒட்டாது. வா போகலாம்" தன்னை அழைக்கும் அவ்விருவர் யாரென்று தெரியாது விழித்தான். அங்கிருந்து அவனுக்குப் போக மனமே இல்லை. அருகேயிருந்த கடைத்தெருவிலிருந்து தாழம்பூ மணம் எழுந்தது. தாழம்பூ, பித்திகை என்னைப் பித்தாக்கிய வாசனையல்லவா? மாதவியோடே இருந்திருந்தால் இந்தச் சோதனையிலிருந்து தப்பியிருக்கலாமோ என்று யோசித்துக்கொண்டே இருக்கும்போது அவன் அருகே இருந்த இரண்டு பேரில் ஒருவர் பேசத் தொடங்கினான்.

"இவ்வெண்ணம் அவளை ஆடல் மகளென்று ஏசிய கணம் இருந்திருக்க வேண்டும்."

"பெருந்தகையே நீவீர் இருவரும் யார்? இத்துணைக் கடுஞ்சொல் கூறக் காரணம்?" என்றான் கோவலன்.

"நாங்கள் இருவரும் மாதவியுடன் சம்பந்தப் பட்டவர்கள்" என்றார் யயாதி.

"அய்யோ மறுபடி ஏமாந்தேனா." கோவலனுக்குத் தலையில் அடித்துக்கொள்ள வேண்டும்போல ஆத்திரம் வந்தது. ஆனால் அவனால் தன் கைகளை அசைக்கக்கூட முடிய வில்லை. "மாதவி என்மீது தடவி மகிழ்வித்த நெய் மணம் கமழ்ந்த, மண்ணுடை முடங்கலில் குற்றமற்றமவள்போல எழுதியதெல்லாம் பாசாங்கா? இதுபோல சம்பந்தங்கள் இன்னும் எத்தனையோ?" என்று பெரும் ஆதங்கத்தோடு சொன்னான்.

"கோவலா, வாயைக் கங்கை நீரால் சுத்தம் செய்துகொள். மாதவியைப் பற்றி ஒரு அவச்சொல் சொல்லாதே" என்றான் காலவர்.

"மாதவி தூயவள்தான். என் பெற்றோர் மேல்கூடக் கரிசனம் கொண்டவள். முடங்கலில் சிக்கிய கூந்தலும் கண நேரம் மனம் மயக்கிய போது, அந்த திருமுகத்தில் தாய் தந்தையருக்கு ஆற்ற வேண்டிய பணியிருக்கிறது என்று எழுதியது உண்மையென்றால் அவள் மேன்மையானவள்தான். ஆனால் அவளால்தானே என் காலம், புண்ணியம், செல்வம் எல்லாம் இழந்தேன். அதனால்தானே வீடு தேடிவரும் நல்லவர் களுக்கு விருந்தோம்பக்கூட வழியின்றி இல்லாளோடு இங்கே வந்தேன். எல்லாம் அந்த மாயக்காரியால்தானே."

"பூவுடல் நீக்கிய தண்டனை போதவில்லையா? இப்போதும் இப்படிப் பேசிக்கொண்டிருந்தால் சொர்க்கத்திலிருந்து என்னைப் போலவே தலைகீழாய் விழுவாய். என் மகள் மாதவியும் அவள் புதல்வர்களும் என்னைச் சொர்க்கத்துக்கு மறுபடி ஏற்றினர். உன் கதியென்ன யோசித்துப் பார்."

"என்ன மாதவிக்குப் பிள்ளைகளா, அவள் என்னிடம் வந்தபோது பிள்ளைகள் பெற்றவள் போலில்லையே இளங்கன்னியாக அல்லவா இருந்தாள். என்னோடு இருந்த போது அவளுக்கு ஒரே ஒரு மகள்!"

"எங்கள் மாதவி இப்போதும் எப்போதும் கன்னிதான். ஆனால் நீ கண்ட மாதவி வேறு. ஆனால் அவளும் மிகவும் பாவப்பட்ட கன்னிகையே."

"அய்யா குழப்ப வேண்டாம் நீங்கள் இருவரும் யார்?"

"நான் யயாதி, இவர் காலவர்."

யயாதியின் உடல் பல்லாயிரமாண்டு வாழ்ந்த அலுப்போடு இருந்தது. அதிலிருந்து தெய்வீக மணம் எழுந்துகொண் டிருந்தது. அருகிலே நின்றுகொண்டிருந்த காலவர் பல யாகங்கள் செய்த மாமுனி போலிருந்தார். காலவரின் முகம் கோடி

அதே ஆற்றில்

சூரியன் ஒன்றாய்த் திரண்டதுபோலப் பொலிவோடு இருந்தது. இவர்கள் இருவரும் ஏன் அழைக்கிறார்கள் என்று குழம்பி நின்றான் கோவலன். அவன் எண்ணமெல்லாம் எப்படியாவது கண்ணகியிடம் போய்விட வேண்டும் என்றே இருந்தது. அந்தி சிவந்து சூரியன் அடிவானில் கீழிறங்கிக்கொண்டிருந்தான். ஆனால் அவனால் அடியெடுத்து வைத்து எங்குமே நகர முடியவில்லை. மீண்டும் தாழம்பூ மணம் அவன் மனத்தைக் கிறங்கச்செய்தது. இவர்கள் ஏன் வந்தனர். என் உடல் ஏன் இப்படி எடையில்லாதது போலிருக்கிறது. ஆனால் என்னால் ஏன் கை கால்களை அசைக்க முடியவில்லை. உடனே சென்று பாண்டிய மன்னனிடம் திருடனில்லை, வணிகன். ஊழ்வினை காரணமாய்ச் சொந்த நகரம் நீங்கிப் பிழைப்புத் தேடி மதுரை வந்தேனென்று சொல்லத் துடித்தது அவன் மனம்.

“முட்டாளே, இனி இந்த உலகைப் பொருத்தவரை நீ கள்வனே” என்றார் யயாதி.

தான் மனதுக்குள் நினைப்பதுகூட இவ்விருவருக்கும் எப்படித் தெரிகிறதென்று கோவலன் கொஞ்சம் குழம்பினான்.

மதுரை மாநகர் நிகழவிருக்கும் பேராபத்துப்பற்றிய பிரக்ஞையற்று மாபெரும் பொலிவோடு இருந்தது. வையையாற்று நீரோடு இடையறாது முல்லை அரும்புகள் வந்தன. அவை சலசலக்கும் நீரை வெட்டித் துண்டமாக்க முடியாமல் தவித்துக்கொண்டிருக்கும் மீச்சிறு போர் வேல்கள் போலிருந்தன. ஓடும் ஆடும் மீன்களை அவைக் கொத்திக் கொல்லத் துடித்தன. ஆனால் நீரில் வீணே மிதந்து கொண்டிருந்தன. தவளம் பூக்களும் வையைக் கரையில் உதிர்ந்து கிடந்தன. கூடவே வெட்டப்பட்ட உடலின் ரத்தத்தில் நனைந்த அந்தச் சிவந்த நிறம் மண்ணில் மேல் நாகலிங்கப் பூவிதழ்கள் அலங்கோலமாய்க் கிடந்தன. பார்க்க அந்த இடம் ஏதோ போர்க்களத்தில் போர் முடிந்தபின் புலப்படும் கொடூர அமைதியோடு இருந்தது.

குடகு மலையின் குளுமையோடும் கழுநீர் செண்பகம், மாதவி, மல்லிகை, முல்லை முதலிய பூக்களின் மணத்தோடும் தென்றல் வீசியது. ஆகா என்ன வாசனை, இதேபோலத்தானே பலவித நறுமணம், மாதவியின் வீட்டின் எல்லா இடத்திலும் மணக்கும். அவளுக்கு என்மேல் என்ன பிணக்கு இருக்க வாய்ப்பிருந்தது. அவள் ஏன் மன்னனை வாழ்த்திப் பாடினாள். என் கையிருப்புத் தீர்ந்துவிட்டது என்றே தெரிந்தா பாடினாள்? கணிகையர் மன்னரின் பணம், அதிகாரத்துக்கு மயங்குவது இயல்புதானே. எல்லாம் என் விதிப்படி நடந்தது. மாதவி அவ்வாறு நடந்துகொள்ளாமல் என்னோடு இணக்கமாக

இருந்திருந்தால் பாவம் கண்ணகி. நல்லவேளை அவளோடு மறுபடி சேர்ந்தேன். இல்லையென்றால் சான்றோர் என்னை என்ன நினைத்திருப்பார்கள் என்று யோசித்துக்கொண் டிருந்தான் கோவலன்.

"ஆம் நீ இல்லறத்தைக் காக்க கண்ணகியோடு மதுரை நோக்கி வந்த ஒரே ஒரு காரணத்தால்தான் நாங்கள் இங்கே வந்திருக்கிறோம். உனக்கு அதனால் நன்மையுண்டு" என்றார் யயாதி.

"எனக்கு நீங்கள் சொல்வது எதுவுமே புரியவில்லை. நான் கண்ணகியோடு மதுரை வந்து இத்தனை துயருக்கு ஆளானேன். அது என்ன நன்மையைத் தரும்" என்றான் கோவலன்.

மேலே எதுவும் சொல்லாமல் ஏதோ அர்த்தம் தொனிக்கப் புன்னகை புரிந்தார் யயாதி. அங்காடித் தெருவில் அப்ப வணிகர் அப்பம் சுடுவதால் எழுந்த புகையின் மணத்தோடு காற்று வீசுகிறது. கோவலன் நீண்ட மூச்சிழுத்தான். ஆகா அப்ப வாசனை. உடனடியாக உண்ணத் தூண்டும் வாசனை. மாதவியும் அப்படித்தான். மாதவியின் உடலிருந்து எழுமே தாழம் பூவும் பித்திகையும் செண்பகமும் சந்தனமும் சுண்ணமும் கலந்த நறுமணம். அவளிடம் அடிக்கடி சொல்லி மயங்கும் வாசனைக் கலவை. அந்த வாசனையே மாதவியென்று உள்ளம் பொங்கியது. இப்போது அவளைக் காண வேண்டுமென்று நினைத்தான். ஆனால் அவளிடமிருந்து உணர்ந்த அந்த நறுமணத்தைவிட அதிகமாகவும் சிந்தையை ஓர் நிலைப்படுத்தும் ஒரு வாசனை தற்சமயம் என்னைச் சூழ்கிறதே. அது வாசனையா? வேறு ஏதோ உணர்வா? பிரித்தறிய முடியாதது போலிருந்தது. அன்று கொற்றவை கோயிலுக்குள் கண்ணகியோடு நுழைந்தபோது கமழ்ந்ததே அதே போலிருக்கிறது இந்த மணம். என்ன ஒரு நறுமணம் எங்கிருந்து வருகிறது என்று யோசித்தான் கோவலன். அது யயாதி உடலிருந்தோ அவர் அணிந்திருந்த மலர்களிலிருந்தோ கமழ்கிறது என்று அறிந்துகொண்டான்.

"கோவலரே என்ன பெரும் யோசனை" என்றான் காலவர்.

"நீங்கள் ஏன் இங்கே வந்திருக்கிறீர்கள்? உங்களுக்கும் என்னால் என்ன ஆகும்?"

"உன்னால் எங்களுக்கு ஒன்றும் செய்ய முடியாது" என்றார் யயாதி.

"உங்கள் இருவருக்கும் என் வீட்டில் நல்விருந்து கொடுக்க விழைகிறேன்."

அதே ஆற்றில்

“நீ எங்களுக்கு விருந்து கொடுப்பதா? நீ இனி கோவலன் அல்ல. அங்கே கிடப்பது வெறும் உடல். அதற்கு இனி செய்யப்பட வேண்டியது தகனம் மட்டுமே” என்றார் யயாதி.

“அய்யோ என்னால் தாங்க முடியவில்லையே. என் கண்மணி கண்ணகி என்ன ஆவாள்!”

கண்ணகி கறுப்புச் சேலையணிந்து தலைவிரி கோலமாய் அரண்மனையை நோக்கி ஓடிக்கொண்டிருப்பதைக் கோவலனோடு யயாதியும் காலவரும் கண்டனர். அவள் கால்களிலிருந்த ஒற்றைச் சிலம்பொலி விட்டுவிட்டு ஒலித்தமை அபாயகரமாக இருந்தது. மூவருக்குமே அவள்மேல் இரக்கம் பொங்கியது. “அய்யோ கண்மணி என்னால் உனக்கு என்னவெல்லாம் நடந்துவிட்டது. இனி நீ கைமை நோன்பு வேறு நோற்க வேண்டுமா?”

“கோவலா, தெரிந்தோ தெரியாமலோ நீ அவளை இக்கதிக்கு ஆளாக்கிவிட்டாய். அவள் கற்பில் சிறந்தவளென்று வரலாற்றில் இடம்பிடிப்பாள். கண்ணகி தெய்வமாகிவிடுவாள். ஆனால் நீ அவளுக்கும் மாதவிக்கும் செய்த பாவங்களுக்குத் தண்டனை அடைந்தே தீருவாய்” என்றார் யயாதி.

“என் அருமைக் கண்மணியைத் தவிக்கவிட்டு இறந்தே போய்விட்டேன். இதற்குமேல் என்ன தண்டனையுண்டு இவ்வுலகில். கண்ணகி என் காதலி, அவளுக்கு நான் நல்லவை எதுவுமே செய்யவில்லையே. இன்னும் சில வருடங்கள் மட்டும் என் ஆயுள் நிலைத்திருந்தால் அவளுக்கு என்னால் ஏற்பட்ட எல்லாத் துயரங்களுக்கும் மாற்றாய்ப் பெருங்காதலைக் கொட்டியிருப்பேன். அய்யோ என்ன செய்வேன்.”

“நீ கண்ணகிமேல் கொண்ட மறுகாதல் இரக்கத்துக்குரியது. அதுவே ஒருநாள் உனக்குச் சொர்க்க வாழ்வைப் பெற்றுக் கொடுத்துள்ளது” என்றார் யயாதி.

“என்னது இவன் சொர்க்கம் வருகிறானா?” என்று அலறினான் காலவர்.

“ஆம். இவன் ஒரே ஒரு நாள் சொர்க்கத்தில் வாழ்வான்” என்றார் யயாதி.

“நான் எனது புண்ணியத்தில் எட்டில் ஒரு பங்கு உங்களுக்குக் கொடுத்ததால் ஒரே ஒரு நாள் நரகத்தில் இருக்க வேண்டுமென்று உங்களிடம் சொல்லப்பட்டதாக அல்லவா என்னிடம் சொன்னீர்கள்” என்றான் காலவர்.

“ஆம். நீ ஒரு நாள் நரகம் சென்று பின் சொர்க்கம் புகுவாய். இவனோ ஒரு நாள் சொர்க்கம் வந்துவிட்டு நரகம் செல்ல வேண்டும்” என்றார் யயாதி.

அவர்கள் இருவரும் பேசுவதைப் புரியாமல் பார்த்தான் கோவலன். எப்போதும் அவனை மயக்கும் வாசனை குறிப்பிட்ட இடைவெளியில் எழுந்து அவனை மயக்கிக்கொண்டிருந்தது. அது கண்டிப்பாக யயாதியின் உடலிருந்துதான் எழுகிறது என்பது கோவலனுக்குத் தெளிவாகப் புரிந்தது. யயாதியின் கழுத்தில் தவழ்ந்த மாலைகள் இதுவரை கோவலன் பூமியில் பார்த்த எந்த மலர்களைப் போலும் இல்லாமல் புதுவிதமாக, தெய்வீகமாக இருந்தன. அவர் அணிந்திருந்த அங்கிகள் ஜொலி ஜொலித்தன. ஆபரணங்களில் அலங்காரங்கள் வேறுவிதமாக, தெய்வீகப் பண்புகள் நிறைந்தவராகத் தோன்றினார் அவர். மாதவியும் மனதுக்குள் அதே வாசனையோடு நுழைந்தாள். மாதவி மாதவி என்று மனம் குளறியது. அதனூடேயே கள்ளுண்டு போதையுற்றதுபோலக் கோவலனுக்குக் குழம்பம் கூடியது. ‘யார் இவர்கள் இங்கே ஏன் வந்தனர் எனக்கு என்ன நிகழ்ந்தது என்னைச் சுற்றிச் சூழந்த நூற்றுக்கணக்கான பொற்கொல்லர்கள் எங்கே? மாதவி அனுப்பினாளே தாழம்பூ மடலில் பித்திகை பூ வாசம்கொண்ட எழுத்துகளை உடைய கடிதம். அந்தக் கடிதம் மொத்தமுமே வாசனைதானே. எத்தனை விதமான மலர்களால் அலங்காரம் செய்திருந்தாள் மாதவி. அதைப் பார்த்ததுமே அடக்கவே முடியாத கோபம்தானே வந்தது. ஆம் அலங்காரம், வண்ணம், வாசனை. இந்த அலங்காரங்களும் விதவிதமான மணமும்தானே என்னைப் பித்தாக்கி ஏமாறச் செய்தது என்றே தோன்றியது. அதனாலேதானே வசந்த மாலையைப் புகார் நகரின் கூலத்தெருவே அதிரும்படி கடும் வார்த்தைகள் பேசி அனுப்பினேன். அப்படி மாதவியை ஏசிய வருத்தம் எனக்கு ஏதோ குற்றம் செய்தது போலவும், ஆனால் செய்தது வருந்தத்தக்கது அல்ல என்றும் இருவிதமாய்த் தோன்றியது. நான் மாதவியை விட்டு முற்றிலும் ஓடிவிட அல்லவா நினைத்தேன். அதனால்தானே பூம்புகாரை விட்டு வெளியேறினேன். ஆனால் நகர் நீங்கி வந்த பின்னரும் தொடர்ந்து வந்ததே அந்தக் கோமகளின் வாசனை. அடுத்து அனுப்பிய மண்ணுரு முடங்கலின் மண் இலச்சியில் சிக்கயிருந்த ஒற்றைக் கூந்தலில் அவள் என் தலைக்கு தேய்ந்து விடு நெய் மணம் கமழ்ந்தே. அவள் குற்றமற்றவள் என்பது அப்போதுதானே தெரிந்தது. இப்போது இவர்கள் வந்து சொல்கிறார்களே ஒரு மாதவியைப் பற்றி. அவள் யார்?’ வெவ்வேறு எண்ணங்களால் நினைவுகள் தப்பி, ஓர் நிலையின்றி எதையெதையோ யோசித்தான். நினைவு சற்று நேரம் மீண்டபோது அவர்கள் இருவரும் தீவிரமாய் விவாதிப்பதுபோலத் தெரிந்தது.

“இது கொஞ்சமும் நியாயமே இல்லாதது” என்றான் காலவர்.

“மண்ணுலகில்தான் நியாயம், தர்மம் எல்லாம். விண்ணுலகுக்கு வேறு விதிகளுண்டு” என்றார் யயாதி.

“நீங்கள் இருவரும் விவாதிப்பது எனக்குப் புரியவில்லையே” என்றான் கோவலன்.

“மாதவியின் பிள்ளைகள் என்னை விண்ணில் ஏற்றியபோது சொர்க்கவாசலுக்கும் எனக்கும் ஒரு கஜ தூரமே மிச்சமிருந்தது. அப்போது இந்தக் காலவர்தான் தன் புண்ணியத்தில் எட்டில் ஒரு பங்கை எனக்குக் கொடுத்து என்னைச் சொர்க்கத்துக்குள் நுழையவைத்தார்” என்றார் யயாதி.

“இவர் உங்களுக்கு எதற்குத் தன் புண்ணியத்தில் ஒரு பகுதியைக் கொடுக்க வேண்டும்” என்றான் கோவலன்.

“முன்னர் நான் இவருக்கு என் மகளைத் தானமாகத் தந்தேன் அதனால்” என்றார் யயாதி.

“அதாவது உங்கள் மகளை இவருக்குத் திருமணம்செய்து கொடுத்தீர்கள் அப்படித்தானே” என்றான் கோவலன்.

“அபச்சாரம்... அபச்சாரம்... நான் கட்டை பிரம்மச்சாரி. மாதவி எனக்கும் மகளைப் போன்றவள். இல்லை... இல்லை... அவள் என் தாயைப் போன்றவள்” என்றான் காலவர்.

“சரியாகச் சொல்லுங்கள். நீங்கள் சொல்லும் மாதவி யார்?” என்றான் கோவலன்.

“மாதவி என் மகள்தான்” என்றார் யயாதி.

“புகார் நகரில் கணிகையர் கூட்டத்தில் நான் கண்ட மாதவி ஒரு ராஜாவின் மகளா? பின்னர் அவள் எப்படி கணிகையர் கூட்டம் சேர்ந்தாள்” என்று குழப்பமாய்க் கேட்டான் கோவலன்.

“அய்யகோ. என் மகள் மாதவி இல்லை உன் மாதவி முன்னரே சொன்னேன் அல்லவா?” என்றார் யயாதி.

“சரி உங்கள் மாதவியை எதற்கு காலவர்க்குத் தானமாகக் கொடுத்தீர்கள்? அதுவும் தாரமாக அல்லாமல் தானமாக ஏன் கொடுத்தீர்?” என்றான் கோலவன்.

“குருதட்சணையாக, முழு உடலும் வெள்ளையாகவும் ஒரே ஒரு காது மட்டும் கருப்பாகவும் உள்ள 800 குதிரைகளைக் கேட்டார் என் குரு விஸ்வாமித்திரர்” என்றான் காலவர்.

“அதை என்னிடம் வந்து தானமாகக் கேட்டார் காலவர்” என்றார் யயாதி.

“தானமாகக் குதிரைகளைத்தானே கேட்டார்... நீங்கள் ஏன் உங்கள் மகளைக் கொடுத்தீர்கள்” என்றான் கோவலன்.

“என்னிடம் காலவர் கேட்ட பரிகள் இல்லை. அதனால் யாரிடம் அவை உள்ளனவோ அந்த மன்னனுக்கு அவளைத் திருமணம் செய்துகொடுத்து, குதிரைகளைப் பெண்ணுக்குத் தட்சணையாகப் பெற்று அதை அவர் குருவிடம் கொடுத்து விடுவதாக ஏற்பாடு” என்றார் யயாதி.

“குதிரைகளைக் கேட்டால் பெண்ணை யாராவது கொடுப்பார்களா? மாதவி அரசன் மகள்தானே அவள் சம்மதம் யாரும் கேட்கவில்லையா?” என்றான் கோவலன்.

“ஒருவன் ஏதேனும் தானம் கேட்டுக் கொடுக்க முடிய வில்லை என்றால் ராஜனுக்கும் ராஜ்ஜியத்துக்கும் இழுக்கு. நாட்டு மக்கள் அவர் தம் மக்கள் யார் வேண்டுமானாலும் நான் அடையும் இழுக்கைக் களையத் தயாராக இருந்திருப்பார்கள். அதேபோலவே என் மகள் மாதவி தர்மசங்கடத்தைப் புரிந்து கொண்டு தலைகுனிவைப் போக்க ஒரு வார்த்தைகூடப் பேசாமல் காலவரோடு சென்றாள். அதன் பின்னர் நான்கு வருடம் கழித்துத்தான் அவளை மறுபடியும் பார்க்க முடிந்தது” என்றார் யயாதி.

“அங்கிருந்து மாதவியோடு அயோத்யா நகரத்தை ஆண்ட ஹர்யஸ்வனிடம் சென்றேன். அந்த மன்னன் மாதவியை மணந்துகொள்ளப் பரிகளைத் தரச் சம்மதித்தான்” என்றான் காலவர்.

“அங்கே உங்களுக்குத் தேவைப்பட்ட 800 குதிரைகள் கிடைத்ததா?”

“இல்லை இருநாறு மட்டுமே கிடைத்தது” என்றான் காலவர்.

“பின்னர்” என்று ஆச்சரியக் குரல் எழுப்பினான் கோவலன்.

“மாதவி பிள்ளை பெற்றதும் கன்னியாக மாறிவிடும் வரம் பெற்றிருந்தாள் என்பதை காலவரும் அறிந்திருந்தார்” என்றார் யயாதி.

“என்னது பிள்ளை ஈன்றதும் மாதவி கன்னியாக மாறி விடுவாளா, இது வரமா சாபமா?”

“ஆம் நீங்கள் சொல்வது சரிதான் அவளுக்கு அது சாபம் தான்” என்றார் யயாதி.

“அறுநூறு குதிரைகளுக்கு ஈடாக மூன்று அரச வாரிசுகளை யும், உலகில் எங்கேயுமே இல்லாத இருநூறு குதிரைகளுக்காக

முனி வாரிசையும் பெற்றபின் மாதவி பவித்திரமாக என்னிடம் திரும்பி வந்தாள். என் வாக்கு சத்தியம், அவள் என்னிடம் திரும்பி வந்தபோது அன்றுதான் பூத்த புதுமலர்போலக் கன்னியாக இருந்தாள். என்னால் அவளுக்கு ஏற்பட்ட இன்னல்களுக்குப் பரிகாரமாய், அவளுக்கு நிரந்தர வாழ்க்கை அமைத்துத் தரச் சுயம்வரத்துக்கு ஏற்பாடு செய்தேன். அவள் காட்டைத் தன் தலைவனாகத் தேர்ந்தெடுத்தாள்" என்றார் யயாதி.

"மிக நல்ல முடிவு எடுத்தாள் மாதவி. மாதவி என்ற பெயரிட்ட பெண்கள் மிகவும் பரிதாபத்துக்குரியவர்கள்" என்றான் கோவலன்.

"அதில் சென்று மான்போல வாழத் தொடங்கினாள். அவள் தவம்செய்து பெற்ற அறம் முழுமையும் என்னை உடலோடு வான் லோகம் ஏற்றத் தானமாகத் தந்துவிட்டாள்" என்றார் யயாதி.

"மிக நல்ல தகப்பன் அய்யா நீங்கள். அவர்தான் அப்படி பெண்ணைத் தானமாகத் தந்தார். நீர் ஒரு பெண்ணை எப்படிப் போற்ற வேண்டும் என்று உங்கள் வேதங்கள் எதுவும் சொல்லவில்லையா?" என்றான் கோவலன்.

"எனக்கு வேறு வழியில்லை. நான் குரு சாபத்துக்கு ஆளாக முடியாதே. அது நான் கற்றவை எதுவும் பயனில்லாமல் போகும்படி செய்துவிடுமல்லவா?" என்றான் காலவர்.

"சுயநலம் என்பதன் முழு மொத்த உருவம் நீங்கள் இருவரும்தான்" என்றான் கோவலன்.

எதுவும் பேசாமல் யயாதியும் காலவரும் தலைகுனிந்தனர்.

"இல்லை நான் சுயநலமி இல்லை. உலகத்துக்கு உயிர்கள் நல்வாழ்வு பெறப் பல யாகங்கள் செய்திருக்கிறேன். என் தவ நோன்புகளால் பலரைப் புண்ணியாத்மாக்களாக்கி அவர்தம் பாவத்திலிருந்து விடுவித்துச் சொர்க்கம் புக உதவியிருக்கிறேன். அவ்வளவு ஏன், மாமன்னன் யயாதி சொர்க்கத்திலிருந்து தலைகீழாக இறங்கியபோது அவர் மண் தொடும் முன்னர் அவரை நிறுத்திவைத்தது என் தவப்பலனால். மாதவியும், அவள் நான்கு பிள்ளைகளும் தனது புண்ணியத்தை, தவப்பலனையெல்லாம் கொடுத்தும் சொர்க்கம் புக முடியாமல் போனபோது என் புண்ணியத்தில் ஒருபகுதியைக் கொடுத்தேன். நான் சுயநலமி இல்லை" என்றான் காவலர்.

"நானும் சுயநலமியில்லை. ஆயிரம் ஆண்டுகளுக்கு மேலும் இளமையுடன் வாழ்ந்து என் நாட்டு மக்களுக்கு நல்லாட்சி வழங்கியிருக்கிறேன். மகனிடம் பெற்ற இளமையை நான் சுகித்து

வாழ வேண்டுமென்றா பெற்றேன். மக்களுக்காக நாட்டுக்காக அல்லவா? மக்களுக்குச் சீரான நல்லாட்சி, நற்பலனங்கள் எவ்வளவு கிடைத்தன? அதனால்தான் நான் சொர்க்கம் புகும் நற்பயன் பெற்றேன். என் ஆளும் திறன்மேல் பொறாமை கொண்ட தேவேந்திரன் தன் தேவ பூத கணங்களைக்கொண்டு உதைத்து என்னைத் தலைகீழாக மண்ணுக்கு அனுப்பினான். ஆனால் என் மகள், தௌத்திரன்கள் ஏன் காலவர் எல்லோரும் சேர்ந்தென்னைச் சொர்க்கம் அனுப்பினார்கள்" என்றார் யயாதி.

"என்றால் நீங்கள் உங்கள் மகனுக்கும் துரோகம் செய்திருக்கிறீர்கள். மகளுக்குப் பரிபூரணமாய்க் கொடுமை செய்தது மட்டுமல்லாமல் அவள் சம்பாத்தித்த புண்ணிய பலங்களையும் சுரண்டியிருக்கிறீர்கள். மகளிடம் மட்டுமின்றி அவள் பெற்ற பிள்ளைகளிடமிருந்தும். சொர்க்கம் செல்ல அவ்வளவு ஆசையா? அப்படி என்னயிருக்கிறது சொர்க்கத்தில்" என்றான் கோவலன்.

"என்ன இப்படி சொல்லிவிட்டீர்கள். என் மேனியிலிருந்தும் நான் அணிந்திருக்கும் மாலைகளிலிருந்தும் எழுகிறதே நறுமணம் அதைவிட இன்னும் பலமடங்குத் தெய்வீக நறுமண வாசனையால் சூழ்ந்தது சொர்க்கம். அழகு நங்கையர் ஆடல் பாடல் புரியும் அற்புதமான இடம் அது. உங்களுக்கும் அங்கே ஒருநாள் அருளப் பட்டிருக்கிறதே நீங்களும் பார்க்கத்தானே போகிறீர்கள்."

"வாசனை... இதன் மறுபெயர் மாதவி. அவளிருக்கும் இடத்தில் நீங்கள் சொன்னதை ஏற்கெனவே உணர்ந்திருக் கிறேன்" என்றான் கோவலன்.

"உனக்கு நரகம் விதிக்கப்பட்டது சரிதான்" என்றார் யயாதி.

"ஆம். இவன் புகார் நகர் திருமகள் மாதவிக்குச் செய்த பாவத்துக்கு நரகத்திலும் மோசமான இடம் கிடைக்கட்டும். இது அந்தணன் சாபம்" என்றான் காலவர்.

"நீங்கள் இருவரும் உங்கள் மாதவிக்குச் செய்ததைவிடக் கொடுமையை நான் என் மாதவிக்குச் செய்யவில்லை. நீங்கள் சொல்லும் சொர்க்க வாசத்தின் சுகங்களை என் மாதவி எனக்குப் பூலோகத்திலேயே கொடுத்துவிட்டாள். இனியும் எனக்கது தேவையில்லை. எனக்குக் கொடுக்கப்பட்ட ஒருநாள் சொர்க்க வாசத்தை நான் காலவருக்குக் கொடுக்கிறேன். உங்களைப் போன்ற கொடும்பாவிகளோடு இருப்பதைவிட நரகத்தில் இருப்பதே மேல்" என்றான் கோவலன்.

இரண்டாம் முறை: 2–2

கன்னிமை

வெள்ளியிரவு 'மாதவி தனித்து அமர்ந்திருந்த மதுக்கூடத்தில் இசை கிடுகிடுத்துக்கொண்டிருந்தது. அவள் அமர்ந்திருந்த மேசைக்குச் சற்று அருகே மது போதையோடு ஆட்டம் போட்டுக்கொண்டிருப்பவர்களுக்குத் தரையும் சேர்ந்து ஆடுவது போலிருந்தது. பொலிவான இருள் அந்த இடத்தைப் போர்த்தியிருந்தது. ஓசையும் போதையும் மிதமிஞ்சியிருந்த அந்த இடத்தில் இருளும் சேர்ந்திருந்தது பலருக்குத் தைரியமாக உல்லாசத்தில் ஈடுபட வசதியாக இருந்தது. கலைடாஸ்கோப்பில் தெரியும் வர்ண ஜாலங்கள்போல வண்ணச் சிதறல்கள் எல்லோர்மீதும் சுழன்று சுழன்று விழுந்துகொண்டிருந்தன. அந்தக் குறைந்த வெளிச்சமே அங்கிருப்பவர்களைத் தடுக்கி விழுந்துவிடாமல் தங்களைக் காத்துக்கொள்ள உதவியது. மாதவி அங்கே அதிர்ந்துகொண்டிருந்த கொடும் இசையைச் சகிக்க ஒலி தடுப்பானை மாட்டியிருந்தாள். இருள் அவளுக்கும் வசதியாக இருந்தது. அவள் சோகமும் அழுகையும் பிறர் அறிய முடியாது என்ற எண்ணமே அவளுக்கு ஆசுவாசமாக இருந்தது. அழுதழுது சிவந்திருந்த அவள் கண்களை மது மேலும் சிவக்கச் செய்தது.

இதே மதுவிடுதிக்கு அவனோடு பலமுறை வந்திருக்கிறாள். அப்போதெல்லாம் எவ்வளவு ஆனந்தமாய் இருந்தது. இப்போது நினைத்தாலும் உடனேயே கண்ணீர் பொங்குகிறது. "ஹே ஸ்ரீ" என்றதும் அவள் கைப்பேசியிலிருந்து "சொல்

கண்மணி” ஒலித்தது. சத்தத்தில் அது அவளுக்குக் கேட்க வாய்ப்பில்லை. அதிலிருந்து அவள் கட்டளைக்குக் காத்திருக்கும் வட்ட ஒளிச்சிதறல்களைப் பார்த்ததும் வழக்கமாய் ஒலிக்கும் குரல் பூதம் மனதுக்குள் ஒலித்தது. அந்தச் சொற்றொடரை அவனது குரலில் பதிவுசெய்து வைத்திருந்தாள். “இவ்வளவு இரைச்சலில்கூட என் குரலைக் கண்டுப்பிடிச்சிட்டியே ரொம்ப நல்லவன்டா நீ” உளறியபடி கைப்பேசியை முத்தமிட்டாள் அவள். “என்ன சொல்கிறாய் கண்மணி எனக்குப் புரிய வில்லையே” என்று அது சொன்னது அவளுக்குக் கேட்கவில்லை. “லெட்டர் ஒண்ணு எழுதணும். நோட்டுப் புத்தகத்தைத் திற” என்றாள். “புரியவில்லையே கண்மணி” என்று கைப்பேசி மறுபடி சொன்னது. அதன் சமிக்ஞைகள் மூலம் தன்னுடைய கட்டளைகள் கைப்பேசிக்குப் புரியவில்லை என்பதை உணர்ந்தாள் மாதவி. வாய்க்கு மிக அருகில் கொண்டுசென்று “*Open Notepad*” என்றாள். அவள் வார்த்தைகள் குளறியது அவளுக்கே நன்றாகத் தெரிந்தது. “*I am sorry I can't understand*” என்றது கைப்பேசி.

“*Stupid I will break you.*”

“*I think you said you will break me, but I am the only companion for you now*” என்று திரையில் காட்டியது கைப்பேசி.

“ஆமாம் அதுவும் சரிதான். லெட்டர் எழுதணும்” என்று கத்திச் சொன்னாள்.

“ஓகே. உனக்குக் கடிதப் பக்கத்தைத் திறக்கிறேன்” என்று சொல்லி அழகான மலர்களால் ஓரங்களில் வடிவமைக்கப் பட்டிருந்த பக்கத்தைத் திறந்தது.

“அந்தப் பக்கத்துக்குத் தாழம்பூ வாசனையூட்டு” என்றாள் மாதவி.

“புரியவில்லை” என்றபடி சமிக்ஞைகளைச் செய்தது கைப்பேசி.

காதிலிருந்த ஒலித்தடுப்பானைக் கழற்றியபடி “ஓ *f. . . idoits will you stop this music. This is sound torture*” என்று அவள் கத்தவும் இசை நின்றதும் ஒரே கணத்தில் நிகழ்ந்தது. மொத்த அரங்கமும் அமைதிக்குச் சென்றது. விளக்குகள் ஒளிர்ந்தன. அவை கண்களைக் கூச, ஒரு கணம் இமைகளைச் சுருக்கி விழித்தாள் மாதவி. “தாங்க காட். ஹே ஸ்ரீ கடிதப் பக்கத்துக்குத் தாழம்பூ வாசனையூட்டு, எழுத்துகளில் ஜாதி மல்லியின் வாசனை வரணும். இந்தப் பக்கத்தைப் பிரிக்கும்போதே அவனுக்கு என்னுடன் இருந்த வாசனை நினைவுக்கு வரணும்” என்றாள். அவளை மொத்த அரங்கும் உற்றுப் பார்த்தது.

“அப்படியே ஆகட்டும்” என்றது கைப்பேசி.

அதே நேரத்தில், “இந்த அழகான நேரத்தில் ஓர் அழகான பெண்ணை இப்போது மேடைக்கு அழைக்கப் போகிறோம் அவருக்கு ஓர் இன்ப அதிர்ச்சி” என்று மேடையிலிருந்து அறிவிப்பு வந்தது. “ஓ இதுக்குத்தானா?” என்று ஒருசிலர் குரலெழுப்பி விட்டு, அவரவர் கைப்பேசியில் இசையை ஒலிக்கவிட்டு ஆடத் தொடங்கினார்கள்.

“ஓ கண்ணே மாதவி... இன்று பத்தொன்பது, செப்டம்பர், இரண்டாயிரத்து நூற்று இருபத்திரண்டாம் வருடம், இது உனக்குப் பொன்னாள். உன் அம்மாகிட்ட சொன்னேன், உனக்கு நானொரு சர்பிரைஸ் தாரேன்னு. கண்மணி நீயும் உன் அம்மாவும் எங்க இருக்கீங்க. ஒரு நொடி எழுந்து நின்னு உங்க மேசை எதுன்னு அடையாளம் காட்டுங்க” என்ற அறிவிப்பை மேடையிலிருந்து ஒரு அழகான வாலிபன் அறிவித்தான்.

“யார் அவன்? என்னை ஏன் கூப்பிடறான்” என்று அதிர்ந்து எழுந்தாள் மாதவி.

அவளுக்குப் பக்கத்து மேசையிலிருந்து ஒரு பெண்ணும் “*It is me Mathavi.* வாடா. இல்ல நான் வரேன்டா. உன்... எப்படின்னு பார்க்கறேன்டா” என்று சொல்லிக்கொண்டே தள்ளாடியபடி எழுந்து நின்றாள். நிலை தடுமாறி மேசையில் கையூன்றித் தலையைத் தொங்கப் போட்டாள்.

“மாதும்மா” என்று அவளருகே அமர்ந்திருந்த நடுத்தர வயதுப் பெண் அதட்டினாள்.

திடுக்கிட்டுத் திரும்பிய மாதும்மா என்ற மாதவி “ஓ *my bad.* ஆ தெரியும்மா நிக்கும்போது பாதம் அத பெப்பர பேன்னு வைச்சி நிக்க கூடாது. *my foot* நேரா வைச்சி நிக்கணும். இதோஓ” என்று V வடிவில் பூமியில் பதிந்திருந்த அவளது பாதங்களை ஒன்றோடு ஒன்று ஒட்டும்படியாக வைத்துக் கொண்டு நின்றாள். நிலை தடுமாறினாள். மறுபடி மேசையைப் பற்றிக்கொண்டாள். பாதங்கள் விலகத் தொடங்குவதும் வலுக்கட்டாயமாக அதை நேர்கோட்டில் வைக்கவும் முயன்று தோற்றாள். ஷிட் என்று கத்தினாள்.

“முதல்ல நீ உட்கார்” என்று மெல்லிய குரலில் அதட்டி அவளை இழுத்து அருகில் அமரச்செய்தாள் அம்மா. அமர்ந்தவள் தொடைகளை அகற்றியே வைத்தாற்போல் சோர்வாக அமர்ந்தாள். அந்த நடுத்தர வயதுப் பெண்மணியைப் பார்த்து “*yeah I know I cant keep my thais this way like ready for...*” என்று சொன்னாள். அவள் வாயைப் பொத்தியபடி, “நீ எப்படி

வேணும்ன்னா உட்கார்ந்துக்கோ. வாயை மட்டும் திறக்காத. கூவம் நூறு வருஷம் முன்ன இப்ப நீ பேசாறப்பலதான் நாறுமாம். இப்படி பைத்தியம்போல நடந்துக்காத" என்ற சொன்ன நடுத்தர வயதுப் பெண், இளையவளைச் சமாளிக்க மிகவும் பாடுபட்டாள். தொடைகளைப் பெரிய அளவில் விரித்துக்கொண்டு ஆபாசமாக அமர்ந்திருந்தாள் இளையவள். அதுவும் வசதியாக இல்லை என்பது போன்று பாவனை செய்தாள். கால்களை மடக்கிச் சம்மணம்போட்டு இருக்கையில் உள்நகர்ந்து அமர்ந்தாள். பின்னர் ஏதோ நினைவுக்கு வந்ததுபோலத் தலையை ஆட்டிக்கொண்டு கால்மேல் கால் போட்டுக்கொண்டு அமர்ந்தாள். நாற்காலியின் நுனிக்கு நகர்ந்தாள். மேடையிலிருந்து வந்தவன் என் பெயர் மாதவி என்ற அந்தப் பெண்ணிடம் போனான். அவள் அவனைத் தகாத வார்த்தைகளால் திட்டினாள். அந்தப் பெண்ணையும் அவளருகே இருந்த நடுத்தர வயதுப் பெண்ணையும் மாதவி வியப்போடு பார்த்தாள்.

அந்த மாதவி என்ற மாதும்மா பேசிய வார்த்தைகளைக் கேட்கக் காது கூசியது. கேட்டவன் முகம் வெளிற அங்கிருந்து ஓடாத குறையாக அந்த அரங்கத்தை விட்டு வெளியேறினான். ஓர் ஆணை எந்தப் பெண்ணும் இவ்வளவு கேவலமாகப் பேசுவாளா? அதுவும் பார்க்கச் சின்னப் பெண்ணாக இருக்கிறாள். திருமணம்கூட நடந்திருக்க வாய்ப்பில்லை. பின்னர் கலவி சார்ந்து இவ்வளவு அப்பட்டமாகத் தன் அம்மா முன்னரே பேசுகிறாளே. மாதவியின் போதை இறங்கிப்போயிருந்தது. மாதவி என்ற மாதும்மாவின் அருகிலிருந்த அவள் அம்மாவுக்கு முகமெல்லாம் வியர்த்தது. அவளால் மகளைச் சமாளிக்க முடியவில்லை என்று அப்பட்டமாகத் தெரிந்தது. மாதவி அவர்கள் அருகில் போனாள். "என் பெயரும் மாதவி. மாதவி C. உங்களுக்கு உதவலாமா?"

"நான் டாக்டர் அப்ஸரா யயாத். இது என் பொண்ணு மாதவி யயாத். கொஞ்ச நேரத்துக்கு முன் நான் உனக்கு உதவி எதுவும் வேணுமான்னு கேட்க இருந்தேன்."

"ஏன் அப்படி நினைச்சிங்க?" என்றாள் மாதவி C.

"நீங்க வந்ததிலிருந்தே அழுதுட்டு இருந்தீங்க. அப்பறம் இந்த இடத்துக்குப் பொருந்தாமல் இசையை இரைச்சல்ன்னு சொல்லி கத்திக்கிட்டு இருந்தீங்க."

"ஆமா எனக்கு இப்போ மனம் கொஞ்சம் தடுமாற்றத்தில் இருக்கு."

"காதல் தோல்வியா?"

"அப்படித்தான் சொல்லணும். சை இந்தப் பாட்டும் சத்தமும் காதுக்குள்ள இடிய இறக்கறதுபோல இருக்கு. பேசறது ஸ்ரீரிக்கே புரியல. . . உங்களுக்குக் கேட்குதா?"

"சரி வாங்க அடுத்த ஹால் போவோம், அங்கே இவ்வளவு சத்தம் இருக்காது."

அங்கிருந்து C. மாதவியும், Y. மாதவியும் அவள் அம்மாவும் மெல்ல நகர்ந்து அடுத்து அரங்கத்துக்குச் சென்றார்கள். Y. மாதவி கால்கள் பின்னப் பின்னத் தன் அம்மாவின் தோள்மேல் சரிந்து நடந்தாள். அம்மா தடுமாறவும், C. மாதவியும் Y. மாதவியைக் கொஞ்சம் தாங்கிப் பிடித்துக்கொண்டாள். வழியில் செயற்கை ஊற்று நீர் கண்ணாடிக் குடுவை வடிவத்தில் இலகுவாய் வழிந்துகொண்டிருந்தது. அதன் உள்ளே எரிந்து கொண்டிருந்த விளக்கின் வண்ணத்தை அது பிரதிபலித்துக் கொண்டிருந்தது. வாசனையாலும் வண்ணத்தாலும் தன் வாழ்க்கையை ரசனையின் உச்சத்தில் வைத்திருந்த C. மாதவிக்கு இப்போது அந்த நீர்க்குடுவையை ரசிப்பதற்கு மனநிலையோ சூழ்நிலையோ அனுமதிக்கவில்லை. ஒருவழியாக அடுத்த அரங்கத்தை அடைந்து ஒரு மேசையில் மூவரும் அமர்ந்தார்கள். உள்ளே இருந்த அரங்கத்தில் அதிர்ந்துகொண்டிருந்த C. மாதவியின் செவிப்பறைக்குக் கொஞ்சம் நிம்மதி கிடைத்தது போலிருந்தது. நீண்டு அமைதியாக விரிந்துகிடந்த இந்த அரங்கில் எல்லாப் பக்கமும் விதவிதமாய்க் குழையும் நீரூற்றின் சத்தம் தவிர வேறு எந்த ஓசையும் இல்லாமல் இயல்பாக இருந்தது. ஒரு சில மேசையில் சிலர் அமர்ந்து சாப்பிட்டுக் கொண்டும் அமைதியாகக் குடித்துக்கொண்டும் இருந்தார்கள்.

"இப்போது ஆசுவாசமா இருக்கா?" என்றாள் டாக்டர் அப்ஸரா யயாத்.

"இப்ப கொஞ்சம் பரவாயில்ல" என்றாள் C. மாதவி.

"ஆமா இப்ப சொல்லுங்க உங்களுக்கு என்ன பிரச்சின, ஏன் இவ்வளவு சோகமா இருந்தீங்க?"

"அது பெரிசா ஒண்ணுமில்ல. கொஞ்சம் சரக்கு அதிகமாயிடுச்சி, அதான் உணர்ச்சிவசப்பட்டுட்டேன்னு நினைக்கிறேன்."

"இல்ல அவனுக்கு என்னுடன் இருந்த வாசனை நினைவுக்கு வரணும்ன்னு சொன்னதுபோல இருந்தது."

"ஹூம்ம் அவன் போனது என்னைப் பிழியுது. சின்ன ஈகோதான். அவன் வர மாட்டான்னு தெரிஞ்சே வர்ற மாலை நேரங்கள் என்னை கொல்லுதே."

“மாலை நோய் விட்டுப் போனவனை நினைச்சி கவலைப் பட என்ன காரணமென்றாலும் அது அடிமைத்தனத்தோட தொடக்கமில்ல...”

“என்ன சொல்றீங்க? நான் எப்படி கவலையில்லாம இருக்க முடியும் அவன் என் இணை!”

“அதே போலொரு இணையைத் தேடிக்க முடியாதா?”

“ஆனா நான் முன்போல் இல்லயே. நான்... இப்போ என் வயிற்றில் அவன் கரு தங்கியிருக்கே” தடுமாறினாள் மாதவி C.

“அதெல்லாம் ஒரு மேட்டரே இல்ல. அப்பாகிட்ட போனா உங்கள் பழயபடியாக்கிடுவார். ஹக்” என்று உளறினாள் Y. மாதவி.

“இவ அப்பா, பெண்ணுக்கு முழுமையான சுதந்திரம் அவள் கன்னியாகவே இருக்கும்போதுதான் என்பார்” என்றாள் டாக்டர் அப்ஸரா.

“அதாவது ஆணுக்குப் பிடிச்ச மாதிரி இருக்கறது இல்லையா?” என்றாள் மாதவி. C

“இல்ல அப்படியில்ல. கன்னி தன்மைய எந்தக் கணத்திலும் இழக்க மாட்டோம் என்ற நம்பிக்கை பெண்ணுக்கு வந்தா அவ முழு சுந்திரமா இருக்க முடியும்தானே.”

அருகிலிருந்த சுவர்களில் அருவிபோல் கொட்டிக்கொண் டிருந்த நீர் வழியும் தடங்களைப் பார்த்துக்கொண்டிருந்தாள் Y. மாதவி. அதற்குக்கீழ், வண்ண விளக்குகள் பொருத்தப் பட்டிருந்தன. அவை நிறம் மாற மாற நீரின் நிறம் மாறிக் கொண்டிருந்தது. “ஒரே நீர்தான் ஆனால் நீல நீர், பச்சை நீர், மஞ்சள் நீர், சிவப்பு நீர். ஒரே நீர் நாலு நிறம். ஒரே நான் நாலு நான்கள். ஓ ஆகாயமே நீ எப்போதும் நிறமில்லாத தண்ணீரைத் தானே தருகிறாய்... இங்க ஏன் நீருக்கு நிறம் தரீங்க பாஸ்ட்ட...” என்று ஏதேதோ பேசிக்கொண்டிருந்தாள் Y. மாதவி. அவள் யாரிடம் பேசுகிறாள் என்று பார்த்தபோது தன்னருகில் நின்ற விடுதிச் சிப்பந்தியைக் கவனித்தாள் மாதவி C. அவர் உங்களுக்கு என்ன உணவு வகைகள் வேண்டும் என்று கேட்பதுபோல நின்றிருந்தார்.

“நான் லெமன் கொரியாண்டர் சூப் குடிக்கிறேன். போத சுத்தமா இறங்கிடும்” என்றாள் மாதவி C.

“எனக்கும் எனக்கும் லெமன்ன் குரியாண்டர் ஹக் சூப்ப்ப்...” என்று சொல்லிக்கொண்டே மேசைமீது சரிந்தாள் மாதவி Y.

“டூ பை த்ரி லெமன் கொரியாண்டர் சூப், கூடவே பேபி கார்ன்ஸ் பெப்பர் ஃப்ரை. இது கொண்டு வாங்க அப்பறம் மெயின் கோர்ஸ் சொல்றோம்” என்றாள் டாக்டர் அப்ஸரா. விடுதிச் சிப்பந்தி அதைக் குறிப்பேட்டில் எழுதிக்கொண்டு நகர்ந்தான். ஒவ்வொரு மேசையிலும் பழங்கால லாந்தர்போல இருந்த விளக்கைச் சுற்றி அகன்ற மூங்கில் கூடை அதை மறைத்திருந்தது. அதைக் கூடை என்று சொல்ல முடியாது, கூடை போன்ற அமைப்பில் மூங்கில் பட்டைகளை வனைந்திருந்தார்கள். மூங்கில் பட்டைகளிலிருந்து வெளிப்படும் விளக்கொளி மொத்தமாய் மேசையில் கவிந்திருந்தது. அது கட்டுக்கடங்காமல் மேசையில் பக்கவாட்டிலும் சிறிது ஒளியைப் பரப்பிக்கொண்டிருந்தது. மேசையும் அதைச் சூழ்ந்த இடங்களையும் தவிர மொத்த அரங்கமும் அரை இருளில் மூழ்கியிருந்து. விளக்கையும் அதன் ஒளியையும் அதை மறைந்திருந்த மூங்கில் கூடையையும் பார்த்தாள் மாதவி. Y. பிரிந்து கிடந்த மூங்கில் பட்டைகளை ஒன்றாக இழுத்துக் கட்டிக் கூடையாக்கிவிட முடியுமா என்று யோசித்து கொண்டே விடுதிச் சிப்பந்தி தங்களை விட்டுச் செல்வதையும் கவனித்தாள். ஒளி ஆங்காங்கே அறுபட்டிருந்ததால் அவன் நடந்துபோவது விட்டு விட்டுத் தெரிந்தது. அவன் சென்று விட்டான் என்று கவனித்த அப்ஸரா யயாத், இனி உணவுப் பண்டங்கள் வரும்வரை எதுவும் பேசலாம் என்று நினைத்தாள்.

“நான் எங்க விட்டேன். . . ஆங் எப்போதும் கன்னியா மாறிவிடமுடியுங்கிறதுதான் பெண்ணுக்குப் பரிபூரண சுதந்திரம்” என்றாள் டாக்டர் அப்ஸரா யயாத்.

“நீங்க என்ன சொல்றீங்க கன்னியாகவே இருக்கணும்ன்னா ஆண் வாடையே கூடாதா? இது மிகப்பெரிய அநியாயம் இல்ல?” C. மாதவி.

“அப்படியில்ல பெண்ணோட பெரிய குற்றஉணர்வு கன்னிமை இழப்புதானே? பெண்ணுக்கு எந்த ஸ்டேஜ்லயும் அது மறுபடி கிடைக்கும்ன்னா அவள் எதைப் பத்தியும் கவலைப்பட வேண்டியதில்லை இல்லையா?”

“புரியல.”

“ஒரு பெண் ஆணோட சில காலம் வாழ்ந்த பின்னாடியும் அவளோட கன்னிமையை மீட்க முடியும். ஆனால் அவளைக் கன்னியாகவே மறுபடி மாற்ற முடியுமா இதுதான் இவங்கப்பா டாக்டர் யயாத் சந்திரவன்ஷி செய்யும் ஆராய்ச்சி. ஒரு கைனகாலஜிஸ்டா நானும் அதுக்கு உதவியா இருக்கேன்.

இதோ இருக்காளே என் மக மாதும்மா... இவ நாலு பிள்ள பெத்தவ. ஆனால் இப்ப இவ கன்னி."

"அய்யோ நீங்க சொல்றது ஒண்ணும் புரியல. கரு உண்டாக கன்னித்தன்மையை இழக்கணுமே. அப்பறம் எப்படி இவங்க கன்னி?"

"ஒரு பிளாஸ்டிக் சர்ஜரியிருக்கு. அது செய்தா கன்னிமையைத் திரும்ப கொண்டுவந்துடலாம்."

"ஆனால் உடல் மாறுதல் அடையுமே, இடை விரியுமே. பிள்ளையின் அழுகுரல் கேட்டாக்கூட மார்பில் பால் சுரக்கும்ன்னு சொல்லுவாங்களே."

"இது இருபத்திரண்டாம் நூற்றாண்டு பேபி. எல்லாத்துக்கு வழி இருக்கு. பால் சுரப்பதைத் தடுக்க ஹார்மோன் மாத்திரைகள் இருக்கு. பிரசவத்தின்போது கூடும் எடையைச் சுத்தமா குறைக்க, ஷேப்பர் தெரப்பி இருக்கு. பலவித தெரப்பி பயிற்சிக்குப் பின்னர் ஒரு பெண்ணைக் கன்னி பொண்ணு போலவே மாற்றிவிடலாம்."

"ஆச்சரியம். ஆனால் பக்க விளைவுகள்."

"பக்க விளைவுகளைச் சரி செய்யவும் மருந்துகளும் இருக்கு. எல்லாமே பாதுகாப்பானது. ஒருமுறை இல்லை... இவள்மேல் நாலுமுறை பரிசோதிச்சிட்டோம்."

"..."

"உணவு, மருந்து இரண்டும் அதுகூடச் சில உடல் பயிற்சியும் செய்தால் போதும் உடம்பு கட்டுக்குள் வந்துவிடும். இதோ இவளே living example."

"உடம்பு கட்டுக்குள் வரும். ஆனால் மனசு, அது பழசு எதையும் மறக்காதே" என்றாள் C. மாதவி.

"சரியா கேட்ட மாதவி. கேளு மாதவி கேளு என்னால் பல விஷயங்களை திரும்பி நினைக்க முடியல. அவன் சொன்னானே. அந்தப் பொறுக்கி சொன்னானே எனக்கு ஏற்கெனவே... ஆனா எதுவுமே நினைவில் இல்லை. நினைவுகள் வரம்தானே. அதுகூட எனக்கு இல்லாம பண்ணிட்டாங்க. இவங்களும் இவங்க புரட்சி ப்ராஜெக்டும் என் வாழ்க்கை வேஸ்ட் ஆயிடுச்சி" அழுதாள் மாதவி Y.

"மாதும்மா, அவங்கள பயமுறுத்தாத. மாதவி, நினைவுகளை மறக்க தெரப்பி இருக்கு. யோகா இருக்கு. அதோட இவ அப்பா நியூரோ ஸ்பெசலிஸ்ட், மூளையின் எந்தச் சேமிப்பில்

எது இருக்குன்னு ஸ்கேன் பண்ணற கருவிதான் அவரோட முதல் கண்டுப்பிடிப்பு. அந்தச் சேமிப்பிலிருந்து நினைவுகளை நீக்கவும் பல தெரப்பி கண்டுபிடிச்சிருக்கார். புகைப்பட கருவிபோல இருக்கும் அதுல படம் எடுத்தாலே தெரிஞ்சிடும். எந்த நினைவுகளை மழுங்கனுமோ அதுக்குத் தகுந்தபடி டிரிட்மெண்டும் பயிற்சியும் கொடுப்பார்."

"அது எப்படி முடியும்?"

"எந்த நினைவுப் பகுதிகளை மாற்றணுமோ அந்தந்தப் பகுதிகளில் அதிகப்படியான புரோட்டின்களை வளர்த்தால் போதும்."

"அது மிகவும் ஆபத்தானது இல்லையா? அல்சைமர் என்ற ஒரு நோயில் அப்படி நடக்கும்ன்னு படிச்சிருக்கேன்."

"இல்ல கொஞ்ச நாளைக்கு அப்பறம் மறுபடியும் அந்தப் பகுதி செல்களை நார்மலா ஆக்கிவிட முடியும். இந்த முறையில ஞாபக அடுக்குகள்ல மாற்றம் சீக்கிரமா நடக்கும். அப்படி ரிஸ்க் எடுக்க வேணாம்னு தோணுறவங்களுக்கு வேறு பயிற்சியிருக்கு. அதே மூளை செல்களில் பழைய நினைவு களுக்கு மேல் புதுசா நினைவுகளைப் பதிவுசெய்யறது. காலம் நல்ல மருந்துன்னு சொல்லுவாங்கள்ல. காலமும் அனுபவமும் பழைய நினைவுகள் மேல் படிஞ்சி மழுங்கடிக்கிது. அதுபோல ஒரு டிரீட்மெண்ட். ரெகுலர் செஷன்ஸ் மூலம் நீயூரோ செல்களுக்கு அதிகமான உள்ளீட கொடுக்கறது. தூங்கற நேரம் தவிர மத்த நேரமெல்லாம் ஒவ்வொரு மணிநேரம் நான்கு மணிநேரத்து அனுபவத்தைக் கண்கள், காதுகள், உடல் நரம்புகள் வழியா அனுப்பறது. அது ஒரு தியேட்டர் எக்ஸ்பீரியன்ஸ்போல. சில வாரங்களுக்குத் தொடர்ந்து அந்தவேகமா ஓடும் நினைவுகளை அவங்களுக்குக் கொடுப்போம். சில சமயம் ஆழ்மனதுக்குப் போய் சில நினைவுகளை விடுவிப்போம். சிலரை டைம் டிராவல் மூலம் எதிர்காலத்துக்கோ கடந்த காலத்துக்கோ கொண்டுபோய்விடுவோம். இப்படி பலவித டிரீட்மெண்ட் இருக்கு" என்றாள் டாக்டர் அப்ஸரா.

மாடியிலிருந்த அரங்கத்திலிருந்து யாரோ வெளியேற நொடி நேரம் கதவைத் திறந்தபோது திடும் திடும் என்று ஓசையும் சிலர் கோரஸாகப் பாடுவதும் கீழரங்கத்தில் இருப்பவர்களுக்குக் கேட்டது. அந்த இசையைவிடச் சத்தமாய் டாக்டர் அப்ஸரா சொல்லும் தகவல்கள் மாதவி C.யின் மண்டைக்குள் இறங்கின. "கேட்கவே பயங்கரமா இருக்கு. இப்படியெல்லாம் செய்தா ஒரு பெண்ணைக் கன்னியா மாத்த முடியுமா" என்றாள்.

“இன்னும் ஒரு கரெக்ஷன் பண்ண வேண்டியிருக்கும். சில நடவடிக்கைகளை மாத்தணும். உதாரணமா, கன்னிப்பெண்கள் எழுந்து நிற்கும்போது பாதங்களை நேர்கோட்டில் பேர்லலாக வைத்திருப்பாங்க. தொடைகள் இணைச்சோ அல்லது பெரும்பாலும் கால்மேல் கால் போட்டுதான் உட்காருவாங்க. நடக்கும்போதுகூட ஒரு வித்தியாசம் இருக்கும். பலமுறை துளைக்கப்பட்ட பெண்கள் கன்னிகள்போல நடந்துகொள்ள சில பிஹேவியர் தெரப்பியும் உண்டு.”

“கேட்கவே அருவருப்பா இருக்கு. நீங்க சொல்றபடி அப்படி எதுக்குக் கன்னியா மாறணும்?”

“நீங்க கொஞ்ச நேரத்துக்கு முன்ன சொன்னீங்களே நான் முன்போல இல்லயே. ஓர் ஆண் எப்போதும் பெண்ணோடு இருந்த பின்னால், நான் முன்னபோல இல்லையேனு சொல்றது இல்ல. பெண்கள் நாம் மட்டும் ஏன் அப்படி நினைச்சி நம்மளைத் தாழ்த்திக்கிணும். பெண்ணும் கலவிக்குப் பின்னே குழந்தை உண்டான பின்னே கன்னியா மாற முடிஞ்சா அவங்க எப்பவுமே பாதுகாப்பான உணர்வோட இருக்க முடியுமில்ல. அதுதான் இந்த புராஜெக்ட் ஸ்டார்ட்டான விதம்.”

“ஓ அப்படி சொல்றீங்க... சரிதான். ஆனா உங்கப் பொண்ணு ஹேப்பியா இல்லையே?”

“அதுதான் சோகமான விஷயமும். இவகிட்ட நாலாவதா வந்த படுபாவி என்ன சொல்லி வைச்சான்னு தெரியல. நாங்க இந்த புராஜெக்ட்டை ஒரு சேவை மனசோடதான் ஆரம்பிச்சோம். என்னோட தங்கை, ஒருத்தன நம்பி அவ வாழ்க்கையை நாசம் பண்ணிக்கிட்டா. அது பன்னிரண்டு வருஷத்துக்கு முன்ன. மாதவிக்கு அப்ப ஏழு வயசு. என் தங்கையை கொஞ்சம் சரி பண்ணி அவளுக்கு வாழ்க்கை அமைச்சி கொடுத்தோம். அவளை கட்டுன அந்தக் கடன்காரன் உண்மை தெரிஞ்சி பண்ண டார்சர்ல அவள் தற்கொலை பண்ணிக்கிட்டா. அப்பதான் இதை பர்பெக்ட்டா பண்ண எங்கப் பொண்ணுமேல் ஆராய்ச்சி பண்ண நினைச்சோம். இவ வயசுக்கு வந்த மறுவருஷம் இந்த புராஜெட் ஆரம்பிச்சோம். ஆனா கடைசியா மாதவிகிட்ட வந்த படுபாவி, இவ அப்பா கிட்ட இத வைச்சி பிசினஸ் பண்ணா என்னன்னு கேட்டு என்னென்னவோ சொல்லி மனச மாத்திட்டான். அவரும் இந்த முறை இவ மேல் டிரிட்மெண்ட் பண்ணி அதை விளம்பரப்படுத்தி பிசினஸ் ஆக்கப் போறதா சொன்னாரு.”

“மை காட் ம் அப்பறம்” என்றாள் மாதவி C.

"அதுக்கு நான் ஒத்துக்கல, அந்தக் கடன்காரனும் இவ அப்பாவும் சேர்ந்து இவகிட்ட என்ன சொன்னாங்கன்னு தெரியல. ஏதோ சில விஷயங்களை மறுபடி மனசுக்குள்ள கிளறி விட்டுட்டாங்க. இவள் ரொம்ப வயலண்டா மாறிட்டா. தேத்தி எடுக்கறதுக்குள்ள எனக்கு உயிர் போயிடும்போல ஆவது. இதுக்கும் மேல இவ கஷ்டப்படக் கூடாதுன்னு இவளுக்கு Endometrial ablation பண்ணிட்டேன். இவளுக்கு இனி பிரியஸ்ட் வராது. குழந்தைகள் பிறக்காது. கன்னியாகவும் மாற வேண்டியதில்ல. இவளுக்கு ஒரு கல்யாணம் பண்ணி வைச்சிடலாமின்னு நான்தான் இன்னிக்கி வந்தானே அவனைக் கூப்பிட்டிருந்தேன். . ."

"மாதவி கல்யாணமே தேவையில்லன்னு சொல்லிட்டாங்க சரிதானே" என்றாள் மாதவி C.

"ஆமா. அவள் பையனுங்க அப்பப்ப வந்து பார்த்து கிறாங்க. ஆனா இவளோ நான் யாருக்கும் அம்மா இல்லன்னு தீர்மானமா சொல்றா" என்றாள் டாக்டர் அப்ஸரா.

"நீங்களும் உங்க ஹஸ்பெண்டும் உங்கப் பொண்ணுக்குச் செஞ்சது சரியான்னு எனக்குத் தெரியல. ஆனா நீங்க சொன்னது சரிதான். ஒரு பெண்ணுக்குச் சுதந்திரம் அவள் கன்னியாக இருக்கும்போதுதான்" என்றாள் மாதவி C. அவளை அறியாமல் தன் வயிற்றைத் தடவிக்கொண்டாள். அவளுக்கு மறுபடி கண்ணீர் பொங்கியது. தானும் மீண்டும் கன்னியாக மாறி விடலாமா என்று யோசித்தாள். மாதவி. Y அரைமயக்கத்தோடு தலையுயர்த்திப் பார்த்தாள் ஏதோ உளறினாள்.

"இல்லை இதுதான் நான். கன்னியோ தாயோ நான் இப்படியேதான் இருப்பேன். எந்தக் கஷ்டபடுத்தற எந்த ம. . . ஆனும் எனக்குத் தேவையில்லை." "நான் நானாகவே இருப்பது தான் பரிபூரண சுதந்திரம். நிம்மதி."

"ஆமா எவனுக்காகவும் நான் எதையும் மாத்திக்க தேவையில்ல." அதுதான் சரியான சுதந்திரம் என்றாள் தீர்மானமாக மாதவி. C

ஒருமுறை: 3–1

அவ்வியம்

"மந்தாகினி நில்! கீழே இறங்குவதுபோல எளிதல்ல, மேலே ஆகாயத்துக்கு ஏறுவது. சொல்வதைக் கேள்... நாம் இங்கேயே இணைபிரியா நிலை கொள்வோம்" என்றார் சிவபெருமான். அடுத்த கணம் கங்கையின் ஆவேசம் அடங்கியது. சிவனின் ஜடாமுடியிலிருந்து மேலே நீர்ச்சுழலாய் ஏறத் தொடங்கியவள் அப்படியே உறைந்து போனாள்.

முன்கதைச் சுருக்கம்:

இந்தத் தெய்வீகச் சங்கமம் திருச்சிராப்பள்ளி யில் நடப்பதற்கும் சுமார் ஆயிரம் கோடி வருடங்களுக்கு முன்னே ஆகாய கங்கை, குழந்தை போலப் பிரம்மனின் கைகளில் தொடங்கி, மஹாபலிச் சக்கரவர்த்தியின் கர்வத்தைத் தடுத்தாள வேண்டிப் பூமியை ஓரடி அளந்து, ஆகாயத்தைத் தன் மறு அடியால் அளந்த திருவிக்ரமனின் நகக்கணுவில் வழிந்தோடி, துருவ லோகத்தில் துருவன், சப்தரிஷிகளைப் புனிதப்படுத்திய பெருமிதத்தில் மிளிர்ந்தாள். மெல்ல மெல்ல அவளது கர்வம் கூடிப்போனது. எல்லோரிடமும் விளையாட்டுத்தனத்தைக் காட்ட ஆரம்பித்தாள். சப்தரிஷிகளைக் கால் சறுக்கி விழவைப்பதைப் போல வேடிக்கைக் காட்டினாள். முதலில் கங்கையில் கால் நனைப்பதைப் புனிதமென்று நினைத்த ரிஷிகள் அவள் விளையாட்டுத்தனத்தால்

அதே ஆற்றில்

மிகவும் கவலைகொண்டு பயந்து நடுங்கினார்கள். எப்போது வருவாள்; ஆகாயத்துக்கும் பூமிக்கும் ஊஞ்சல்போல ஆட்டுவாள் என்று அஞ்சினார்கள். அவர்களின் அச்சத்தைக் கண்டு அவள் குதூகலித்தாள். கைகொட்டிச் சிரித்தாள்.

எல்லோரும் நாரதரிடம் அவரது தங்கை போன்ற ஆகாய கங்கையை அவர்தான் கட்டுப்படுத்த வேண்டும் என்று கெஞ்சிக் கேட்டனர். அவளுக்கு அறிவுரை சொல்லும்படி வேண்டி நின்றனர்.

"செல்லத் தங்காய்" என்று கங்கையை அன்பு பொங்க அழைத்த நாரதர், "உனக்கு ஏன் இந்த இறுமாப்பு?" என்று அவள் காதில் குசுகுசுத்தார். "சகோதரா நான் புனித நதி, விஷ்ணுபதி சகலத்தையும் புனிதப்படுத்தும் மந்தாகினி என்று உனக்குத் தெரியாதா?" என்று அலட்சியமாய்க் கேட்டுவிட்டு அங்கிருந்து பிரம்மலோகத்துக்கும், சொர்க்கலோகத்துக்கும் பிறகு துருவ பிரம்மலோகத்துக்கும் மறுபடி லோகத்துக்குமென்று குதித்துக் குதித்து ஆகாயத்திலேயே சுழன்று சுழன்று வந்து கொண்டிருந்தாள் ஆகாய கங்கை. அவளுடைய பிரவாகம் யாருக்கும் கட்டுப்பட்டதாகத் தெரியவில்லை. பெண் என்றால் கருணையும் பரிவும் வேண்டும். இப்படி ஆணவம் கூடாது என்று நாரதர் சொல்லச் சொல்ல இன்னும் கெக்கலித்துச் சிரித்தாள். அவரையும் ஒரு சுழற்று சுற்றிப் பதறவைத்துவிட்டு இறக்கிவிட்டாள். ஜாக்கிரதை என்று சொல்லிவிட்டுக் குதித்து ஆடியபடி ஓடினாள் கங்கை.

அது பருவ மங்கையின் குறும்புத்தனமாகவே இருந்தது. வேறு எதையும் அவள் கல்மிஷமாகச் செய்யவில்லை. அண்ணன் என்ற உரிமைகொண்டே விளையாடினாள் என்றபோதும் நாரதருக்கோ இது பெரிய அவமானமாகப் போய்விட்டது. இவள் கொட்டத்தை அடக்க வேண்டுமென்று பூலோகத்திற்கும் அதற்குக் கீழுள்ள ஏழு உலகங்களுக்கும் அவளை அனுப்பி வைக்க நினைத்தார். அங்கே சென்றால்தான் அவளுக்குப் புத்தி வரும் என்று நினைத்தார். கண்ணை மூடி யோசித்தார். பகீரதன் தன் முன்னோர்களுக்காக அரற்றிக்கொண்டிருப்பது அவருக்குக் கண்முன்னே தெரிந்தது.

தன்முன்னே சாம்பலாய்க் கிடந்த அறுபதாயிரம் முன்னோர்களையும் கண்ட பகீரதன் பொறுக்க முடியாமல் புலம்பி அழுதான். அந்த அழுகையைத் தாங்க முடியாமல் பாதாள லோகமே கிடுகிடுத்தது. எங்கிருந்து தோன்றினாரோ தெரியாது "நாராயணா என்னும் நாமம் வாழ்க" என்றபடி நாரதர் பகீரதனைப் பார்த்து "மந்தாகினியைக் கொண்டு வா!

உன் முன்னோர்களின் சாபம் தொலையும்" என்று அருளினார். அவன் கொஞ்சம் தெளிவு பெற்றதுபோல் நிதானித்தான். மீண்டும் நாரதர் சொன்னார், "அது அவ்வளவு எளிமையானது அல்ல. கடும் தவம் புரிய வேண்டும். உன்னால் முடியாது" என்று கள்ளத்தனமாய்ச் சொல்லிவிட்டு மறைந்துபோனார்.

பகீரதன் விரதம் பூண்டான். கங்கையை நோக்கித் தவமிருந்தான். ஆண்டு ஆயிரத்துக்கும் மேலானது. கங்கை தன் மனம் தளராமல் ஆகாயத்திலேயே சுழன்று திரிந்தாள். பகீரதனின் தவம் அவளைத் தீயாய்ச் சுட்டது. தவத்தின் வெம்மை தாங்க முடியாது பகீரதன் முன்னால் தோன்றினாள். அவனைப் பார்த்து "சிறுபிள்ளாய் என்னால் பூமிக்கு மேலிருக்கும் ஆறுலோகம் தாண்டி வர முடியாது. உன் தவத்தை விட்டுவிடு" என்று சொல்லிவிட்டு நிர்தாட்சணயமாக மறைந்துபோனாள். அவள் துள்ளிக் குதித்து மேலே சுழன்றெழுந்தது ஒரு துடிப்பான இளம் மங்கையின் குறும்பு போலிருந்தது.

மீண்டும் தவம்செய்யத் தொடங்கினான் பகீரதன். மேலும் சில ஆண்டுகள் கழிந்தன. கோபம் கொண்டாள் ஆகாய கங்கை. "என்னைக் கீழேகொண்டு வந்தால் இந்தப் பூமியே அழிந்து விடும். ஆகவே விட்டுவிடு பகீரதா" என்று சொல்லி மறைந்தாள். பகீரதன் மறுபடியும் தொடங்கிய இடத்திலேயே நின்றான்.

மீண்டும் உதவிக்கு வந்தார் நாரதர். "சிவனை நோக்கித் தவமிரு. அவர் ஒருவராலேயே, கங்கையை ஆட்கொண்டு பூமியில் இறக்க முடியும்" என்றார். தயங்காது தவமிருந்தான் பகீரதன். பல ஆயிரம் ஆண்டுகள் கடந்த பின்னர் சிவன் பகீரதன்மீது இரக்கம் கொண்டு என்ன வரம் வேண்டும் என்று கேட்டார். என் முன்னோரை உயிர்ப்பிக்கக் கங்கையைப் பூமிக்கு வரவழைக்க வேண்டும். அவளது பிரவேசத்தினால் பூமி அழிந்துவிடாமல் நீங்களே காக்க வேண்டும்" என்றான். அவனது தவத்தினால் மனங்குளிர்ந்திருந்த ஈசன், "உன் தவத்தை மெச்சினோம். அதனால் கங்கையை யாமே தாங்கி உன் முன்னோருக்கு மறுஉலகம் கிடைக்க வழிசெய்வோம்" என்று வரமளித்தார்.

மறுபடி கங்கையை நோக்கித் தவமிருந்தான் பகீரதன். இந்த முறை ஒற்றைக்காலில் நின்று தவம் புரிந்தான். கங்கை மனமிரங்கினாள், ஆனால் அவளுக்கு சிவன்மீது பெரும் கோபம் வந்தது. சிவனே, உன்னை அழித்துவிட்டு விண்ணுலகம் மீள்வேன் என்று சொல்லி விண்ணைத் தாண்டி மண் நோக்கி விருட்டென வந்தாள். அவளது ஆவேசம் கண்ட தேவகணங்கள்

பயம்கொண்டனர். அவளது ஆத்திரம், ஒரு குமரிப் பெண்ணை அவள் சம்மதமின்றி வற்புறுத்தி வேறு வீட்டுக்கு அனுப்பும்போது வரும் அடங்காக் கோபம் போலிருந்தது. அந்த வேகம் பூமியைத் தாண்டிப் பாதாளம்வரை செல்லும் வலுவோடு இருந்தது. அவளது வேகத்தைக் கண்ட சிவன் சிரித்துக்கொண்டே, "மந்தாகினி வா என்று தன் சடையில் ஏந்தினார். சிவனை ஜடாமுடியில் தீண்டிய மறுநொடி ஆகாய கங்கையின் ஆவேசம் குறைந்தது. தனக்கு என்ன நிகழ்கிறதென்று அவளால் தீர்மானமாகச் சொல்ல முடியவில்லை. ஆனால் ஆனந்தத்தின் எல்லையைக் கண்டாள். அவளது நடையில் நளினம் கூடியது. ஓட்டத்தில் பொறுப்பு தோன்றியது. கொஞ்சம்கூடத் திமிரவில்லை. அவளது பெண்மையின் எல்லா எல்லையும் கட்டுக்குள் வந்தபோது அவளுக்கே வெட்கமாக இருந்தது. ஒவ்வொரு அலையிலும் தாய்மை பொங்கியது. "மந்தாகினி... பூமி உன் வருகையால் புனிதமடைந்தது. நான் பூரிப்படைகிறேன்" என்றார் சிவன். நாணத்தில் கங்கையின் கன்னம் சிவந்தது. "இந்த இடத்தில் நீ அலக்நந்தாவாகிறாய்' என்றார் சிவன். "அப்படியே ஆகட்டும்" என்றாள் கங்கை. பகீரதன் மகிழ்ந்தான். "அவன் பின்னால் பாதாளலோகம்வரை செல்வாய் நீ பாகீரதியும் ஆவாய்" என்றார் சிவன். "ஆகட்டும் மகிழ்ச்சி" என்று பகீரதனைத் தொடர்ந்தாள் கங்கை.

கங்கை தெற்கே வந்த கதை:

இன்று அய்யன் என்னைக் காண ஏன் வரவில்லை என்று நினைத்தாள் பாகீரதி. கங்கோத்ரி அமைதியாக இருந்தது. ஆகாயத்திலிருந்து சீறிக் கிளம்பிய ஆகாய கங்கையா இவள் என்று எண்ணும்படி இளநங்கையின் நளினத்தோடு ஓடையாகப் பூமியில் தவழ்ந்திறங்கிக்கொண்டிருந்தாள் பாகீரதி. பூமியில் எல்லாப் பெண்களுமே இப்படித்தானோ என்று வியந்தாள். குறும்பும் பிடிவாதமும் கொண்ட பெண்கள் திருமணம் முடிந்த சில மாதங்களிலேயே எப்படி குடும்பப் பொறுப்பு மிக்கவர்களாகிறார்கள்? இந்த இயற்கை, பெண்களை எத்தனை மர்மத்தன்மை கொண்டவர்களாக மாற்றுகிறது என்று எண்ணிச் சிரித்துக்கொண்டாள்.

மலையெங்கும் வெள்ளிப் பனி போர்த்தியிருந்தது. அங்கிருந்த மரங்கள் பசுங்கிளையிடை பூத்திருந்த வெண்பனியால் வித்தியாசமான வெண்மலர்களால் செய்யப்பட்ட அலங்காரம் போலிருந்தது. பூக்கள் பாறைகள் எல்லாம் மேகத்துண்டுகளைத் தம்மோடு இறுத்திக்கொண்டதுபோல வெண்மை படர்ந்து நெகிழ்ந்திருந்தன. பூனையின் பாதம்போலப்

படர்ந்திருந்த பனிக்கட்டிகள் உருகி, திவலை திவலையாக வடிந்து தன் மேனிமீது விழுந்திணையும்போது சிவனுடைய ஜடாமுடியின் சிறு தீண்டலை நினைத்த உடனேயே அவள் நாணம் புன்னகையாகப் பூத்தது. மலைகளின் புதல்வியால் அதற்குமேல் பொறுமையாக இருக்க முடியவில்லை. கயிலாயத்தி லிருந்து கிளம்பிவர இன்னும் அவருக்கு மனம் வரவில்லையோ என்று செல்லக் கோபமுற்றாள். அங்கிருந்து கிளம்பித் திருக்கயிலை செல்லத் துடித்தாள்.

கயிலாய மலை சென்றவள் அங்கே நெருங்கும்போது எழும் மயக்கும் நறுமணம் தன்னிடத்து ஏதோ ஒரு மணத்தை இழந்துபோயிருப்பதுபோல உணர்ந்தாள் பாகீரதி. தண்ணெனக் குளிர்ந்த மானசரோவர் வெறிச்சென்றிருந்தது. உமையம்மையும் தனித்திருப்பது புரிந்தது. அந்த இடத்தில் எப்போதுமிருக்கும் திருவிழாக் கோலம் எதுவும் அன்று கண்ணுக்குப் புலப்படவில்லை. அன்று சூரியனும் பிரகாசமாய்ப் புன்னகைக்காமல் வெறுமனே ஒளிர்ந்துகொண்டிருந்தான். என்ன நிகழ்ந்திருக்குமென்று ஹைலபுத்ரிக்குக் காரணம் புரிந்தது. பனிமலை வெறும் மலையாக நின்றிருந்தது. உயிர் எங்கோ சென்றிருக்கிறது என்பது புரியாமலும் புரிந்த மாதிரியும் குழப்பமாக இருந்தது. உமையவள் அவளைப் பார்த்து நகைத்தாள்.

"ஏன் சிரிக்கிறீர் தேவி... கங்காதரன் எங்கே?"

"உமா மகேஸ்வரன் திருச்சிராப்பள்ளிக்கு காவேரி வந்திருக்கிறாள் என்று காணச் சென்றிருக்கிறார்."

"காவேரியா யார் அவள்?"

"உன்னைப்போல ஒருத்தி, ஆனால் அவள் ஆகாயத்தி லிருந்து இறங்கவில்லை, குட்டை முனிவரின் கமண்டலத்தில் அவளை அடைத்துவிட முடியும். உன்னைப்போல உமையுடையவனின் சடை முடியைக் கேட்கவும் மாட்டாள்."

"என்ன சொல்கிறீர்கள் தாயே, நானா அவர் சடைமுடியை நாடினேன். அவரல்லவா என்னைத் தன் காதல் சகடையில் அடைத்து வைத்துவிட்டார்."

"ஆமாம்... உன்னைப்போல என்னால் காதலை சகடையோட்டம் நடத்த முடியவில்லையே... அதனால்தான் அய்யனின் குடுமி உன் கையிலிருக்கிறது."

"நீங்கள்தான் அவர் உடலில் பாதியைப் பெற்றுள்ளீர்கள். நானோ ஏதோ ஜாடாமுடியில் ஓர் ஓரத்தில் நின்று வழிகிறேன்.

அதே ஆற்றில்

அதுவும் பூமியைக் காக்க விரும்பித்தானே என்னைத் தலைமுடியில் ஏற்றார். எல்லாம் தெரிந்த நீங்களே இப்படிப் புரணி பேசலாமா?”

“ஆமாமடி உடலில் பாதியை வாங்கியதால் என் சடைமுடியிலும் பாதியில் நீயே பிணைந்திருக்கிறாய். செல்லப்பிள்ளைபோல நினைத்தேன். ஆனால் என் தலைமீது ஏறி நிற்கிறாய்”

“சொர்க்கத்தில் பிரம்மனின் கையில் தவழ்ந்தேன், உலகளந்த பெருமானின் பாதத்தில் நகம் கழுவி ஓடி மகிழ்ந்தேன். பாகீரதப் பிரயத்தனம் மெச்சிப் பூமிக்கு வந்தது என் தவறுதான்.”

பாகீரதியுடன் உரையாட மேலும் ஒன்றுமில்லாதது போலத் தன் முகத்தைத் திருப்பிக்கொண்டாள் உமையவள். மானசரோவர் மெள்ளத் தன் அலைகளை எழுப்பியது. அதன் சலசலக்கும் ஓசையும் கிசுகிசுக்கும் குளிர்ந்த காற்றும் பாகீரதியை மெய் மறக்கச் செய்தன. உடனே திடுக்கிட்டுத் தலையைச் சிலிர்த்துக்கொண்டு தன்னினைவுக்கு வந்தாள். இனி உமையுடன் பேசி ஒன்றும் பயனில்லை. எங்கே சென்றிருப்பார். இவரோ நதிப்பிரியர் காவேரியும் நதியென்றால் என் கதி. பாகீரதியின் முகத்தில் இருந்த குறிப்புகளை அறிந்தவளாக “நீ வந்தபோது நானும் இப்படித்தான் தவித்தேன். அவர் உலகத்தினருக்கும் சொந்தமானவர். அவரை அன்பால் கட்டிவைக்க முடியாது. அது நல்லதும் அல்ல” என்றாள் உமையவள் பரிவுடன்.

இங்கே நின்றுகொண்டிருந்தால் ஏற்க முடியாத அறிவுரைகள் மட்டுமே கிடைக்கும் என்று தெரிந்துபோனது பாகீரதிக்கு. அய்யன் இப்போது எங்கிருப்பார். மனத்தில் ஒரு நிமிடம் அவரது நித்திய ரூபத்தை நினைத்தாள். அவளுக்கு, தெற்கே முக்கடல் கலந்து குதூகலிக்கும் அசைவுகளும் அதற்குச் சற்று மேலே அய்யனின் மேனியிலிருந்து எழும் ஒளியும் தெளிவாகத் தெரிந்தன. அதை நோக்கி செல்லத் தொடங்கினாள் பாகீரதி.

மனம் முழுவதும் குழப்பத்தில் ஆழ்ந்திருந்ததனால் அந்த நெடும் பயணம் அவளுக்கு மிகுந்த சோர்வைக் கொடுத்தது. இமயமலை நீங்கித் தெற்கு நோக்கிச் செல்லச் செல்ல அவளால் வெம்மையைத் தாங்க முடியவில்லை. மிகத் துயருற்றாள். மேனி நலிந்தது. எங்கேயும் மயங்கி விழுந்துவிடக்கூடுமென்ற நிலையில் இருந்தாள். ஆனால் அய்யனின் உடல் மணமும் மேனி ஒளியும் அவளைத் தொடர்ந்து வழிநடத்தின. அதோ

கைக்கெட்டும் தூரத்தில் அய்யனின் இருப்பிடத்துக்கேயுரிய எல்லா நற்சகுனங்களும் தெரியத் தொடங்கின.

அந்த நகரத்தின் மையத்தில் பழம்பெரும் மலையொன்றைக் கண்டாள் பாகீரதி. இவ்வளவு அற்புதமான தூய நிறம்கொண்ட மலையை அவள் இதுவரை கண்டதே இல்லை. மனம் மயங்கினாள். அந்த மலையின் கழுத்தணிபோல ஒரு நதி ஓடிக்கொண்டிருந்தது. அதன் மேனியெங்கும் ஆலயங்கள் அலங்கரித்துக்கொண்டிருந்தன. அவை அந்த நதியை வைரங்கள், வைடூரியங்கள், முத்துக்களால் செய்யப்பட்ட நகைபோல ஜொலிக்கவைத்தன. அந்த நதியே காவேரியாக இருக்க வேண்டும். அய்யன் அந்த மலையில்தான் இருக்க வேண்டும் என்று நினைத்தாள் பாகீரதி.

"மந்தாகினி என்னைத் தேடி இங்கேயே வந்துவிட்டாயா. வா வா. . . சிராப்பள்ளி உன்னால் புனிதமடைந்தது!"

மந்தாகினி என்று அழைத்ததுமே கங்கையின் மனம் நெகிழ்ந்தது. பார்த்த உடனே என்னென்ன கேட்க வேண்டும் என்று அவள் மனதுக்குள் நினைத்திருந்தாளோ, அதை எதையுமே அவள் வாய்விட்டுக் கேட்கவில்லை. அதுவரை அவள் உடலில் இந்தக் காதல் எங்குதான் இருந்ததோ அதுதான் முந்திக்கொண்டு முன்னே வந்து நின்றது. முகத்தில் வலுக்கட்டாயமாகக் கோபத்தை வரவழைத்துக்கொண்டு, சிவனை நோக்கி "அய்யனே இதென்ன கோலம் என்னையும் அன்னையையும் அங்கே தனியே விடுத்து இங்கே என்ன செய்கிறீர்கள்" என்றாள்.

"நான் இதோ இவள் அழகைக் காண வந்தேன். பார் நீலப் பாம்புபோல எப்படி வளைந்து நெளிந்து அழகாய்த் தவழ்கிறாள் காவேரி."

"உங்கள் கழுத்தில் கண்டத்தில் மட்டும்தான் இடமுண்டு அங்கேயும் சூடிக்கொள்ளவும் ஒருத்தி வந்துவிட்டாளா. அங்கே தங்கியிருப்பது அவளுக்குத் தெரியுமா விஷமென்று அய்யனே."

"என்ன சொல்கிறாய் கங்கா?"

"என்னைக் கொஞ்ச வேண்டாம், கங்கோத்திரியில் நான் காத்திருப்பேன் என்று தெரியாதா? கயிலையை விட்டு இங்கே ஏன் வந்தீர்? இந்தக் காவேரியிடம் அப்படி என்ன இருக்கிறது?"

"என்ன சொல்கிறாய் மந்தாகினி. அவளைப் பார்! பார்த்துக்கொண்டேயிருக்கலாம்போல இருக்கிறது. பூஜிக்க உகந்தவளாக இருக்கிறாள், விஷ்ணுவை மூன்று இடத்தில் தன்

நீர்த் தீவுக்குள் அடைத்து வைத்திருக்கிறாள். காவேரியைக் கடலென, பாற்கடலென ரங்கராஜன் மயங்கி நிற்கிறான் பார்."

"நான் கூடத்தான் தவழ்ந்தேன் விஷ்ணுவதியாக. மேல் உலகம் ஆறும் போற்றி பூஜித்தது."

"இப்போதும் நீ பூஜைக்குரியவள்தானே கங்காதேவி. என் தலைமேல் வைத்துன்னை பூஜிக்கிறேனே போதாதா."

"பேச்செல்லாம் அற்புதம்தான். ஆனால் உங்களுக்கு நானும் அன்னையும் போதவில்லை போலிருக்கிறது."

"அபத்தம். அபத்தம். காவேரி யாருக்கும் சொந்தமானவள் அல்ல. அவள் இந்தப் பொன் விளையும் பூமிக்கு மட்டுமே பாத்தியப்பட்டவள். பல்லவன் மன்னனின் சொத்து அவள்."

"ஆம் அவள் என்னைப் போலில்லையாமே பிறக்க ஆகாயம், வாழப் பாதாளமென்று என் விதி அவளுக்கில்லை. கொடுத்து வைத்தவள்."

"என் ஜடை மீதேறி என்னை ஆட்கொண்டவளே என்ன ஆயிற்று உனக்கு. ஏன் இந்த அவ்வியம்?"

"ஆம் அய்யா சொல்வீர்கள்... அவ்வியம்தான். அழுக்காறு தான். என்ன செய்ய உங்கள்மீது அவ்வளவு பிரியம் வைத்து விட்டேனே. எப்படி இருந்தேன் கட்டுக்கடங்காமல், எந்தக் கள்ளமும் இல்லாமல், எந்த அழுக்குமில்லாமல். அனைவரையும் புனிதப்படுத்தும் புண்ணியத் தீர்த்தமாய்ப் பரிசுத்தமாய் இருந்தேன். என்னை என்னாலேயே கட்டிவைக்க முடியாதே... ஆறு லோகத்திலும் அப்படித் துள்ளிக்கொண்டிருந்தேன். எல்லாம் பகீரதனால் வந்தது. என்னைத் தலைகீழாய் விழச் செய்துவிட்டது. உங்கள் ஜாடாமுடிக்கு என்று அடங்கினேனோ, பின்னர் எங்கே போயின என் கன்னிமைத் துள்ளல், பொங்கிப் பாயும் ஆவேசம்... ஆகாயத்திலிருந்து இறங்கும்போதே உங்களை அழித்திருப்பேன், அவ்வளவு சக்தியை உங்கள் ஜடாமுடி செரித்துவிட்டது. நான் துளித்துளியாய் உதிரத் தொடங்கினேன். அடங்காத கடல் போன்ற நான், அருகம்புல்லின் நுனியில் பனியால் கோர்க்கப்பட்ட துளிகள் போலாகினேன். என்னை ஏன் இப்படிச் செய்தீர்?"

"கங்கா, என்ன பேச்சிது. உன்னை இந்தச் சிராப்பள்ளி பூமியைப் புனிதப்படுத்திப் புண்ணியத் தலமாக்கி, பின்னர் தீர்த்தமாகப் ராமேஸ்வரத்தில் கங்கா பிரதிஷ்டை செய்யலாம் என்று யோசித்திருந்தேன் அங்கே உன்னையள்ளித் தன் தலையில் தெளிப்பவர்கள் எந்த ஜென்மத்தில் என்ன பாபம் செய்தாலும் போய்விடும்."

“அய்யனே புனித நதி, புண்ணியம் தருபவள், பாவத்தைப் போக்குபவள் இப்படியே அடுக்கிக்கொண்டிருக்கின்றீர்களே. எல்லாவற்றிக்கும் முன் நான் ஒரு பெண்ணல்லவா, என்னை ஏன் இப்படி எல்லோரும் வதைக்கிறீர்கள். என்னை, பாவம் இவள் என்று யார் ரட்சிப்பார்கள்?”

“என்ன இது அசட்டுத்தனம். என் சிரம் தாழ்ந்து உன் கரம் பற்றிக்கொள்கிறேன் மந்தாகினி.”

“மறுபடியும் மயக்க வேண்டாம், மேல் லோகத்துக்கே போகிறேன். உங்கள் ஜடாமுடிச் சிறையிலிருந்து என்னை விடுவியுங்கள். இல்லையில்லை, என்னை இந்த மன உளைச்சலுக்கு உள்ளாக்கிய உம்மை என்ன செய்கிறேன் பாருங்கள். . .”

விருட்டென மேலே எழுந்தாள் கங்கை, ஆனால் அது மறுபடி கங்கை நீர்ச்சுழலாகி, சூறாவளி ஆகாய கங்கையாய் விண்ணிலிருந்து சிவனை நோக்கி இறங்குவதுபோலவே இருந்தது. கங்கையின் பிள்ளைத்தனமான கோபத்தைக் கண்டு மாறாத புன்னகையோடு சிவபெருமான் சொல்கிறார், “மந்தாகினி நில் கீழே இறங்குவதுபோல எளிதல்ல, மேலே ஆகாயத்துக்கு ஏறுவது. சொல்வதைக் கேள். நாம் இங்கேயே வாழ்வோம் காலகாலமாய். நான் உன்னை விட்டுப் பிரிய மாட்டேன்,” அவர் ஜடாமுடியிலிருந்து விடுபட்டுச் சுழன்று எழுந்து இடுப்புவரை நீர்த் துளிகளாகப் பாதிக்கு மேல் கங்காதேவியாக எழத் தொடங்கியவள் சிவன் சொல்லுக்குக் கட்டுப்பட்டவளாக அப்படியே உறைந்து நின்றாள். அய்யனும் உடனுறைந்து நின்றார்.

அப்போது சிவனின் வலது முன்கரம் பாம்பொன்றினைப் பிடித்திருக்க இடக்கரம் இடுப்பின்மீது அமைந்தது. அப்படியே நின்ற கோலத்தில் வலக்கரத்தை மேலே உயர்த்தித் தன் சடையொன்றினை விரித்துப் பிடித்துக் கங்கையை ஆற்றுவிக் கிறார். விண்ணகத்திலிருந்து பாதியுடல் பெண்ணாகவும், இடுப்புக்குக் கீழே நீர்ச்சுழலாகவும் கைகூப்பிய நிலையில் இறங்குவது போலிருக்கும் கங்காதேவி பெருமானாரின் சடையில் அடங்கி நிற்கிறாள். அவ்விடமிருந்து நகர மனமின்றிப் பூரண அமைதியோடு திகழ்கிறாள். பெருமானின் இடது பின்கரம் தலையளவு உயர்த்திய நிலையில் அப்படியே சிலைபோல் கங்கை அளித்த வாக்கைக் காக்க, கல்லோடு சிலையாக, கங்கையோடு தானும் உறைகிறார். கணுக்கால்வரை நீண்ட ஆடையும் மார்பில் தடித்த புரிநூலும் தரித்து, பெருமானின் இந்தக் கோலத்தைக் கண்ட சிவனடியார்கள் இருவர்

இருபுறமும் மண்டியிட்டனர். மண்டியிட்ட நிலையில் இரு இருடிகளும் கையுயர்த்திப் போற்றுகிறார்கள். அவர்களுக்குக் கங்காதரன் மறுபடி கங்கையை ஆட்கொண்டது அளவிலா ஆனந்தத்தைத் தருகிறது. மேலே சூரியனும் சந்திரனும் விண்ணகத்தில் மிதந்தவாறு ஈசனைக் கையுயர்த்திப் போற்று கிறார்கள். ஒருபுறம் நாயொன்று மேலே நோக்கியவாறு பூமியை அழிக்க ஆயிரம் முகங்களோடு இறங்கும் கங்கையைப் பார்த்து ஊளையிடுகிறது. பேரழகு வாய்ந்த இந்தக் காட்சியை பல்லவன் சொல்லச் சொல்லச் சிற்பி அதை அப்படியே சிராப்பள்ளி மலைக்கோட்டையில் பல்லவர் குகையில் செதுக்குகிறான்.

பின்குறிப்பு:

திருச்சி மலைக்கோட்டை பல்லவர் குகையில் பின்வரும் ஸ்லோகம் கல்வெட்டில் பதிவு செய்யப்பட்டிருக்கிறது:

காவிரிம் நயனாபிராமஸலிலம் ஆராமமாலாதராம்
தேவோ விக்ஷ்ய நதிப்ரிய ப்ரியகுணாம் அபி ஏஷ ராஜ்யேத் இதி
ஸாசாம்ங்க கிரிகன்யகா பித்ருகுலம் ஹித்வேஹ மன்யே கிரௌ
நித்யன் திஷ்டதி பல்லவஸ்ய தயிதாம் ஏதாம் ப்ருவாணா நதிம்

– எழுதியவர் பெயர் தெரியவில்லை

பல்லவர் குகைக்கு எதிரயுள்ள கற்பந்தல் நிழலில் கல்லில் செதுக்கப்பட்ட சிராமலை அந்தாதி:

உலக மடந்தை நுதலுறைந் தைப்பதி யந்நுதற்குத்
திலதம் பரமனமருஞ் சிராமலை யம்மலைவா
யலகின் னிறைந்த கதிர்மணி பாய. . . மேல் வந்ததந்தாதி
. . .ப் பொன்னி பரன்கழுத்திற் கொண்ட வெள்வடமே

– சிராமலை அந்தாதி ஈஸ்வர்

இரண்டாம் முறை: 3–2

அழுக்காறு

சாந்தி முகூர்த்த அறையிலிருந்து "என்ன சொன்ன என்ன சொன்ன" என்று பல்லைக் கடித்துக்கொண்டு, பழங்கள் அடங்கிய தட்டைத் தூக்கி அடித்துவிட்டு வெளியே போனான். பயத்தில் திடுக்கிட்டுச் சுவரோரம் ஒடுங்கி நின்ற கங்காவைப் பார்த்து ஈஸ்வர் படாரெனத் திறந்து போட்டுவிட்டுப் போன கதவுகள் பரிகாசம் செய்தன. சுவரோடு சரிந்து உட்கார்ந்தவள் திசைக்கொன்றாய் சிதறிக் கிடந்த பழங்களை வைத்த கண் வாங்காமல் பார்த்தாள். கங்காவின் அக்கா அவளுக்குப் பிடிக்குமென்று வாங்கி வைத்திருந்த சீதாப்பழம் இரண்டாய்ப் பிளந்து பரிதாபமாய் விரிந்து கிடந்தது.

சற்றுத் தயங்கி எழுந்து கதவின் அருகில் வந்த கங்காவை ஈஸ்வரின் அம்மா இளக்காரமாய்ப் பார்த்துச் சிரித்தாள். ஈஸ்வரின் அம்மாவின் கண்களில் தெரிந்த எகத்தாளத்தைப் பார்த்தால் இந்தக் கலாட்டாவை எதிர்பார்த்துத்தான் சாந்திமுகூர்த்த அறையின் வாசலைப் பார்த்து நின்றிருந்தாள் போலிருந்தது. அவள் அப்படிப் பார்த்துக்கொண்டு நின்றது கங்காவுக்கு எரிச்சலை வரவழைத்தது. தன் மாமியாரை எரித்து விடுவதுபோலப் பார்த்துவிட்டு அறைக்கதவைச் சாத்தித் தாளிட்டுக்கொண்டாள். கீழே விழுந்து அலங்கோலமாய்க் கிடந்த பழங்களை, அமைதியாக ஒவ்வொன்றாகப் பொறுக்கித் தட்டில் வைத்தாள்.

பிளந்து கிடந்த சீதாப்பழத்தை ஒரு கணம் பார்த்தாள். அதன் ஒரு பகுதியை எடுத்துக்கொண்டு ஜன்னலோரம் சென்று கட்டிலில் அமர்ந்தாள்.

"திருப்திதானேம்மா. அவ என்ன அப்சரஸ்ஸா, விட்டுத் தள்ளு. இந்தச் சம்மந்தம் வேணாம்ன்னு அபசகுனமான்னா நின்னே... இப்ப சந்தோஷம்தானே" என்று ஈஸ்வர் அவன் அம்மாவைப் பார்த்துக் கத்திக்கொண்டு எதையோ எடுத்து எறியும் சத்தம் கேட்டது. அவன் எறிந்த குடமோ குவளையோ எழுப்பிய சத்தம் கங்காவின் காதில் நாராசமாய் விழுந்தது.

பக்கத்து வீட்டின் மொட்டை மாடி விளிம்புகளிலிருந்து சிறு சிறு மின்விளக்குகள் கொண்ட சரங்கள் சரக்கொன்றை போலத் தொங்கிக்கொண்டிருந்தன. அது ஒவ்வொன்றும் மணப்பெண்ணின் சடையில் வைக்கப்படும், தைக்கப்படும் பூப்போலிருந்தன. பக்கத்து வீட்டுக்கும் புது மருமகள் வந்திருக்கிறாள் இன்று. அவள் இப்படி தனியே அமர்ந்திருக்க மாட்டாள். ஆனால் கங்காவுக்கு அப்படித் தனித்திருப்பது ஆசுவாசமாய் இருந்தது. அன்று காலையில் கொடியாளம் சேஷாத்ரி கல்யாண மண்டபத்தில் திருமணத்துக்குக் கட்டிய ஒன்பது கஜம் புடவையில் அவள் அம்சமாக இருப்பதாகச் சொன்ன கங்காவின் தோழி, "என்ன அதிசயம், பின்னாடி இறக்கம் வச்ச ஜாக்கெட் போட்டிருக்க, ஈஸ்வர்க்கு இப்படி ஜாக்கெட் கட் பிடிக்காதுன்னு சொல்லுவ" என்றபோது "சங்கருக்குப் பிடிக்கும்" என்றாள்.

சங்கர் கங்காவோடு பணிபுரியும் பையன் அவளுக்குத் தூரத்துச் சொந்தம் வேறு. அந்தக் கணினி மையத்தில் சேரும் வரை இருவருக்கும் தூரத்துச் சொந்தமென்று தெரியாது. ஸ்ரீரங்கம் தேவி தியேட்டரிலிருந்து புலி மண்டபம் வரும் சாலையில் இடது பக்கம் திரும்பும் முதல் வளைவில் கங்காவின் அம்மா வீடு இருந்தது. சங்கர் சொந்தமென்று தெரிந்ததும் அவன் கங்காவின் வீட்டுக்கு அடிக்கடி வந்துபோனான். கங்காவின் அம்மாகூடப் "பிடிச்சிதானே ஈஸ்வர்கூட நிச்சயம் பண்ண, அப்பறம் இந்தப் பையன் வீட்டுக்கு வந்துபோறான் நன்னாவா இருக்கு" என்று கங்காவைக் கடிந்துகொண்டாள். ஆனால் சங்கர் வரும்போது தொணதொணக்காமல் டிகிரி காப்பியும் டிபனும் கொடுத்து உபசரிப்பாள். திருச்சி தெப்பக்குளம் கடைத்தெருவிலிருந்து அவன் வாங்கிவரும் கொடிக்கால் முருங்கைக்காயும், பிஞ்சுப் புடலங்காயும், மஸ்கட் ரெட் மாதுளைப் பழமும் கங்காவின் அம்மாவுக்கு ரொம்பப் பிடிக்கும்.

ஜன்னல் வழியாகப் பக்கத்து வீட்டு வெளிவாசலில் தெரிந்த மந்தாரை மலர்களும் பச்சை இலைகளும் அதன்

எதிர்வீட்டு மாடியில் வைக்கப்பட்டிருந்த விளம்பரப் பலகையின் மெர்குரி விளக்குகளின் வெளிச்சத்தில் பார்க்க ஆபாசமாய்த் தெரிந்தன. இருள் எல்லாவற்றையும் எந்த அழகையும் நாசமாக்கிவிடுகிறது. முக்கியமாய் மனத்தின் இருள். மெர்குரி விளக்குகளின் பளீர் வெளிச்சத்தில் தெரிந்த விளம்பரப் பலகையில் இரண்டு குழந்தைகள். அவர்களின் முகத்தில் எவ்வளவு குதூகலம். அவ்வளவு குதூகலமாய் ஈஸ்வரோடு திரிந்த நாட்கள் இப்போது நினைவுக்கு வந்தது. சிறு வயதிலிருந்தே ஈஸ்வருக்கு கங்காவின்மீது கரிசனம் உண்டு. ஈஸ்வர் கங்காவின் தாய்மாமன் மகன். அவன் காக்கா கடி கடித்த ஆரஞ்சு மிட்டாய், கமர்கட், பாதி உடைத்த பிஸ்கெட் இப்படி எதையாவது வீட்டிலிருந்து அவளுக்காகக் கொண்டு வருவான். அவன் அப்பாவுக்கு அன்ன காமாட்சி அம்மன் கோயிலில் பூஜையும் செய்யும் வேலை. கங்காவின் அப்பாவுக்கு அந்த வேலைகூட இல்லை. கங்காவின் அம்மாவும் ஈஸ்வரின் அம்மாவும் முகம் கொடுத்துப் பேசிக்கொண்டதே இல்லை. பெரிய சண்டையெல்லாம் இல்லை வறியவர்க்கு வேறென்ன வயிறே அதில் தினம் மூன்று முறை எரியும் தீயே, வேண்டாத பிரச்சினைகளை வளர்த்துவிட்டுக்கொண்டிருந்தது. ஆனால் குழந்தை கங்காவும் அவளைவிட இரண்டே வயது மூத்த ஈஸ்வரும் குழந்தைகளாக ஒன்றாகத் திரிந்ததைப் பெரியவர்கள் சட்டை செய்யவில்லை.

ஈஸ்வரின் அப்பா அவனது பன்னிரண்டாவது வயதில் அகால மரணம் அடைந்தபோது, கங்காவின் அம்மா ஈஸ்வரும் அவன் அம்மாவும் கங்காவின் வீட்டுக்கு ஒருவேளை சாப்பாட்டுக்கு வந்தால்கூடப் பரிமாறும்போது “உன்னாத்துக் காரனும் புரோகிதம் கோயில்ன்னு நாலு காசு பார்த்தார். இந்த வளங்கெட்ட பிராமணன் மூணு பொண்ணுங்கள வைச்சுண்டு ஒண்ணுத்துக்கும் பிரயோஜனமில்ல. அஞ்சு ஜீவன் ஒருவேள சாப்பிடுறக்கு என்ன செய்யட்டும். . . எங்க போயி பிச்சை கேக்கட்டும். . . நீ ஆத்துல மதியம் சாப்பாட்டுக்கு ஆகும்படி கறிகாய் எதுவும் வச்சி இருக்கியோன்னோ. இல்லைன்னா இங்கிருந்து இரண்டு கையோடு எடுத்துண்டு போ” என்று பூடகமாய்ப் பேசுவாள். அதன் பின் “அவளோட இனி பேசப்படாது. மீறி பேசினே உன் காது அறுந்து போயிடும்” என்று அம்மா சொன்னதிலிருந்து பத்து வயது கங்காவுடன் பேச அவனுக்குப் பயமாக இருந்தது. கங்காவிடம் “அம்மா காது அறுந்து போகும்ன்னு சொன்னா” என்றபோது, “இவ்வளவு நாள் பேசினப்ப காது நன்னாதானே இருந்தது. அதெல்லாம் ஒண்ணும் ஆகாது” என்று கங்கா சொன்னாள். அதன்பின் வீட்டுக்குத் தெரியாமல் பேசுவது அவர்களுக்குப் பிடித்திருந்தது.

பத்தாவது முடித்த கையோடு அப்பாவின் புரோகிதம் ஈஸ்வர்க்கு வந்துவிட குழந்தைத்தனம் மாறாதவன் அன்ன காமாட்சிக்கு அன்னம் படைத்தான். எது நைவேத்தியமாகக் கிடைத்தாலும் அதை முதலில் கங்கா வீட்டில் கொடுத்தான். எது தட்டில் விழுந்தாலும் அதில் பாதியைத் தன் மாமியிடம் கொடுத்தான். அப்போதெல்லாம் வாயெல்லாம் பல்லாக "வாங்கோ மாப்பிள்ளை" என்று சொல்லும்போது கங்காவின் கன்னங்களில் குங்குமப்பூ மலர்ந்தது. தினம் அன்ன காமாட்சிக்குப் பத்தர்கள் வாங்கிவரும் வாசனை மலர்களை ஈஸ்வர் கங்காவின் அம்மாவிற்குப் பதிலாக கங்காவிடம் கொடுத்தது எந்த நாளிலிருந்து தொடங்கியது என்று யாருக்குமே நினைவில்லை. "படிக்க வசதியில்ல எப்படியாவது இந்த வருஷ பீஸ் கட்டிட்டா கங்கா கர சேர்ந்துடுவா. இவ அக்கா இரண்டு பேரும் படிக்காம தறுதலயா போயிடுத்துகள். என்ன பண்றது என் தலை எழுத்து இவளயும் நிப்பாட்டிட வேண்டியதுதான்" கண்ணீர் பொங்க கங்காவின் அம்மா பேசியபோது ஈஸ்வர் எங்கிருந்தோ கடன் வாங்கி பீஸ் கட்டிய அன்று கங்காவுக்கு ஈஸ்வரை கட்டிக்கொள்ள வேண்டுமென்று தோன்றியது. அவனுக்கு எதெல்லாம் பிடிக்குமோ அதை மட்டும்தான் செய்தாள். தினம் அவளைக் கல்லூரி பஸ்ஸில் ஏற்றிவிடக் காலை நேரப் பூஜையை முடித்துவிட்டு வந்து விடுவான். "பஸ்ஸில ஏறும்போது தாவணி முந்தானி பறக்குது பாரு. உள்மடிப்ப பின் பண்ணிக்க" என்பான். "சரி ஈஸு" என்று சிரித்துக்கொண்டே சொல்வாள். சாயுங்காலம் அவள் வரும் நேரம் கூட்டிக்கொண்டு போக வருவான். கல்லூரியிலிருந்து வீடு திரும்ப நேரமாகும்போது கல்லூரி அருகிலேயே வந்து விடுவான் ஈஸ்வர். "காலைல போட்ட பவுடரா இன்னும் பிரஷ்ஷா இருக்கு. அங்கே எதுவும் திரும்ப போட்டியா" என்று கேட்டு கங்கா முகம் வாடுவதைப் பார்த்தவுடன் "சாரி கண்ணு. இவ்வளவு நேரம் கழிச்சும் அம்பாள் மேல சாத்தின பூப்போல முகமிருக்கேன்னு சொன்னேன். அதுக்குப் போயி கோவிச்சிக்கிறேயே" என்றதும் சிரிப்பாள்.

"கண்மை வைக்காத, இவ்வளவு பவுடர் போடாத, நீயே ஏற்கெனவே குங்குமப்பூ போட்டு சுண்ட காச்சின பசும்பாலாட்டமா இருக்க. . . உனக்கெதுக்கு ஃபேர்னஸ் க்ரீம்? காசுக்குத் தண்டம். இப்படி தெனம் ஏதாவது தொண தொணக்கற ஈஸு என்றபோது பொறுத்துக்கொண்டாள். "ஏன் அப்படியெல்லாம் மினுக்கிட்டுப் போனா எவனாவது கிடைப்பான்னு பாக்கிறியா" என்றபோது சகித்துக்கொண்டாள். ஆனால் கல்லூரி நடன விழாவில் பரத நாட்டியம் ஆட வாய்ப்புக் கிடைத்தது. ஈஸ்வர் அதெல்லாம் கூடாது என்றபோது

முதன்முதலில் கங்காவுக்கு ஈஸ்வர்மேல் எரிச்சல் வந்தது. மறுபடி அதைப்பற்றிப் பேசியபோது இறுதியாக "நமக்கு எதுக்கு இந்த டான்ஸ் கீன்ஸ் எல்லாம்ன்னு சொல்றேன்... மறுபடி மறுபடி அதே சொல்ற! கொன்னுடுவேன் ராஸ்கல்" என்றபோது கங்காவுக்கு முதன்முதலாகப் பயமும் வந்தது. வீட்டிலேயே இரண்டு நாட்கள் அடைந்து கிடந்தாள். ஈஸ்வரைப் பார்க்கக்கூடப் பிடிக்கவில்லை. ஆனால் அந்தமுறை அவளை சமாதானப்படுத்தத்தான் முதன்முதலாய் முத்தம் கொடுத்தான் ஈஸ்வர். கூடவே "சாரி கங்கு இனிமே இப்படியெல்லாம் பேச மாட்டேன், உன்ன சந்தேகப்படற மாதிரி கேள்வி கேட்கறதோ நடந்துக்கறதோ மாட்டவே மாட்டேன்" என்றான். அன்று குடித்துவிட்டு வந்திருந்தான். ஆனால் அதன் பின்னும் பலமுறை "ஏன் அந்தப் பொண்ணோட சிரிச்சிப் பேசின, ஏன் இவ குடுத்த சங்குமாலைய வாங்கி போட்டுண்ட, பார்க்க குறத்திபோல இருக்கு" என்று அடிக்கடி சண்டையிட்டான். எப்போதெல்லாம் சண்டையிடுகிறானோ அப்போதெல்லாம் குடித்தான். "சாரி கங்கும்மா இனிமே உன்னை இப்படி பேச மாட்டேன்" என்பான். கங்காவின் அம்மா, "பண்ணற புரோகிதத்துக்கு நீங்க இப்படி குடிக்கிறதெல்லாம் நன்னா இல்ல மாப்பிள. கங்கா வாழ்க்கைய நினைச்சிப் பாருங்கோ" என்றாள். கொஞ்சநாள் ஒழுங்காக இருப்பான். அதன் பின்னர் மீண்டும் மாறுவான். இப்படியே போய்க்கொண்டிருந்தது. இனிச் சண்டை போட மாட்டேன் என்பான். சண்டை போட்டா சமாதானம் பண்ணச் செலவு நிறைய ஆறது என்றும் புலம்புவான். ஆனால் அவன் அப்படியேதான் இருந்தான்.

கல்லூரிப் படிப்பு முடிந்து கங்கா மெயின்கார்ட்கேட் அருகே *'Our Lady Lourdes Church'* அருகில் மலைக்கோட்டை நுழைவாயிலிருந்து மாரீஸ் கம்பிளக்ஸ் நோக்கி செல்லும் சாலையிலிருந்த *'First Choice'* கணினி மையத்துக்கு வேலைக்குப் போனாள். கணினி சார்ந்து படித்துக்கொண்டு கூடவே கணினி வகுப்புமெடுத்தாள். அங்கேதான் சங்கரும் வேலையில் இருந்தான். மதுரையிலிருந்து திருச்சிக்கு வந்து திருச்சி தெப்பக்குளத்தை ஒட்டியிருக்கும் ஆண்டார் தெருவில் சிறிய வீடெடுத்துத் தங்கியிருந்த சங்கர், கங்கா எடுக்க வேண்டிய வகுப்புகளைத் திட்டமிட்டுத் தரும் பொறுப்பில் இருந்தான். சங்கர் வாடிக்கையாளர்களிடம் இதமாகப் பேசுவதைப் பார்த்து, "நீங்க பேசறது அவா காதுக்கேனும் கேட்குதா ஒருவாட்டி கேட்டுப் பாருங்கோ" என்பாள் கங்கா. சங்கர் சிரித்துக்கொள்வான். அப்படி சின்னச் சின்னதாய்ப் பேசி, பின்னர் கிடைக்கும் நேரமெல்லாம் கதையளக்கத் தொடங்கினார்கள். பிறந்து வளர்ந்த கதை பேசும்போது இருவரும்

தூரத்துச் சொந்தமென்று தெரியவந்தது. சங்கர் ரொம்பச் சந்தோஷப்பட்டான். அவளுக்கு வரும் சந்தேகங்களைத் தீர்த்துக்கொண்டிருந்த ஒருநாள் "திருச்சி சென்டருக்குப் போய், சென்டர் மேனேஜரா இருங்கன்னு சொன்னப்ப, மதுரைய விட்டு ஏன்டா வரணும்ன்னு இருந்தது. இந்த இடத்துக்கு ஏன் வந்தேன்னு எனக்கு இப்பத்தான் புரியுது. நான் ஜாதகம் எல்லாம் பாக்கற வழக்கமில்ல, என்கிட்ட ஜாதகமே இல்ல உங்காத்துல அதெல்லாம் பாப்பால்ல?" என்று கேட்டபோது "*I am already committed*" என்றாள். சங்கர் அந்தப் பேச்சை அதோடு விட்டுவிட்டான். அவன் அப்படிக் கேட்டது கங்காவுக்கு மனத்தின் நீரோட்டத்தைக் கலக்கியது. அன்று வீட்டுக்கு வரும்போது பேருந்திலிருந்து ஏதோ நினைவில் புன்னகைத்தபடி இறங்கியவளைப் பார்த்து "யாரப் பார்த்து இளிச்சிண்டே வர?" என்ற ஈஸ்வர் பேருந்து நிலையத்தில் கேட்டபோது "இனி இப்படி பேசறதா இருந்தா நீங்க என்னை கூப்பிடவும் வர வேண்டாம்" என்றாள். விடுவிடுவென்று அவனை விட்டு விலகி நடந்து வீட்டுக்குப் போனாள்.

கங்கா முதல் பேட்ச்சை வெற்றிகரமாக முடித்ததும் அந்த மாணவர்களும் சங்கரும் சேர்ந்து மலைக்கோட்டை போகலாம் என்றார்கள். திருச்சி என்.எஸ்.பி. சாலையில் நடந்தபோது "இப்பெல்லாம் நீங்க ஏன் பூ வைச்சிட்டு வரதில்ல" என்று சங்கர் கேட்டான். "பூ வாசனை ஸ்டூடண்ட்ஸ் யாரையும் தொந்தரவு செய்யக் கூடாதுன்னு நினைச்சேன்" என்று பதிலளித்தாள் கங்கா. ஆனால் சில நாட்களாக ஈஸ்வர் கொண்டுவந்து வீட்டில் வைத்துவிட்டுப் போகும் பூவை அவள் வைத்துக்கொள்வதில்லை. கங்காவின் அம்மா "அதென்ன அழிச்சாட்டியம் அம்பாள்மேல சாத்தின பூவ சீந்தாம இருக்க" என்று கோபித்துக்கொண்டாலும் அவள் அதை எடுத்து வைத்துக்கொள்வதில்லை.

மலைக்கோட்டை மாணிக்க விநாயகர் கோயிலில் மாணவர்கள் எல்லோரும் முதலில் மேலே ஏற ஆரம்பித்திருந் தார்கள். சங்கரும் கங்காவும் சற்றுப் பின்னால் ஏறிக் கொண்டிருந்தார்கள். "இப்ப கோயிலுக்குத்தானே போறோம், அங்க பாருங்க அந்த அம்மா பாவம் காலில்லாதவங்க, பூ வித்துட்டிருக்காங்க. இரண்டு முழம் வாங்கவா?" என்றான். சங்கர் கொடுத்த மல்லிகைச் சரம் கங்காவின் தலைமுடியோடு அவ்வளவு பாந்தமாகப் பொருந்திப் போனது. தாயுமானவர் சந்நிதி ஏறும் முன்னர் வரும் சாரளம் அருகே வந்த காற்றை முகத்தில் ஏந்திக்கொண்டாள். அதன் வழியாகப் பார்த்தபோது தெப்பக் குளமும் லூர்து அன்னை கோயிலும் அன்று

வித்தியாசமான கோணத்தில் தெரிந்தன. தாயுமானவரை வலம்வந்த பின்னர் உச்சிப்பிள்ளையாரை நோக்கி நடக்கும் போது, சங்கர் கங்காவுக்குப் பல்லவச் சிற்பக் குகையில் கங்காதரன் சிலையைக் காட்டினான், “இதோ பார் ஆகாயத்தி லிருந்து நீ சிவனோட ஐக்கியமாகற சிலை கங்காதர ஸ்வரூபம்” என்றபோது கங்கா கன்னம் சிவக்கச் சிரித்தாள்.

இன்னொரு நாள் கணினி மையத்தில் பரபரப்பாக வேலை பார்த்துக்கொண்டிருந்தபோது சங்கர் “இவ்வளவு நாள் திருச்சில இருக்கியே, தினம் இந்த வழியா வரியே, லூர்து அன்னை தேவாலயம் போயிருக்கியோ?” என்றான். “அபச்சாரம் நம்மவா அங்கெல்லாம் போகலாமோ, நம்ம கோயிலுக்கு அவா வருவாளோ?” என்று சொன்னவள், சும்மா எப்படித்தான் இருக்கு என்று அவனோடு சேர்ந்து லூர்து அன்னை ஆலயத்துக்கு அடுத்த வாரத்தில் ஒருநாள் சென்றாள். அதன் பிரம்மாண்டம் அவளை ஆட்கொண்டது. “அப்பா இப்ப தோண்ற உணர்வ வார்த்தைய சொல்லவே முடியல, லூர்து மேரி, அன்னகாமாட்சி மார்டன் டிரஸ்ல இருக்கா போலிருக்கு.”

அங்கிருந்து சங்கர் வீட்டுக்கும் போனாள் கங்கா. அவளே சமைத்துக் கொடுத்தாள். சாப்பிட்டு அவன் அசந்து தூங்கிய நேரம் அவன் வீட்டை விட்டு வெளியே வந்த கங்காவின் முகத்தில் மோதிய தென்றல் அவளுக்கு என்னவோ புது சந்தோஷத்தைத் தந்தது. என்றைக்கும் இல்லாமல் அவளுக்குத் தெப்பக்குளத்தில் இறங்கிக் கால் நனைக்க வேண்டும் போலிருந்தது. குளத்தில் நீர் கலகலவென்று மகிழ்ந்து கிடந்தது. முதல் பாதம் நனைக்கும்போது அதன் குளிர்ச்சி வயிற்றை ஜில்லிடச் செய்தது. அப்படியே குளக்கரைப் படிக்கட்டில் அமர்ந்து காலிரண்டையும் குளத்துக்குள் விட்டாள். மீன்கள் பாதத்தில் கிச்சுகிச்சு மூட்டின. சங்கர் சொன்னதுபோல அந்த நேரத்துச் சந்தோஷம் முக்கியம் என்று நினைத்தாள். ஈஸ்வர் மனதுக்குள் வந்து கங்கா என்று கூப்பிட்டதுபோல இருந்தது. சடாரெனப் பயம் தொற்றிக்கொள்ள வெடவெடத்தாள். தெப்பக்குளத்தை விட்டு வெளியே வந்து வேகமாய் ஓடிப் பேருந்தில் அமர்ந்துகொண்டாள். அவளுக்குப் படபடப்பு அடங்க நேரமாயிற்று.

அதன் பிறகு ஈஸ்வர் வீட்டுக்கு வந்தால் அவனிடம் சரியாகப் பேசாமல் இருந்தாள். ஓரிரு வாரத்தில் ஒருநாள் இரவு வீட்டுக்கு வந்தவன் கங்காவின் காலைப் பிடித்துக்கொண்டு கெஞ்சத் தொடங்கினான். “கங்கு தப்பு பண்ணிட்டேன். என்னோட அம்பாள் நீ. அன்ன காமாட்சியும் நீயும் ஒண்ணு எனக்கு. நான் பேசினதெல்லாம் தப்புதான் இனி எப்போதும்

உன்ன எரிச்சல் படுத்த மாட்டேன்" என்றபோது "ஈஸ்வர் இனி என்னைத் தொந்தரவு பண்ணாத. இது சரி வராது. உனக்கு என்னவோ மனசுல இருட்டு, நான் அதுக்குச் சாக முடியாது. என்னை விட்டுடு. நான் எங்கயோ நல்லா இருந்துட்டுப் போறேன்" என்றாள். பட்டெனக் காலைவிட்ட ஈஸ்வர் ஒன்றுமே பேசாமல் தலைகுனிந்து அங்கிருந்து போய்விட்டான். அவன் அப்படி ஆடி அடங்கிப் போனதைப் பார்க்க கங்காவுக்குப் பாவமாகவும் அதேநேரம் நிம்மதியாகவும் இருந்தது.

கொஞ்சநாள் கழித்துத் திடீரென சங்கர், "நீ ஈஸ்வரைக் கல்யாணம் பண்ணிக்கிறதுதான் சரியா இருக்கும் அவன் பாவம் புரோகிதம் பண்றவன்" என்று சொன்னபோது கங்கா "ஈஸ்வர் உங்களைப் பார்த்தானோ?" என்று கேட்டாள். சங்கர் எந்தப் பதிலும் சொல்லவில்லை. பின்னர் அவனே பணிமாற்றம் கேட்டுச் சென்னைக்குச் சென்றுவிட்டான். அங்கிருந்து மென்பொருள் நிறுவனத்துக்கு மாறிவிட்டான் என்றும் கங்கா கேள்விப்பட்டாள். "ஹூம்ம்" என்று பெருமூச்செறிந்தாள், வெளியே தேவி டாக்கீஸ் சாலையில் விரைந்த வண்டி திடுமென்று அறையின் இருட்டை வெட்டிக் கொண்டு திடுக்கிட்டு ஓடியது சுயநினைவுக்குள் மீண்டாள்.

காலையில் "இந்தக் கொடியாலம் சத்திரத்துக்கு வரதுக்குக் காத்திண்டு இருந்ததுதான் குறச்சல், பத்து வயசுல இருந்து சுத்தனதானே... என்ன மிச்சமிருக்கும்? இவாத்துல மூணு பொண்ணு, அவ அம்மாக்காரிபோல இருந்தா மூணு என்ன முப்பது பொண்ண சுளுவா கட்டிக்கொடுத்துறலாம். வரவா எல்லோரையும் மாப்பிள்ளை மாப்பிள்ளைன்னு ஈஸிப்பா. முத ரெண்டையும்கூட முன்னமே வளச்சிப் போட்டுதான் கட்டிக் கொடுத்தா. மூணாவதா பொறந்து என் மகன் தலையில் ஏறிட்டு இருக்காளே. நான் தலப்பாடா அடிச்சிண்டேன். இவ வேலைக்குப் போன இடத்துல வேற கர்மம்... என் பேச்ச எங்க கேட்டான் தரித்திரம் பிடிச்சவன். அம்மாக்காரின்னா சூனியம் வைச்சிருக்கா, தட்டுல விழற பாதி காசு முன்னமே போயிண்டு இருந்தது. இப்ப என்ன ஆகுமோ தெரியல" என்று ஈஸ்வரின் அம்மா பேசியது கங்காவின் காதில் விழுந்தது. இப்போது யோசிக்கும்போது சிரிப்பு வந்தது. வெளியில் கேட் திறக்கும் தொனிலேயே தெரிந்தது, ஈஸ்வர் குடித்துவிட்டு வந்திருக்கிறான். "அவ வேண்டாமின்னு தலகீழா நின்னு சொன்னேன் கேட்டியா. இப்ப என்னாச்சி? முத ராத்திரி அன்னிக்கே இப்படி குடிச்சி சீரழியறத நான் பாக்கணுமா? பகவானே இன்னும் என்னை என்னவெல்லாம் சோதன பண்ண இருக்க" என்று ஈஸ்வரின் அம்மா அழிச்சாட்டியம் பண்ணத் தொடங்கினாள்.

“எல்லாம் உன்னாலதான். நீ ஒரு மூதேவி. உன் முகத்துல முழிச்சிட்டுப் போனாதால்தான் கங்காவ கல்யாணம் பண்ணியும் இப்ப ஒண்ணு முடியாம போயிடும்மோன்னு ஆயிடுத்து. பேசாத. கொன்னுடுவேன் உன்ன” என்று உளறினான் ஈஸ்வர்.

கதவை அவன் தட்டியும் கங்கா திறக்கக் கொஞ்சம் யோசித்தாள். பின்னர் விடாமல் அவன் கதவைத் தட்டிக் கொண்டிருந்தது சகிக்காமல் வந்து திறந்துவிட்டாள். தள்ளாடிய படி நடந்து உள்ளே வந்தான். விழப்போனவனை தாங்கிப் பிடித்துக் கட்டிலில் அமரவைத்தாள். பிழிந்து அழத் தொடங்கி னான் ஈஸ்வர். “அம்மா மண்டபம் ரோட்டுல அப்படியே நடந்தே போனேன். உடையார் மண்டபம் தாண்டி ஒரு ஆத்துல மஞ்சள் அரளி பூத்திருந்திருச்சி. அன்னிக்கி உன்னோட முத சம்பளம் வந்துச்சே அன்னிக்கி அம்பாளுக்குச் சாத்த கொடுத்த புடவையோடு இருந்த ரவிக்கைத் துணி அதே கலர். உன் முத சம்பளத்தில உனக்கு நீ வாங்கிட்ட புடவைக்குப் பொருத்தமா அவ்வளவு அம்சமா இருந்துச்சி அந்த ப்ளவுஸ் பிட். அவ்வளவு சகுன பொருத்தமின்னு நினைச்சேன். ஆனா அன்ன காமாட்சியே குடுத்த அந்த மஞ்சள் ரவிக்கைய பின் கழுத்தில் இறக்கம் வைத்து சினிமா நடிகைபோல தைச்சி போட்டுண்டே. ஏன் இப்படி தைச்சிருக்கன்னு கேட்டா ‘நீங்க ஏன் பழங்கால நடிகைபோல டிரெஸ் பண்றீங்கன்னு ஆபீஸ்ல கிண்டல் பண்றாங்கன்னு’ சொல்லி மழுப்பின. இன்னிக்கி காலல நீ உன் பிரண்ட்கூடப் பேசினதக் கேட்டேன்டி. அவனா போயிட்டான் எல்லாம் முடிஞ்சிடுச்சின்னு நினைச்சேன். சுபம் மங்களம்ன்னு நினைச்சேன். ஆனா இன்னும் எதுவும் முடியலடி உடம்பெல்லாம் எரியுது. அப்படியே காவேரில போய் முழுகிடலாமின்னு தோணுச்சி. போயிட்டேன். அப்படியே போயிருப்பேன். ஆனா நான் ஏன் போகணும்ன்னு பக்கத்துல பார்ல போய் நன்னா சாத்திட்டு வந்துட்டேன். உன்னை விட மாட்டேன்டி” என்று உளறிக்கொண்டிருந்த ஈஸ்வரைப் பார்க்கப் பரிதாபமாக இருந்தது. சீதாப் பழத்தின் மறுபாதியை அவனிடம் கொடுத்தாள். “சாப்பிடு காலல பேசிக்கலாம்” என்றாள். பின்னர் மௌனமாகச் சென்று கட்டிலில் படுத்துக்கொண்டாள். பின்னாலே வந்த ஈஸ்வர் “சாரி தங்கமே இனிமே இப்படி பண்ண மாட்டேன். நான் உன்னை முழுசா நம்பறேன்” என்றான்.

ஒருமுறை: 4–1

ஒருத்தி

‘நந்தகோபர் மகன் எங்கேதான் சென்றானோ?’

கண்ணனின் மீதான கோபத்தை யசோதை கடையும் தயிர்மேல் காட்டிக்கொண்டிருந்தாள். இவனால் வரும் தொல்லைகள் ஒன்றா இரண்டா? சிறு வயதுமுதல் எத்தனை சோதனைகள்? யாதவர் குலக்கொழுந்து இப்படியா இருக்கும்? ஏதோ இரண்டு மாட்டை மேய்த்தோம், பாலைப் பிரித்தோம் பண்ணையம் செய்தோமா என்றில்லாமல் ‘நாளொரு லீலை பொழுதொரு புகாரென்று’ இருக்கிறான். சிறு குழந்தையாக இருந்தபோது வெண்ணெய் திருடினான், தயிர்ப் பானையை உடைத்தான் என்ற பிரச்சினைகள், பருவ வயது வந்த பிறகோ இந்தப் பெண்ணுடன் திரிகிறான், அந்தப் பெண்ணைக் குழலிசைக்கு மயக்கினான் என்று பெரிய தகராறுகள். இவனைவிட வயது முதிர்ந்த ராதா வெட்கமற்றவள் இவனே கதி என்று திரிகிறாளாம். நப்பின்னைக்குச் சாமர்த்தியம் இல்லை. ஹூம் இவனை யாதவ குலமே தெய்வக் குழந்தை என்று போற்றுகிறது. எனக்கல்லவா தினம் மூச்சு நின்று நின்று திரும்புகிறது. இப்போது யாரோடு என்ன வம்பை இழுத்து வைத்துவிட்டு எங்கே ஓடி மறைந்திருக்கிறானோ? வரட்டும் அவன் தந்தை. . . இவனுக்கு உடனடியாகத் திருமணம்செய்து, பத்து மாடுகொண்ட கொட்டிலை ஒப்படைத்தால்தான் நிம்மதி என்று யோசித்துக்

கொண்டே மத்தை விறுவிறுவென்று சுழற்றினாள். வெண்ணெய் திரண்டுவரும் நேரம் அவளும் விடாமல் கடைந்துகொண்டிருந்தாள். வீட்டின் நுழைவாயிலில் விரியத் திறந்திருந்த மணிக்கதவத்தில் ஒரு சில மணிகளின் கிண்கிணி எழுந்தது. நந்தகோபரின் மேலங்கி எழுப்பிய லயம் அவர் கொஞ்சம் பரபரப்பாய் வருகிறார் என்பதை அவளுக்குக் கதவை நோக்கித் திரும்பாமலே தெரிவித்தது.

"யதோசா கேட்டாயா, உன் புதல்வன் மதுரா நகருக்குச் சென்று அரசன் கம்சனைக் கொன்றுவிட்டானாம்."

"அய்யோ நினைத்தேன். உங்கள் மகனின் நாயக குணத்துக்கு அளவே இல்லாமல் போய்விட்டது. அரசனைக் கொன்றால் மரண தண்டனையல்லவா கொடுப்பார்கள். அய்யோ நான் என்ன செய்வேன். ஒற்றைக் குழந்தையென அதிக செல்லம் கொடுத்துக்கூட வளர்க்கவில்லையே. சின்னஞ்சிறுவனாக இருக்கும்போது உரலில் கட்டி வைத்திருக்கிறேன். தவழும் அந்த வயதிலேயே உரலை உருட்டி உடைத்து இரண்டு அரக்கர்களைக் கொன்றுவிட்டவன்தானே அவன். ஆனால் அப்போதே அவன் கொலைக் குணம் கூடவே வளர்ந்திருக்கிறது. பாவம் பூதகி அவளும் இவனுக்கு ஆசையாய்ப் பாலூட்டத்தானே வந்தாள், அவளையும் அல்லவா கொன்றான். அது மட்டுமா த்ருணாவர்த்தன் வந்தபோது சூறாவளிக் காற்றால் ஆயர்பாடியே அல்லோகலப்பட்டது. அவனோ குழந்தையைத் தூக்கிக் கொண்டு வானுக்குப் பறந்துவிட்டான். நான் செத்தே போய் விட்டேன், ஆனால் இவனோ சில மணிநேரத்தில் அவனைக் கொன்று அவன் கீழே விழ அவன்மீது தவழ்ந்து விளையாடிக் கொண்டிருந்தான். என்னால் இவன் செய்த செயல்களை ஒன்றைக்கூட மறக்க முடியவில்லை. எல்லாமே துயர நினைவுகளாகவும் கொடூரமாகவும் மனத்தை வதைத்துக் கொண்டிருக்கின்றன. ஒவ்வொருவராகக் கொன்று இப்போது அரசனையா? கடவுளே என்ன செய்வேன். இனி எப்படி நம் மகனைப் பார்ப்பது?"

"கேள் யசோதே அவன் வசுதேவர் மனைவி தேவகி வயிற்றில் உதித்தவனாம். கம்சன் அவனைக் கொல்ல அனுப்பிய ஒவ்வொரு அரக்கர்களையும்தான் அவன் இதுவரை கொன்றானாம். த்ருணாவர்த்தனை நம் மகன் அழித்தபோதே மக்கள் அவனைத் தெய்வீகக் குழந்தையாக ஏற்றுக்கொண்டனர் அல்லவா, அது ஓரளவு உண்மைதான்போல. கொடும் அரக்க குணம்கொண்ட மன்னனைக் கொல்ல, விஷ்ணுவே தேவகி வசுதேவர் மகனாய் பிறந்திருக்கிறார். இப்போது அவன் மதுராவின் மன்னனாக முடிசூடப்போகிறான். அவன் குலம்

அதே ஆற்றில்   79

விருட்சினி குலம். இனி அவன் யாதவ குலத்தவன் இல்லை. அரச வம்சதாரியாகி விட்டான் அவன்."

"என் மகன் அரசனா?" ஒரு நிமிடம் பெருமிதம் அடைந்தாள். மறுகணமே அதை மறுத்தாள், "இருக்கவே இருக்காது அவன் அதற்கு ஒப்ப மாட்டான். நான் அவனை எளிமையில் எளியவனாக வளர்ந்தேன். வீட்டிலிருக்கும் சிறு சிறு வசதிகளுக்குக்கூட அவனைப் பழக்கவில்லையே. ஆடம்பரங்கள் அவனுக்குப் பிடிக்காது."

"அவன் நம் பிள்ளையில்லை யசோதா, நாம் அவனை வளர்த்தோம் அவ்வளவுதான். எனக்கு முன்னரே சந்தேக மிருந்தது, உனக்குப் பிறந்தது பெண் பிள்ளை என்று தாதி சொன்னாள், நீ மயக்கத்திலிருந்தாய், மறுநாள் உன்னருகே ஆண் குழந்தையிருந்தது, தாதியும் குழம்பித்தான் போனாள். எங்களுக்கே சந்தேகம் அதனால் உன்னிடம் சொல்லாமல் மறைத்துவிட்டோம்."

சலசலவென்று அருவி கொட்டுவதை நிறுத்திக் கொண்டால் நிலவும் அமைதி அந்தக் கூடத்தில் பரவியது. ஆழ் மௌனத்துக்குள் ஆழ்ந்துவிட்டாள் யசோதா. பொன்னாம் பெரிய தயிர்ப்பானை அப்படியே சரிந்து நுரைத்த வெண்ணெய்யோடு மோர், நதிபோல் ஓடி முற்றத்தை நனைத்தது. அவள் முகத்தில் அதிர்ச்சி மின்னல் வெட்டுகள்போலப் பரவியது. அங்கே உறைந்திருந்த மௌனத்தைக் கலைக்கக் கொடும் தென்றல் நந்தகோபனின் வீட்டு மணிக்கதவத்தை* ஆட்டி உள் நுழைந்து வீட்டின் நடு முற்றுத்துத் தார்ப்பாய்களை அசைத்துப் பின் முற்றத்துத் துளசியை வருத்தியாட்டியது. திருத்துழாய் மலர்கள் எல்லாம் கீழே விழுந்து தங்கள் துக்கத்தைத் தெரிவித்தன. யசோதையின் மௌனம் நந்தகோபரைப் பயம்கொள்ளச் செய்தது. குனிந்தபடி அமர்ந்திருந்த அவள் முகத்தை நிமிர்த்தினார் அவள் கண்களில் கண்ணீர் துளித்துளியாய் இறங்கிக்கொண்டிருந்தது. அதைத் துடைக்கக் கை நீட்டினார், தடுத்தவள் உக்கிரமாய் அவரைப் பார்த்தாள்.

"அப்படியென்றால் நமக்குப் பிறந்த மகள் எங்கே?"

"அது அது தெரியவில்லையே."

"சரி புறப்படுங்கள் போகலாம். தேவகியிடம் கேட்டு என் மகளைத் திரும்பப் பெறலாம். அவள் மகன் அவளிடம் சென்று விட்டான். என் மகள் எனக்கு உரியவள்தானே."

---

* மணிகள் பொருத்தப்பட்ட கதவு (மணிக்கதவம்), திருப்பாவையிலிருந்து எடுத்தாளப்பட்ட வார்த்தை

கண்ணனின் ஜாதகத்தைக் கணிக்கப் போனபோது ஜோதிடர் சொன்ன உண்மையை நந்தகோபரினால் அப்போது சொல்ல முடியவில்லை. பிள்ளையும் பிரிந்துசென்ற துக்கத்தில் இருப்பவளுக்கு மகள் இந்த மண்ணுலகில் இருக்க வாய்ப்பில்லை என்பதையும் சேர்த்துச் சொன்னால் அவளால் கண்டிப்பாகத் தாங்கியிருக்க முடியாது என்று நினைத்தார். யசோதா குழந்தைகள்மீது கொள்ளைப் பிரியம்கொண்டவள். தன் குழந்தைகளை மட்டுமல்ல ஆயர்பாடியின் அத்தனை குழந்தைகளையும் அவள் நேசித்தாள். சில நாட்கள் செல்லட்டும் அவளிடம் உண்மையைச் சொல்லிக்கொள்வோம் என்று நினைத்தார் நந்தகோபர். அவர் அங்கிருந்து தலைகுனிந்தபடி சென்றுகொண்டிருந்தார். கண்ணனோடு ரோகிணியின் மகன் பலராமனும் சென்றுவிட்டான் என்று சொன்னால் இன்னும் அதிர்ந்துவிடுவாள். ரோகிணிக்குப் பிறந்திருந்தாலும் பலராமனையும் சுபத்ரையையும் வளர்த்தது யசோதைதானே. குழந்தைகளைப் பார்த்தால் போதும், குதூகலமாகிவிடுவாள். அவளே கொஞ்சம் வளர்ந்துவிட்ட குழந்தைதானே. பாவம் அவளுக்குத்தான் தினம் மன அல்லாட்டம். கண்ணன் தெய்வக் குழந்தை என்று எல்லோரும் நம்பினாலும் பெற்ற வயிறு அதனை இன்றுவரை நம்பவில்லை. கண்ணன் மண்ணை உண்டு வாயினுள் பிரபஞ்சத்தையே காட்டியபோது அவளுக்குப் பிடித்த பித்து இன்றுவரை ஏதேனும் ஒருவிதத்தில் தொடரவே செய்கிறது என்று நினைத்துக்கொண்டே மெல்ல யசோதையை எட்டிப் பார்த்தார். அவள் இன்னும் எதையோ வெறித்துப் பார்த்துக்கொண்டிருந்தாள். தனக்குத் தானே பேசிக்கொண்டு பேய் பிடித்தவள்போல இருந்தாள். அவளைப் பார்க்க அவருக்குப் பாவமாக இருந்தது. ஆழி மழைக் கண்ணா நீயே உன் தாயைக் காக்க வேண்டும். கண்ணனும் யசோதையிடம் தன்னைப் பெற்ற அன்னை போலவே அன்போடு இருந்தான். எல்லோரும் சொல்வதைப் போல அவன் தெய்வக் குழந்தையாக இருந்தால் ஜோதிடக் கட்டங்கள் சொன்னதை அவன் அறிந்திருக்க மாட்டானா என்று நினைத்துக்கொண்டு நல்லதே நடக்குமென்று சொல்லியபடி சிறுவீடு* சென்று திரும்பிக்கொண்டிருந்த எருமைகளைக் கொட்டிலில் கட்ட விரைந்தார்.

எவ்வளவு நேரம்தான் அப்படியே கண்ணனின் படுக்கை யறையை வெறித்துக்கொண்டு அமர்ந்திருந்தாளோ அது யசோதைக்கே தெரியவில்லை. “ம்மா” என்று வெளியே

---

* மாடுகள் மாலையில் வந்தடையும் இடம் மாட்டுக் கொட்டில் போன்ற ஒன்று திருப்பாவையிலிருந்து எடுத்தாளப்பட்ட வார்த்தை

கண்ணனுக்குப் பிடித்த எருமையொன்று கத்தி அழைத்தது. பசு மாடுகளைவிட அவனுக்கு எருமைகளே பிடிக்கும். அவன் வண்ணமும் அதன் வண்ணமும் ஒன்றென்றே அவனுக்கு எருமைகளைப் பிடித்ததோ? நப்பின்னை நல்ல நிறத்தவள் அவளை அவனுக்கு முடிக்க வேண்டும் என்று சொல்லிய போதெல்லாம் 'அருகருகே சென்றால் இரவும் பகலும் போலிருப்போம் அம்மா என்று சொல்வான்' என்று யோசித்தவள் கண்ணில் கண்ணனின் படுக்கை பளீரென்று புலப்பட்டது. நல்ல தந்தத்தால் அலங்கார வேலைப்பாடுகள் செய்யப்பட்ட அந்தக் கட்டில் இந்த வீட்டுக்கு வந்த அன்றே ஏன் கொண்டுவந்தீர்கள் என்று ஆர்ப்பாட்டம் செய்தாள். கட்டிலோடு பல அழகு வேலைப்பாடுகள் உடைய பஞ்ச சயனத்தையும் கொண்டுவந்தார்களோ 'இது உன் மகன் கண்ணனுக்கோ? இது எங்கள் குல மன்னனுக்குச் செய்தது' என்று சொன்னபோதே அவள் முகத்தைத் திருப்பிக் கொண்டதை அவன் அறிந்திருந்தான். அதனால்தான் அவ்வளவு குளுமையும் நறுமணமும் பொருந்திய அந்தக் கட்டிலின் மெத்தை மேல் அவன் படுக்கவே இல்லை. ஏன் என்பது போல் அவனை வைத்த கண் வாங்காமல் பார்த்த அன்று 'அம்மா ஊர் அன்போடு கொடுத்தது வாங்கிக் கொண்டேன். உன் அன்பைப் போன்ற எளிமை பயில்கிறேன் என்றானே, அவனா நாட்டை ஆளும் ஆசைகொண்டு ஆளும் அரசனைக் கொன்றான்' என்று நினைத்தவளை மறுபடி அழைத்தது, கொட்டிலில் அப்போதுதான் அடைக்கப்பட்ட எருமையொன்று. எழுந்து செல்லும்போது 'அம்மா நான் இன்னும் குழந்தையென்று நினைத்துக் கட்டுப்படுத்துவது எனக்குப் பிடிக்கவில்லை' என்று சொன்னது நினைவுக்கு வந்து திடுக்கிட்டாள். அதுதான் முதல் பிணக்கு. ஆனால் நாளொரு வண்ணமும் பொழுதொரு பாவமுமாய்ப் பெருகிக் கொண்டேயல்லவா இருந்தது. கண்ணன் என்னை விட்டு விலகிக்கொண்டே போனது நாள்படச் சரியாகுமென்று நினைத்தது தவறோ மாயையோ "அய்யோ" என்று வாய்விட்டுச் சொல்லிக்கொண்டே கொட்டில் அருகே சென்றாள்.

பசுவொன்று தன் மையிட்ட கண்களால் அவளை நோக்கி அன்போடு பார்த்தது. அதன் கண்களில் நீர் வழிவதைப் பார்த்து யசோதைக்கும் கண்ணீர் வந்தது. அவள் அழுவதைப் பார்த்த பசு தன் கன்றைத் தட்டி அவளிடம் அனுப்பியது. அது துள்ளிக் குதித்துக்கொண்டு யசோதையின் அருகே வந்து விளையாட்டுக் காட்டியது. கன்றுக்குட்டி அவளைச் சுற்றிவந்தது. வேகமாய் ஓடித் தன் தாயின் மடியைச் சுவைத்து இழுத்தது. மறுபடி இவளருகே வந்து அவளை முட்டியது.

கன்று சுவைத்த காரணத்தாலோ என்னவோ பசுவிடமிருந்து பால் சுரந்து கொட்டியது. அந்தக் கொட்டிலின் செம்மையும் கருமையுமான மண் பால் கலந்து தன் நிறம் கொஞ்சம் மங்கியிருந்தது. கண்ணனைக் காணும்போதெல்லாம் அது தானே பால் சுரக்கும். அவன் இந்தப் பசுவைக் கண்டுகொள்ள மாட்டான். அவனுக்குத் தாய்மைமீது அவ்வளவு இளக்காரம். ஆனாலும் இந்தப் பசுவுக்கு அவன்மேல் என்னைப் போலவே அப்படியொரு அன்பு. இன்று அவனைக் காணாது தவிப்பது தான் மட்டுமல்ல என்று நினைத்தாள் யசோதை. மெல்ல வேறு பக்கம் பார்வையைத் திருப்பினாள். அங்கே பலவகை நிறங்களில் பூக்கும் கொடிகள் படர்ந்த வேலியில் இருந்து மாதவிப் பந்தல்* வரை இரண்டு சிறு பட்டாம்பூச்சிகள் பறந்துகொண்டிருந்தன. அவற்றைப் பார்க்கும்போதும் கண்ணனையும் பலராமனையும் பார்ப்பது போலிருந்தது. ரோகிணியின் மகன் கண்ணனைப் போலவே இருக்கிறான் என்று பலநாள் யசோதை ஆச்சரியப்பட்டிருக்கிறாள். ரோகிணி... அவளிடமும் ஏதோ மர்மம் உண்டு. பேதைபோலப் பிருந்தாவனம் வந்தாள், கணவன் வேறு மணம் புரிந்து கொண்டதாகச் சொல்லி நந்தகோபரிடம் அழுதாள். அவளுக்கு எங்கள் வீட்டருகேயே குடில் அமைத்துக் கொடுத்து அம்பரம்**, தண்ணீர், சோறு எல்லாவற்றிற்கும் நாங்களே ஆதாரமாக இருந்தோம்.

திடீரென ஒருநாள் விழித்து எழும்போது ஏழு மாதம் கர்ப்பமாக என் முன்னே வந்து நின்றாள். என்னவென்று கேட்டபோது ‘என்னை எதுவும் கேட்காதீர்கள்’ என்றாள். பாவம் தங்கைபோலப் பழகிவிட்டாள் என்று அவள் கர்ப்பம் வெளித் தெரியாமல் அவள் பிள்ளையை என் பிள்ளையாக்கிக் கொண்டேன், நான் பெற்ற பிள்ளையைவிட ரோகிணி நந்தன் எனக்கு ஆறுதலாய் இருந்தான். கண்ணன் பலமுறை என்மீது கோபமுறும் போதெல்லாம் அவன்தான் வாக்குவாதத்தைத் திசைதிருப்புவான். இப்போது அவன் எங்கே? அவன் எப்போதுமே கண்ணனைப் பிரிந்ததே இல்லை. அவன் இருப்பதால்தான் கண்ணனை எந்த ஆபத்தும் நெருங்காதிருக்கிறது. அவனே இவனைக் காக்கிறான் என்று எப்போதும் நினைப்பேன். தெய்வமே, இப்போது கண்ணனோடு அவனும் சென்றிருக்கக் கூடாது என்று நினைத்தபடி வேகவேகமாய் நந்தகோபரிடம் சென்றாள் யசோதை.

“பலராமன் கண்ணனோடு செல்லவில்லைதானே?”

---

* முல்லைப் போன்ற ஒரு மலர் படர்ந்த பந்தல் (மாதவி பந்தல்)

** ஆடை (அம்பரம்) , திருப்பாவையிலிருந்து எடுத்தாளப்பட்ட வார்த்தைகள்

மாட்டுக்கொட்டிலில் சாணத்தை அள்ளிச் சுத்தம்செய்து வேலைகளைப் பார்த்துக்கொண்டிருந்த நந்தகோபர் தன்னுடைய வேலையின் மீது கவனம் கொண்டவர்போலக் காட்டிக்கொள்ள நினைத்தார். தலையை நிமிர்த்தாமல் "அவனும் அவன் தாயும் கண்ணனோடு சென்றதாக ஊரில் பார்த்தவர்கள் சொன்னார்கள்" என்றார். அப்போது பாம்பொன்று கொட்டிலின் சனிமூலையின் உள்ளே நுழைவதைப் பார்த்த லட்சுமிப் பசுதான் முதலில் குரல் எழுப்பியது. அதைப் பார்த்த நந்தகோபர் அதை விரட்ட முனையும் முன்னே அய்யோ யசோதை அதைப் பார்க்கக் கூடாதே என்று கடவுளை வேண்டிக்கொண்டார். அதற்குள் அவள் பார்த்துவிட்டு விதிர்த்துப்போய்த் தலைசுற்றி அமர்ந்துகொண்டாள். 'அம்மா எனக்கு ஒன்றும் ஆகாது, நான் இன்னும் சிறு குழந்தையல்ல. நீங்கள் இப்படிக் கவலைப்பட்டால்தான் எனக்கு மனம், உடல் எல்லாம் சோர்வாகிறது' என்றதை நினைத்து நடுங்கினாள். அந்தப் பாம்பை விரட்டிவிட்டு வந்த நந்தகோபர் யசோதையின் பித்து முத்திய அன்றும் அதற்கு மறுநாளும் நள்ளரவில் அவள் திடுக்கிட்டு எழுந்ததை நினைத்துப்பார்த்தார். அன்று அவள் கனவுகளில் தொடர்ந்து ஆயிரம் தலை நாகங்கள் வருவதாகவும் அது கண்ணனை முழுவதும் விழுங்கி மெல்லச் செரிப்பதாகவும் சொன்னாள். அன்று ஒருநாள் மட்டுமல்ல, அடுத்தடுத்து வந்த பல நாட்களும் அவள் அரைத் தூக்கமே தூங்கினாள். பாம்பை விரட்டும் பச்சிலையால் வீட்டுக்குத் தோரணவாயில்* அமைத்தாள். 'காளிங்கனின் கொடும் விஷம் பரவி ஊரே அழிந்துபோக இருந்தது. ஊரைக் காப்பாற்றத்தானே காளிங்க நர்த்தனம்' என்று கண்ணன் சொல்லும்போதிலும் 'ஊரிலிருக்கும் பிற பிள்ளைகளுக்கு இல்லாத அக்கறை உனக்கு மட்டும் ஏன்' என்றே கோபித்தாள். பலராமன்தான் அவளுக்கு எப்போதும் துணைக்கு வருவான். அவனுக்கும் கண்ணனுக்கு ஆபத்தென்றால் கொஞ்சமும் பொறுக்காது. அதேபோலத்தான் கோவர்தன மலையைத் தூக்கிய அந்த ஒற்றை விரல் கெட்டித்துப் போனபோது படாத பாடுபட்டாள். அதன் பின்னர் கண்ணனுக்குக் கட்டுப்பாடுகள் பல விதித்தாள். தன் அன்பால் அவனை மிரட்டினாள். கண்ணனுக்கு ஊர்நலம் தாயின் மனநலம் ஆகிய இரண்டில் தன்னை நாயகனாய் நிறுத்திக்கொள்ள எது தடையோ அதை உடைக்க எதுவும் செய்யத் துணிந்தான். அவன்மேல் எந்தத் தவறுமில்லை

* அலங்கார தோரணங்கள் அல்லது அலங்கார வளைவு வேலைபாடு செய்யப்பட்ட நுழைவாயில் (தோரணவாயில்), திருப்பாவையிலிருந்து எடுத்தாளப்பட்ட வார்த்தை

என்று நினைத்துக்கொண்டே வெற்றிலைக் காம்பொன்றை ஒடித்து யசோதையின் வாயில் இட்டார் நந்தகோபர். வெற்றிலையைக் கசக்கி நுகரக் கொடுத்தார். கண் விழித்தவள் உடனடியாக மதுரா செல்ல வேண்டுமென்று அடம்பிடிக்கத் தொடங்கினாள்.

"அங்கே நாம் போனால் அரசவையில் தகுந்த மரியாதை கிடைக்குமா?"

"நாம் தேவகியைச் சந்திப்போம். எனக்கு கண்ணன் வேண்டாம், என் மகளைக் கொடுங்கள் என்று கேட்போம்."

"மகள்..."

"சொல்லுங்கள் மகளைப் பற்றி உங்களுக்குத் தெரியுமா? எப்போதாவது சென்று பார்த்தீர்களா? அவள் பெயர் என்ன? இப்போது அவளுக்குத் திருமண வயதாகியிருக்கும்? ஒருவேளை அவளுக்குத் திருமணம் செய்துவைத்திருப்பார்களோ? அப்போது கூட நம்மை அழைக்க அவர்களுக்குத் தோன்றவில்லை."

"மகள் அவர்களிடம் இல்லை."

"என்ன சொல்கிறீர்கள், அங்கே இல்லை என்றால் எங்கே?"

"எனக்கு விபரமாகத் தெரியவில்லை. கண்ணன் வருவான் அமைதியாக இரு. கண்ணன் அவனோடு பலராமனும்..."

"எனக்கு மகன்கள் வேண்டாம், சுபத்திரை எவ்வளவு அழகு, பெண்தான் பொக்கிஷம். எனக்கு என் மகள் வேண்டும்."

"இல்லை யசோதா அவள் அரசவையில் வளர்ந்தவள்."

"இருக்கட்டுமே, நம் வீட்டுக்கு என்ன குறைச்சல்? அதுதான் ஏற்கெனவே இங்கே ஒரு நாயகன் இருந்ததால் ஆயர்பாடியிலேயே அவனுக்கு எல்லா ராஜ சௌகரியங்களையும் செய்து வைத்திருக்கிறார்களே."

"அவர்களுக்கு இப்போது அவள் எங்கே இருக்கிறாள் என்று தெரிய வாய்ப்பில்லை."

"நீங்கள் என்னை ஏன் குழப்புகிறீர்கள்? முன்னுக்குப் பின் ஏன் பேச வேண்டும். நீங்கள் அழைத்துச் செல்வீர்களா? நானாக வாயிற்காவலனை அழைத்துக்கொண்டு தேரில் புறப்படட்டுமா?"

மதுரா நகரை நோக்கிவைத்த ஒவ்வொரு அடியும் யசோதைக்கு அடிவயிறு வரை பயத்தைப் பரப்பியது. அங்கே

அதே ஆற்றில் 85

அசைந்துகொண்டிருந்த பதாகை அவளை 'எங்கள் அரசன் கண்ணன் இருக்கும் நகருக்கு அவனுக்கு நெருக்கடி கொடுக்க வருகிறாயா, உன்னை என்ன செய்கிறேன் பார் பார், என்று படபடப்பதுபோல அவளுக்குத் தோன்றியது. அந்த நகரின் நேர்த்தி அவளுக்கு அசூசையையைக் கொடுத்தது. வீட்டிலிருக்கும்போது கிடைக்கும் நிம்மதியும் பாதுகாப்பும் அங்கே குதிரை, யானைகள் வாலில் குடியேறி ஆடி அசைந்து கொண்டிருந்தன. நகர மக்கள் எல்லோரும் அவளையும் நந்தகோபரையும் விசித்திரமாய்ப் பார்ப்பது போலிருந்தது. அவர்களின் நவநாகரீகம் கண்டு இந்த மக்களை எல்லோரையுமா என் மகன் கண்ணன் ஆட்சிசெய்கிறான் என்று நொடி நேர வியப்புத் தோன்றியது. அவள் முகத்தில் பெருமிதத்திற்கான குறிப்புகள் சில தோன்றின, அவனைப் போய்ப் பார்க்கலாமா என்று மாத்திரை அளவு நினைத்தாள். உடனடியாக 'நீங்கள் அன்பென்ற ஆயுதம் கொண்டு என்னை வீட்டோடு கட்டப் பார்க்கிறீர்கள். ஞாபகம் இருக்கிறதா அம்மா, சிறு வயதில் என்னைக் கட்டிப்போட எப்போதும் பிடி அளவு கயிறு குறைவாக இருக்குமே நீங்கள் அழுது புலம்பும்போது தாள முடியாமல் நான்தான் விட்டுக் கொடுப்பேன். அக்கறை என்ற பெயரில் செலுத்தும் பிடிவாத அன்பும் நோய்தான் அம்மா' என்று சொன்னது நினைவுக்கு வந்தது. மகளென்றால் இப்படி எடுத்தெறிந்து பேச மாட்டாள். தேவகியிடம் போய் மகளைப் பற்றித் தெரிந்துகொண்டு உடனடியாக ஊர் திரும்புவோம் மகளைக் கண்டடைவோம். பெண் அதுவும் என் ரத்தம் அவள் என்னை பூப்போலத் தாங்குவாள் என்றெல்லாம் யசோதை எண்ணிக்கொண்டு இருக்கும்போது தேவகியும் வசுதேவரும் இருக்கும் மாளிகையின் அருகில் தேர் நின்றது. மாளிகையின் வெண்பளிங்குத் தூண்களில் அவர்களது உருவம் எதிரொளித்தது. அந்தத் தூண்கள், வெண்பளிங்குத் தரைகள், மாடங்கள் அவற்றின் மேல் செய்யப்பட்ட அலங்காரங்கள் எல்லாம் அவர்களைக் கேலிசெய்வது போலிருந்தது. தகுந்தாற்போல் அங்கிருந்த வாயில்காப்போன் அவர்களை உள்ளே விடவில்லை.

"ஏய் வாயில் காப்போனே கண்ணனுக்கு நீ இப்படி சொல்வது தெரிந்தால் உன்னை வேலையிலிருந்தே நீக்கி விடுவான்."

"மன்னர் பெயரை இப்படி ஏக வசனத்தில் பேசுவதற்கே நான் உங்களைக் கைதுசெய்து மன்னர் முன் நிறுத்த முடியும்."

அதைக் கேட்டதும் யசோதை சட்டென ஆழ்மௌனத்துக் குள் போனாள். நந்தகோபர் வாயில் காப்போனிடம் கெஞ்சிக்

கொண்டிருந்தார். பிரக்ஞை மீண்ட யசோதை "நம் மகன் அவன் என்று வாயில் காவலனுக்குக்கூடத் தெரியவில்லை. அவன் பிஞ்சுக் கால்கள் உதைத்தபோது வலிக்கவில்லை, சிறிது வளர்ந்த உடன் பல ஆபத்துகளைச் சந்தித்தான். என் மகனுக்கு மட்டும் ஏன் இப்படி என்று நினைத்தபோதும் வலிக்கவில்லை, ஆயர்பாடியின் நாயகனாய் ஆனபோது கொடுத்த விலையும் அதிகம்; கிடைத்த வலியும் அதிகம். நம்மிடம் சொல்லிக் கொள்ளாமலே இங்கே வந்து மன்னனும் ஆகிவிட்டான். பிரிவுகூடப் பெரிய வலியில்லை நந்தகோபரே, எதுவுமே நமக்கு வலியில்லை நந்தகோபரே, இப்போது இது இதைவிடவும் அதிகமானது நமக்கு விதிக்கப்பட்டுள்ளது. காவலனே கைது செய்வாய் எம்மை. கொண்டுசெல் உன் மன்னனிடம் நானே கேட்கிறேன். அவன் உண்டு செரித்த ஆயர்பாடி பால்சோற்றின் மீச்சம் மீதி ஏதேனும் அவன் உடலோடும் ரத்தத்தில் உண்டா. அவன் மூச்சுக் காற்றில் ஆயர்பாடியின் வாசனை சிறுபங்கேனும் தங்கியிருக்கிறதா என்று நானே கேட்கிறேன் கொண்டுபோ" அணங்குற்றவள்போலக் கத்தினாள். அவள் குரல் மாளிகையில் என்று மூலை முடுக்கெல்லாம் பரவியது. ஓடோடி வந்தாள் ரோகிணி, கூடவே தேவகியும்.

"யசோதை தாயே... வர வேண்டும். வர வேண்டும். நாங்களே வந்து உங்களை இங்கே முறைப்படி அழைத்துக்கொண்டு வரவிருந்தோம். உங்களுக்கான மாளிகைகள் தயார் ஆகிக் கொண்டிருக்கின்றன. அதன் பின்னர் வர வேண்டுமென்றுதான் நினைத்தோம். அதற்குள் இங்கே புதிய புதிய பிரச்சினைகள்" என்றாள் தேவகி.

"மாளிகையா அது எங்கள் மாட்டுக் கொட்டிலுக்குச் சமம் ஆகுமா? உங்கள் மன்னருக்கு எங்கள் நினைவெல்லாம்கூட உண்டோ?"

"யசோதே அவன் இப்போது மன்னன். அவருக்கு ஆயிரம் வேலைகள் இருக்குமல்லவா" என்றார் நந்தகோபர்.

"ஆமாம், ஆமாம் அவனுக்கு எவ்வளவோ வேலையிருக்கும், ஆயர்பாடியில் அந்தச் சிறு குடி நாயகனாய் இருந்தபோது கை கொள்ள முடியாது அவனை."

"கோபமாய் இருக்கிறீர்கள் போலும், கண்ணனைக் காணுங்கள் மனம் ஆறிவிடும்" என்றாள் ரோகிணி.

"கண்ணனா யார் அவன்? பிருந்தாவனத்திலிருந்து சொல்லாமல் வந்தவன்தானே, துக்க வீட்டில்கூடக் கிளம்பும் சமிக்ஞையை வீட்டார்க்குப் புரியச்செய்துவிட்டலல்லவா சொல்வோம்."

"அவன் விஷ்ணுவின் அவதாரம், அவனுக்கு அரக்கனை அழிக்கும் நேரம் எட்டியது புறப்பட்டுவிட்டான். சொல்ல அவகாசம் இருந்திருக்காது. மற்றபடி நீங்கள் வளர்த்த பிள்ளை யல்லவா, அவன் சொக்கத் தங்கம். அவனும் குற்றவுணர்வுடன் தான் இருக்கிறான்" என்றாள் தேவகி.

"தெரியும் தெரியும். சரி சொல்லுங்கள் எங்கள் மகளை எடுத்துக்கொண்டு உங்கள் மகனை என்னிடம் சேர்க்கக் காரணமென்ன ?"

"பெற்ற எனக்கு அவனை உயிரோடு வைத்திருக்கும் கொடுப்பினை இல்லாமல் இருந்ததால் உங்கள் மகள் இருக்க வேண்டிய இடத்தில் யசோதனை நந்தனை வைத்தோம்."

"ஆஹா நல்ல ஜாலம்தான். உங்கள் மகனை நல்லபடி வளர்த்துவிட்டோம் அவனும் சேருமிடம் சேர்ந்துவிட்டான்."

"அதற்கு எத்தனை ஜென்மம் எடுத்தாலும் என்னால் நன்றிக் கடன் தீர்க்க முடியதம்மா. வணங்கி நிற்கிறேன்."

"என் மகள் ?"

"அவள் வைஷ்ணவ தேவியாக இமயமலையில் இருக்கிறாள்."

"என்ன சாமியார் ஆகிவிட்டாளா ? உங்கள் மகளென்றால் விட்டிருப்பீர்களா ?"

"இல்லை. அவன் எப்படி விஷ்ணுவின் அவதாரமோ அவள் துர்க்கையின் அவதாரம் தெய்வமாகிவிட்டாள்."

"தெய்வமாகிவிட்டாளா ? அப்படி என்றால், அப்படி என்றால் என் மகளைக் கொன்றுவிட்டீர்களா பாவிகளா..." யசோதையின் அலறலைக் கேட்டு மதுரா நகரே நடுங்கியது.

"இல்லை இல்லை யசோதை. அவளைக் கொல்ல என் அண்ணன் கையை உயர்த்தியபோதே அவள் விண்ணில் பறந்து மாயா வடிவம்கொண்டாள். நான் துர்க்கையடா அரக்க கம்சனே உன்னைக் கொல்ல என் அண்ணன் யமுனைக்கு அக்கரையில் நீ நெருக்கவே முடியாத வண்ணம் வளர்வான். அவனே உன்னை நிச்சயம் கொல்வான் என்று ஒலித்தாள். அவள் ஒளி வடிவு சென்ற திசையைத் தொடர்ந்தவர்கள் அவள் இமயமலையில் வைஷ்ணவ தேவியாகக் கோயில் கொண்டுள்ளதாகச் சொன்னார்கள். வேண்டியவருக்கு வேண்டிய வரம் தருபவள்...."

"உன் அண்ணன் அரக்கன். என் குழந்தையைக் கொல்லக் கையை உயர்த்தினான், அவள் மாயா வடிவம் கொண்டாள்,

அப்படியென்றால் அவன் கொன்றுவிடுவான் என்று தெரிந்தே தானே என் பிள்ளை பிஞ்சுச் செல்லத்தைக் கொண்டுவந்தீர்கள். இரக்கமற்ற பதர்களே நீங்கள் எல்லோரும் அரக்கர்கள்தான்."

"யசோதே..."

"நீங்கள் சும்மா இருங்கள். நம் பிள்ளை என்று நினைத்தவன் என்னைக் கொல்லாமல் கொன்று இங்கே வந்துவிட்டான். என் வயிற்றில் சுமந்து பெற்ற பெண் பிள்ளையை இவர்கள் கொல்லத் துணிந்து திருடிக்கொண்டு வந்துள்ளார்கள். இது எங்கேயுமே நடக்காத அநீதி. எங்கே இந்நாட்டின் மன்னன்?"

"அம்மா."

குரல் கேட்டவள் நிமிட நேரம் நெகிழ்ந்தாள். வயிறு குழைந்தது. மனம் நிறைந்தது. கண்கள் தளும்பியது. பின்னாலிருந்து அழைத்த குரலுக்கு அவள் திரும்பிக்கூடப் பார்க்கவில்லை. "யசோதே உன் கண்ணன் வந்திருக்கிறான், திரும்பிப் பார்... மன்னாதி மன்னன்போல எவ்வளவு கம்பீரமாய் இருக்கிறான் பார்..." யசோதை திரும்பாமல் விறுவிறுவென்று சென்று தேரில் அமர்ந்தாள். "தேரோட்டி அய்யா, இங்கிருந்து புயலை மிஞ்சிய வேகத்தில் கிளம்புங்கள். என் அன்பு அவனைக் கோழையாக்குகிறது என்று வாயாடிய உங்கள் அரசன் வீரனாய் என் அன்பற்றவனாய் இங்கேயே இருக்கட்டும். என் அன்பை; தாய்மையைப் பகிர, கொட்டில் நிறைய வள்ளல் பெரும் பசுக்களும், மாதவிப் பந்தலும், அதன்மேல் பறக்கும் பட்டாம்பூச்சிகளும், சிலம்பும்* புள்ளினங்களும், மொத்த வீடும், கொட்டுக்கால் கட்டிலும்**, அடுக்களைப் பாத்திரங்களும் உண்டு. அவை போதும் எனக்கு."

---

* பறவைகள் ஒலி எழுப்புவதை குறிக்கும் சொல்'
** யானை தந்தத்தால் செய்யப்பட்ட படுக்கை. திருப்பாவையிலிருந்து எடுத்தாளப்பட்ட வார்த்தைகள்

அதே ஆற்றில்

இரண்டாம் முறை: 4–2

இன்னொருத்தி

"உங்கள் மரபணு சோதனை முடிவுகள் வந்துவிட்டன. நேரில் வர முடியுமா?"

இந்தக் குறுந்தகவலைப் பார்த்த கிருஷ்ணா வுக்குப் பயம் தொற்றிக்கொண்டது. வேலையில் கவனம் செலுத்த முடியவில்லை. எழுந்து சுற்றும் முற்றும் பார்த்தான். பரந்து விரிந்த அந்தத் தளத்தில் பணிசெய்யத் தேவைப்படும் மேசை நாற்காலி, தடுப்புகள் குறிப்பிட்ட இடைவெளியில் இருந்தன. அவை தனித்தனி அறைகள்போல ஏழடி உயரமான மரப்பலகையால் தடுக்கப்பட்டு அமைக்கப்பட்டிருந்தன. கண்ணுக்கு இதமான வண்ணத்தில் அந்தத் தடுப்புகள் திரும்பிய பக்கமெல்லாம் இருப்பதைப் பார்த்த கிருஷ்ணா ஒரு நிமிடம் மன அமைதியுற்றான். என்னவாக இருக்கும்? அம்மாவுக்கு எதுவும் பிரச்சினையா, அப்பாவின் மரபணுவில் ஏதும் கோளாறா? நிறுவனத்தின் ஒப்பந்தப்படி மிகத் தீவிரமான வியாதி பரம்பரைவழி வருமென்றால் மட்டுமே உங்களுக்கு எச்சரிக்கை அனுப்பப்படும் என்று இருந்தது நினைவு வந்து இன்னமும் பகீரென்று இருந்தது. இவர்களுக்குப் பிள்ளையாகப் பிறந்த காரணத்தில் என்னைப் பாதிக்க இருக்கும் அந்தத் தீவிரப் பிரச்சினை என்னவாக இருக்கும்? தீர்க்க முடியாத வியாதியாக இருக்குமோ? அப்படியெதுவும் இருந்துவிட்டால் எனக்குப் பிறகு குடும்பத்தை, கிராமத்தை அதன் நலனை யார் பார்ப்பார்கள்?

மெள்ளத் தன் பகுப்பிலிருந்து வெளியே வந்தான். அந்தத் தளத்தில் அவனுடைய கல்லூரியைச் சார்ந்த மாணவர்கள் இன்னும் சிலர் மிகக் கவனமாகத் தங்கள் அலுவலில் ஈடுபட்டிருந்தார்கள். கிருஷ்ணாவைப் போலவே அந்த நிறுவனத்தில் பணி நியமனம் பெறுவதில் அவர்களும் தீவிரமாக இருந்தார்கள். அவர்களுக்கெல்லாம் எப்படியோ, அவனுக்கு இந்த வேலை மிக அவசியம். குடும்பக் கடன், படிக்க வேண்டி வாங்கிய கடன் எல்லாவற்றையும் விரைவில் அடைக்க வேண்டும். அவன் கரம் பிடிக்கக் காத்திருக்கும் தாய்மாமன் மகளை மணக்க வேண்டும். அவன் முன்னேற்றத்தை நம்பி, படிப்பில் முதலீடு செய்திருக்கும் சுற்றம் எல்லோருக்கும் அவன் ஒருவன்தானே பொறுப்பு. நினைவுகள் தலையில் சுழன்று கொண்டிருக்க, அந்த வரவேற்பறையைத் தாண்டித் தளத்தின் வெளியே வந்தான். கீழ்த்தளம் வந்ததும் காஃப்டீரியாவில் ஒரு கோப்பை காபியை எடுத்துக்கொண்டு பக்கவாட்டிலிருந்த திறந்தவெளிக்குச் சென்றான்.

அந்த இடத்தின் பசுந்தரை அவன் கண்களுக்கு இதமாக இருந்தது. ஆங்காங்கே கல்நாற்காலிகளும் மேசைகளும் கலையம்சத்தோடு அமைத்துவைக்கப்பட்டிருந்தன. நிஜ மரங்களின் அடியில் அவை அமைக்கப்பட்டிருந்தன. அதில் ஒன்றில் அமர்ந்தவன் கைப்பேசியில் மருத்துவரிடமிருந்து வந்த தகவலை மறுபடி வாசித்தான். “எப்போது வரலாம்?” என்று பதில் அனுப்பினான். உடனடியாக ‘இன்று உங்கள் அலுவலகத்தில்தான் இருக்கிறேன். சிக் பே அருகே நான்கு மணிக்குள் வரலாம்’ என்று பதில் வந்தது. பணியாளர்கள் எவருக்கும் ஏதேனும் பிரச்சினை என்றால் அலுவலகத்தின் எட்டாம் தளத்தில் சில அறைகள் ஓய்வெடுக்க வசதியாக அமைக்கப்பட்டிருந்தது. அங்கே மருத்துவர் அறையும் உண்டு. மருத்துவர் இரு வாரத்துக்கு ஒருமுறை வருவார். மிக அவசிய மென்றால் அழைக்கும்போதும் அவர் வருவார். இன்று அவர் வந்திருப்பது கிருஷ்ணாவின் நல்ல நேரமா, கெட்ட நேரமா என்பது கடவுள் போட்டுவைத்த புதிர். ‘உடனடியாக வருகிறேன்’ என்று பதில் அனுப்பிவிட்டு அந்த எட்டாம் தளத்தை அடைந்தான்.

மருத்துவர் அறையின் வெளியே பச்சை விளக்கு உள்ளே யாருமில்லை என்று சொல்லி ஒளிர்ந்துகொண்டிருந்தது. கதவை மெள்ளத் தட்டிவிட்டு அறையுள் நுழைந்தான். ஒல்லியாக ஆறடி உயரத்துக்குப் பளீரென இருந்த டாக்டர் அவனைப் பார்த்துப் புன்னகைத்தார். அவரது வசீகரமான தோற்றத்தைப் பார்த்தவுடன் தனக்கிருந்த பயமெல்லாம் சில நொடிகள் விலகி ஓடுவதுபோலத் தோன்றியது.

“நான் கிருஷ்ணா. உங்களுக்கு இப்போது தகவல் அனுப்பினேன்.”

“உங்கள் தாயார் பெயர் யசோதா. தகப்பனார் நந்தகோபால்.”

“ஆம். சரிதான்.”

“ஹூம் கிருஷ்ணா உங்களுக்கு ஒரு தகவல் சொல்ல வேண்டும். பிற மருத்துவர்கள்போல என்னால் சுற்றிவளைத் தெல்லாம் பேச முடியாது.”

“டாக்டர் எனக்குத் தலை வெடித்துவிடும் போலிருக்கிறது. என்ன விஷயமென்று உடனடியாகச் சொல்லுங்கள்.”

“உங்கள் மரபணு உங்கள் தாய் தந்தையின் மரபணுவோடு ஒத்துப்போகவில்லை.”

“என்ன?”

“அது உங்கள் வேலைக்கு ஆபத்தான விஷயமில்லை. குடும்ப மரபணு இருப்பவர்களுக்கு மேற்கொள்ள வேண்டிய சில மருத்துவப் பரிசோதனைகள் இனி உங்களுக்குத் தேவைப்படாது. உங்கள் நிறுவனம் உங்கள் உடல்நலனை எந்த ஆபத்தும் வரும் முன்னர் காக்கவே இந்தப் பரிசோதனை செய்யப்படுகிறது. சிலர் ஒரு குடும்பத்துக்குத் தத்து பிள்ளையாக இருக்கலாம் அப்போது மரபணு சோதனையே செய்ய மாட்டோம். நீங்களும் அந்தப் பிரிவில் வருவீர்கள்.”

“நான் அவர்களுக்குத் தத்துப் பிள்ளையில்லை.”

“உங்கள் தாய் தந்தை அந்த உண்மையை உங்களிடம் சொல்லாமல் மறைத்திருக்கலாம்.”

“இல்லை. நான் பிறந்தது ஐ.வி.ஃஎப். முறையில். அதற்கு ஆன செலவுக்கு அந்த மருத்துவமனைக்குச் செலுத்திக்கொண் டிருந்த மாதத் தவணை சில வருடங்களுக்கு முன்னர்தான் முடிவடைந்தது.”

“. . .”

“அதனால் எனக்கு நன்றாகத் தெரியும். நான் அவர்களுக்குப் பிறந்த பிள்ளைதான்.”

“ஒருவேளை எம்ப்ரியோ ட்ரான்ஸ்பர் நடந்தபோது கரு மாறிப் போயிருக்கலாம். இருக்கலாம், இல்லாமலும் இருக்கலாம். ஆனால் உங்கள் மரபணு உங்கள் தாய், தந்தை இருவர் மரபணுவோடும் ஒத்துப்போகவில்லை. அவர்களுக்குச் செய்யப்பட்ட முதல்கட்ட மரபணுச் சோதனைகளில் எந்தப்

பரம்பரைநோய்க்கான அறிகுறியும் இல்லை. ஆனால் அதனால் உங்களுக்கு ஒன்றும் பயனில்லை."

உலகம் ஒரு நிமிடம் சுழன்று பின்நகர்வது போலிருந்தது. யசோதாவின் சிரிக்கும் முகம் அவனுக்கு நினைவுக்கு வந்தது. எவ்வளவு அற்புதமான தாய் அவள்? அவனுக்கு மட்டுமல்லாமல் அந்த ஊரின் எல்லாக் குழந்தைகளுக்கும் சோறு போடுவாள். தன் பிள்ளை அந்த ஊருக்கே நாயகன் ஆக வேண்டுமென்ற ஆசை அவளுக்கும் தந்தை நந்தகோபாலுக்கும் இருந்தது. அதற்காகச் செய்த செலவுகளால் குடும்பக் கடன் ஏறியது. அவனும் கிராமத்து வளர்ச்சிக்காகப் பல விஷயங்கள் செய்தான். பள்ளி கல்லூரி விளையாட்டுப் போட்டிகளில் இந்திய அளவில் வெற்றி பெற்றான். அந்தச் சாதனையை ஊடகங்களின் வழியே பரப்பி இன்னும் புகழ் பெற்றான். எல்லோருக்கும் தெரிந்த நம்பிக்கை நட்சத்திரமாக மலர்ந்த போது சம்மந்தப்பட்டவர்களைச் சந்தித்துக் கிராமத்துக்குத் தண்ணீர், சாலை வசதிகளைக் கொண்டுவந்தான். கிராமத்துப் பெண்கள் எல்லோருக்கும் வயது வித்தியாசமின்றி அவன்மேல் பிரேமையிருந்தது. அவனது கிராமமே ஒரு குடும்பமாகத்தானே இருந்தது. இப்போது அவன் அந்தக் குடும்பத்தைச் சேர்ந்தவன் இல்லை. அவன் அவர்கள் வம்சமே இல்லை. இதை அவனால் ஏற்றுக்கொள்ளவே முடியவில்லை.

○

உடற்பயிற்சி மையத்தில் ஒய்யார இசையின் பின்னணியில் தடதடவென்று ஓடிக்கொண்டிருக்கும் ஓடுபொறியில் ஓடிக் கொண்டிருந்தாள் தேவகி. அவள் இன்று எட்ட வேண்டிய இலக்குக்கு இன்னும் இரண்டு நிமிடங்கள் ஓட வேண்டும். இடையில் ஓட்டத்தை நிறுத்தினால் இலக்குத் தவறியது என்ற புகார் அறிக்கை வரும். உடனடியாக அதைச் சார்ந்து விசாரணைகள், அறிவுரைகள், அப்பப்பா உடற்பயிற்சி செய்வதைக்கூட மன உளைச்சலாக மாற்றக்கூடிய ஒரே நிறுவனம் இதுதான் என்று யோசித்துக்கொண்டே இன்னும் வேகமாய் ஓடினாள்.

தி ராயல் ஃபிட்னஸ் கிளப். அது ஒரு உயர்தர உடற்பயிற்சியகம். அங்கே வாடிக்கையாளராகவே பல நாட்கள் காத்திருக்க வேண்டும். உயரடுக்கு மக்களின் வாழ்க்கைத் தரத்தின் ஐந்து நட்சத்திரங்களில் குறைந்தபட்சம் ஒரு நட்சத்திரத்தை முடிவு செய்யும் இடத்தில் அந்த உடற்பயிற்சியகமும் இருந்தது. அது இருந்த இடம் பெரிய வணிக வளாகத்தின் ஏழாம் தளம். முழுத்தளத்தையும் அந்த

உடற்பயிற்சி நிறுவனமும் அதன் உபதொழில் விற்பனை நிறுவனங்களும் ஆக்கிரமித்திருந்தன. ஒவ்வொரு உறுப்பினருக்கும் பிரத்தியேகமப பயிற்சியாளர் உண்டு. உடற்பயிற்சியின்போது அணிவதற்கான உடைகள், காலணி, கையுறைகள், சாதனங்கள், உப பொருட்கள் விற்கும் கடைகள் எல்லாம் அந்தத் தளத்தில் இருந்தன. உடற்பயிற்சியின்போது மேற்கொள்ள வேண்டிய உணவுக் கட்டுப்பாடுகள் அதை நெறி செய்யும் ஆட்கள் உணவுப் பட்டியலைப் பரிந்துரை செய்வோர், அதனை விற்பனை செய்வோர் என்று மிகத் தரமான கார்பொரேட் கலாச்சாரம் கொண்டது அந்த உடற்பயிற்சியகம்.

ஓய்வறைகளுக்குச் செல்ல வெளியே வந்தபோது உடற்பயிற்சி முடிந்துவிட்டுச் சில சமயம் ஆறுதலாய் அமர்ந்து நண்பர்களுடன் அரட்டை அடிக்கும் வசதிக்காக அமைக்கப் பட்டிருந்த பகுதியில் அமர்ந்திருந்த இளைஞனைக் கவனித்தாள். அவன் தேவகியையே உற்றுப் பார்ப்பது போலிருந்தது. முகம் மிக வசீகரமாக இருந்தது, கருமையோ நீலமும் ஆழ்பழுப்பும் கலந்த நிறமோ விவரிக்க முடியாத ஆழ்நிறத்தில் வடிக்கப்பட்ட சிலைபோல முக லட்சணம். மிகவும் வசீகரமாக இருந்தான். அவன் வெட்கமே இல்லாமல் அவளை ஆழ்ந்து பார்த்தான். அந்தக் கண்களில் இருந்த மாயத்தன்மை தேவகியின் அடிவயிறு வரை துழாவிப் பாய்ந்தது. இருந்தாலும் அவன் ஏன் என்னை இப்படி வெறித்துப் பார்க்கிறான் என்ற வெறுப்பு எதுவும் ஏற்படவில்லை. என்ன பிரேமை இது என்று அவனைத் தூரத்திலிருந்து பார்த்தபடி அருகிலிருந்த அறைக்குள் சென்றாள். அது செல்லப் பிராணிகளை உடற்பயிற்சி செய்யும்வரை பாதுகாக்கும் அறை. அவன் பார்வை அவளைப் பின்தொடர்வது தெரிந்தது. அவள் உடலும் வயிறும் சிலிர்த்தன. எனக்கு என்ன நிகழ்கிறது என்று அச்சம்கொண்டாள் தேவகி. அவளுள் தீவிரமாய் இறங்கிவிட்ட அந்த வாலிபனின் பார்வையைத் தன்னிடமிருந்து துரத்திவிட நினைத்தாள். மெள்ளத் தலையைச் சிலுப்பினாள். அப்போது வெண்பட்டுப் பொதி போலிருந்த செல்ல நாய் அவளைப் பார்த்த உடனேயே ஆனந்தக் களிப்பில் விட்டுவிட்டு ஒரு ராகத்தில் குரைக்க ஆரம்பித்தது. “ஷீரோ” என்று அவள் அழைத்ததும் அமைதியானது.

அதற்குள்ளிருந்த இன்னுமொரு அறையான ஆடை ஆபரணங்கள் பாதுகாப்புப் பெட்டக அறையை அடைந்து, தனக்கென்று ஒதுக்கப்பட்டிருந்த பாதுகாப்புப் பெட்டகத்தில் அதன் ரகசிய எண்ணைப் பதிவுசெய்தாள். அது ஆவேசமாகத் திறந்துகொண்டது. அங்கிருந்த ஆடைகளை எடுத்துக்கொண்டு அந்த நீண்ட ஹாலின் ஓர் ஓரத்தில் இருக்கும் குளியலறைகளை நோக்கி நடந்தாள்.

குளித்துவிட்டு ஆடை மாற்றிக்கொண்டு வெளியே வந்த போது வரவேற்பறையில் அவளை இழுத்துக்கொண்டு ஷீரோ முன்னே சென்றது. அந்த இளைஞன் இன்னமும் அங்கேயே அமர்ந்திருந்தான். அவளை மறுபடி ஆழமாகப் பார்த்தான். இப்போது வாஞ்சை மாறி அவன்மேல் எரிச்சல் வந்தது. அதென்ன வயது வித்தியாசம்கூட இல்லாமல் அப்படியே விழுங்கிவிடுவது போலொரு பார்வை. இலவச இணைப்பாகக் கூடவே அன்புக்கான ஏக்கம். சை இந்தக் காலத்து இளைஞர்களைக் கொஞ்சமும் புரிந்துகொள்ள முடிவதில்லை. இவன் வயதை ஒத்த பெண்கள் எத்தனை பேர் இங்கே திரிகிறார்கள். என்னையே இப்படி ஏன் பார்க்கிறான். அந்தப் பார்வை அவளுக்குப் பதற்றத்தை ஏற்படுத்தியது. அங்கிருந்து வேகமாக நகர்ந்தாள். அவன் எழுந்து அவள் பின்னாலேயே வருகிறான் என்று புலன்கள் எச்சரிக்கை செய்தன. “ஹெ தேவ்” என்று சொல்லி அவளை அழைத்த தனது தோழியைக்கூடத் திரும்பிப் பார்க்காமலே, “நான் அவசரமாகப் போகிறேன், நாளை பேசுகிறேன்” என்று சொல்லி வேகமாய் ஓடித் தனது *lamborghini urus* வண்டியில் ஏறிக்கொண்டு விரைந்து வீட்டுக்குப் போ என்று கண்களை மூடிக்கொண்டு அமர்ந்தாள். அவளுக்குள் இருந்த படபடப்புக் குறைந்தது.

○

அந்த இன்டீரியர் டிசைன் நிறுவனத்தில் அதன் உரிமையாளர் துர்க்கா வைஷ்ணவி தனித்துத் தெரிந்தாள். மிக மெல்லிய தேகம். அடர்ந்து நீண்டிருந்த கருங்கூந்தல் அலைபாய்ந்து அவளது ஒவ்வொரு அசைவிற்கும் நடனமாடிக்கொண்டிருந்தது. அவள் மேனி மாந்தளிர் நிறம் கொண்டிருந்தது. களையான வட்ட முகத்தில் அகண்ட கண்களை நாட்டிய நளினத்தோடு அசைத்து அசைத்துப் பேசும்போது குறிப்பெடுத்துக்கொண்டிருந்த அனைவரும் அவளைத்தான் பார்த்துக்கொண்டிருந்தார்கள் அவள் மேற்பார்வையில் ஒரு குழுவால் வடிவமைக்கப்பட்டிருந்த அந்த மிகப்பெரிய கட்டடத்தின் மாதிரி பிரம்மாண்டமாய் அவள் பெருமையைக் காட்டும் வண்ணம் அங்கே நின்றிருந்தது.

‘மிஸ் துர்கா வைஷ்ணவி வசுதேவ். . . என் பெயர் கிருஷ்ணா. உங்களைச் சந்திக்க வேண்டும்’. வேலை நடுவே பெயர் தெரியாத எண்ணிலிருந்து வந்திருந்த குறுந்தகவலைப் பார்த்ததும் துணுக்குற்றாள் துர்கா. தன் அறைக்கு வந்தபிறகு அதை ட்ரூ காலரில் ஆராய்ந்தபோது கிருஷ்ணா நந்தகோபால் என்றிருந்தது. பெயரை ஒட்டியிருந்த புகைப்படத்தில் தெரிந்த அழகான முகத்தை அவள் எங்கோ பார்த்திருப்பது போலிருந்தது. அவள் மனத்துக்குள் சின்ன சலனம் தோன்றி மறைந்தது. உடல்

ரோமங்கள் நொடி நேரம் சிலர்த்து அடங்கின. யாரென்றே தெரியாத அந்நியனை எப்படிச் சந்திப்பது என்ற சஞ்சலமும் எழுந்தது. அவன் என்னை எதற்காகச் சந்திக்க வேண்டு மென்கிறான் என்று அறியும் ஆவலும் ஏற்பட்டது. மனம் தடுமாறியது. 'யார் நீங்கள் என்னை ஏன் சந்திக்க வேண்டும்?' என்று தகவல் அனுப்பினாள். பொதுவாக இப்படி வரும் தகவல்களை நிராகரித்துவிடுவது வழக்கம். ஆனால் கிருஷ்ணாவின் தகவலை அவளால் அப்படிச் செய்ய முடியவில்லை. சகோதரி, விஷயத்தை விபரமாக நேரில் சொல்கிறேன். சகோதரி என்ற வார்த்தையைப் பார்த்ததும் சற்றே நிம்மதியடைந்தாலும் அவளுக்கு கிருஷ்ணாவின் முகத்தின்மீது ஏற்பட்ட ஈர்ப்பால் ஒரு நொடி ஏமாற்றமாகவும் இருந்தது.

❍

மறுநாள் கடற்கரை அருகேயுள்ள காபி ஷாப்பில் கிருஷ்ணாவும் துர்காவும் சந்தித்துக்கொண்டார்கள். கடல் நோக்கித் திறந்த வெளியில் அந்தக் காப்பிக் கடை அமைந்திருந்தது. ஆங்காங்கே அலங்கார மேசைகளும் நாற்காலிகளும் இருந்த அந்தக் கடையில் இடையிடையே தூண்கள் அமைக்கப்பட்டு அதில் மிதிவண்டியின் வெவ்வேறு பாகங்களைக்கொண்டு கலையம்சத்தோடு அலங்கரித்திருந்தனர். கடல் அலைகளின் பின்னணியில் கிருஷ்ணாவை வைத்த கண் வாங்காமல் பார்த்துக்கொண்டிருந்தாள் துர்கா, அவன் மீதிருந்து கண்களை வேறெங்கும் அகற்றவே முடியவில்லை. அந்தக் கண்கள் பேசுவது போலிருந்தது. சகோதரி என்று சொல்லிவிட்டானே என்று எண்ணியவாறு கடல் பக்கம் திரும்பினாள் துர்கா. விண்ணிலிருந்து பறவையொன்று கடலை முத்தமிட்டுத் தன் இரையோடு மீண்டது. அபலை மீனொன்று அதன் அலகில் துடித்துக்கொண்டிருந்தது. அது தூரத்திலிருந்து பார்ப்பதற்கு கிருஷ்ணாவின் மீசை போலிருந்து, இல்லையில்லை கிருஷ்ணாவின் முகமும் மீசையும் இன்னும் அழகாக இருந்தன. கிருஷ்ணாவின் முகம் அவளுக்கு மிகவும் பரிச்சயமானது போலிருந்தது. ஆனால் சிறு வயதுமுதல் அவளுக்கு கிருஷ்ணா நந்தகோபால் என்ற பெயரில் நண்பர்கள் என்று யாரும் இல்லை.

"நேரில் பேசணும்ன்னு வரச்சொன்னீங்க. பேசாமலே இருக்கீங்க."

"நீங்க யோசனல இருந்தீங்க சகோ. அதுதான் கொஞ்சம் நேரமாகட்டும்னு நினைச்சேன்."

"உங்கள எங்கோ பார்த்ததுபோல இருக்கு அதுதான் யோசிச்சிட்டுருந்தேன்."

“தினமும் உங்கள் அம்மாவ பார்க்கிறீங்கல.”

“என்ன சொல்றீங்க?”

“ஏன்னா தேவகி அம்மா வசுதேவ் அப்பா என்னோட ரூட் பயலஜிக்கல் பேரண்ட்ஸ்.”

“சுத்தமா புரியல.”

“தாமரை மருத்துவமனையிலதானே நீங்க பிறந்தீங்க?”

“ஆமா அதெப்படி உங்களுக்குத் தெரியும்.”

“அதே மருத்துவமனையிலதான் நானும் பிறந்தேன்.”

“சரி இருக்கட்டும். அதுக்கென்ன?”

“சோதனைக் குழாய்ல உருவான தேவகி வசுதேவ் பிள்ளை யசோதா அம்மா வயித்தில் பிறந்திட்டேன்.”

“தல சுத்துது. சரி அதுனால என்ன?”

“இருபத்திரண்டு வருஷமா என் உயிர் உருவாகக் காரணமா இல்லாதவங்கள என்னப் பெத்தவங்கன்னு நினைச்சுக்கிட்டிருந்திருக்கேன்.”

“. . .”

“தேவகி அம்மாதான் என் சொந்த ரத்தம். கடந்த ஒரு வாரமா அவங்கள பின் தொடர்ந்துட்டு இருக்கேன். உங்களையும்தான் ஏன் அப்பாவையும்தான்.”

“ஓஹோ. . . அப்ப என்னைப் பாத்தாத்தான் நீங்க சொல்ற கதைய நம்பற மாதிரி தெரியுதா?”

“நீங்க நம்ப வேண்டாம் என்னைப் பார்த்த கதை சொல்ற மாதிரியா தெரியுது.”

“அப்ப உங்க அம்மாதான் என்னோட பயாலஜிகல் மதர்னு சொல்றீங்களா?”

“அது. . . நீங்க என்னோட சிஸ்டர் அவ்வளவுதான். இது ஐவிஃப் சென்டர்ல நடந்த கன்ஃபியூஷன்” என்று சொல்லிச் சில காகிதங்களை அவளிடம் நீட்டினான். அவற்றை மேலோட்டமாகப் புரட்டிப் பார்த்தாள். அவை டி.என்.ஏ. ரிப்போர்ட்கள் என்பது தெரிந்தது.

“இப்ப சொல்லுங்க, யார் என்னோட நிஜமான அம்மா உயிர் கொடுத்தவங்களா இல்ல பெத்தவங்களா?”

துர்கா யோசித்தாள், “எனக்குத் தோன்றதைச் சொல்லட்டுமா? ஒருவேளை நீங்க சொல்றது உண்மையா

இருந்தா...மேலோட்டமா பார்த்தா எங்கம்மாதான் உங்களோட அம்மான்னு தோணும். ஆனா உங்க அம்மாதான் உங்களைச் சுமந்திருக்காங்க, பெத்திருக்காங்க இவ்வளவோ வருஷம் உங்களை வளர்த்திருக்காங்க."

"எக்ஸாட்லி. அப்படித்தான் நானும் நினைக்கிறேன். என்னோட மண் இங்க இல்ல. அங்க கிராமத்துல இருக்கு. என்னால் எப்பவும் உங்களுக்கு எந்த ப்ராப்ளமும் வராது."

"அதாவது பழைய சிவாஜி படத்துல வர்றமாதிரி உங்கம்மாவ ஒரு தடவ பாக்கணும். அதானே. ."

"இல்ல. அவங்க கையால ஒருவேளை சாப்பிடணும். கொஞ்சம் அவல் உப்மா கிடைச்சாக்கூடப் போதும்."

"சரியான ஆள்தான்" என்றாள் துர்கா.

இவனை எப்படி நம்புவது என்று குழப்பமாக இருந்தது. ஒருவேளை இவன் சொல்வது உண்மையாகவே இருந்தால்? எதற்கும் ஒருமுறைக்கு இருமுறை யோசித்துவிட்டுத்தான் அவனுக்குப் பதில் சொல்ல வேண்டும் என்று நினைத்தாள். சம்பந்தம் இல்லாத ஒருவன், தன் மூலமாக வீட்டுக்குள் நுழைவதை அப்பாவும்கூட விரும்ப மாட்டார்.

"உங்கள நான் எப்படி நம்பறது?"

"என்னை நம்ப வேண்டாம். டாக்டர் சுபாவை நம்புவீங்க இல்லே?"

கிருஷ்ணாவின் பெயரைச் சொன்னதும் சுபா ஆண்ட்டி எதையும் மறைக்கவில்லை. அவன் நாலைந்து வாரங்களுக்கு முன்புதான் வந்திருந்தான் என்பதை ஒப்புக்கொண்டாள். அம்மாவுக்கு ட்ரீட்மெண்ட்டின்போது இரண்டு எம்ப்ரியோக்கள் நன்றாக வளர்ந்திருந்ததனால் வந்த வினை இது. அவற்றில் இரண்டுக்கு மேல் அம்மாவுக்கு வைத்தால் ரிஸ்க் என்பதனால் அம்மாவின் அனுமதியோடுதான் ஒரு எம்ப்ரியோவை ரோகிணி எனும் பிள்ளை பெற வாய்ப்பில்லாத பெண்மணிக்கு வழங்கினார்கள். அவர்களுக்கு பலராமன் என்று ஒரு மகன் இருக்கிறான். ஆனால் அந்த ஐவிஎஃப் ட்ரீட்மென்ட்டில்தான் ஏதோ குழப்பம் நிகழ்ந்திருக்கிறது.

அவள் சொல்வதைக் கேட்டுத் தலையே சுற்றும்போல துர்காவுக்கு இருந்தது.

இது கண்டிப்பாக யாரோ ஒரு சிப்பந்தியின் கவனக்குறைவால் ஏற்பட்ட பிழைதான். அதற்காக அம்மாவிடம் நானே நேரில் வந்து மன்னிப்புக் கேட்டுக்கொள்ளத் தயாராக

இருக்கிறேன் என்று சுபா ஆண்ட்டி சொன்னபோது துர்காவுக்கு ஓரளவுக்கு விஷயம் புரிகிற மாதிரி இருந்தது.

"அப்படியானால் இந்த கிருஷ்ணா?"

"உன் அம்மாவின் எம்பிரியோவேதான்."

அன்று உடற்பயிற்சியை முடித்துவிட்டுத் திரும்பிய தேவகி வீட்டுக்கு வந்ததும் வரவேற்பறையில் இருந்த மென்பட்டு இருக்கைகளை உடைய நாற்காலியில் பொத்தென அமர்ந்தாள். வசுதேவ் "என்ன இன்னிக்கி ரொம்ப எக்சாஸ்டிவ் எக்சைஸ்ஸா? என்ன பண்ண போன வாரத்தில் இரண்டு மூணு டின்னர், கல்யாணம் அதான் எக்சஸ் இன்ச்சஸ்" என்று சொல்லிக் கொண்டே இருந்தது கவனம் செலுத்தாமில்லாமல் இரண்டு நாட்களாக கண்ணுக்குள்ளே இருக்கும் அந்த வாலிபனின் முகத்தை நினைத்துப் பார்த்தாள். அன்று பார்த்தபோது அவன் ஆழ்ந்து தன்னையே பார்ப்பது கொஞ்சம் கூச்சமாகவும் அதே நேரம் பரவசமாகவும் இருந்தது. அவனோடு ஏதோ ஜென்ம சம்மந்தமிருப்பதுபோலத் தோன்றியது. அவனை ஏற்கெனவே பலமுறை பார்த்துப் பழகியது போலிருந்தது. அவனை இரண்டே தடவை பார்த்ததோடு சரி. பின்னால் வந்தவனைத் திரும்பிக்கூடப் பார்க்கவில்லை. ஆனால் அவன் முகமும் அப்பா. . . அந்தக் கண்களும். . . அதில் ஏன் அப்படியொரு ஏக்கம். அவன் யார்? எங்கிருந்து வந்தான்? யார் வீட்டுப் பிள்ளை? இது என்ன திடீரென இப்படியொரு பைத்தியம். வசுதேவ் நடத்தும் நிறுவனத்துச் சந்திப்புகளின்போது பார்க்க வசீகரமாக இருக்க வேண்டுமென்பதால் இந்த உடற்பயிற்சி, நல்ல உணவுக் கட்டுப்பாடு என்று இருப்பது நெடுநாள் வழக்கம். வெளியே செல்லுமிடங்களில் அவள் அழகையும் உடல்வாகையும் கண்டு ரசிக்கும் பலரைப் பார்த்திருக்கிறாள். அப்போதெல்லாம் உள்ளூரச் சிரித்துக்கொள்வாள் துர்காவுக்கும் அவளுக்கும் நடக்கும் ரகசியப் பேச்சுகளில் கணிசமான பங்கு இதைப்போன்ற ரசிகர் கூட்டத்தைப் பற்றியிருக்கும். சில சமயம் துர்காவே 'உன்மேல் பொறாமயா இருக்கு ம்மீ' என்பாள். அவை எல்லாமே நகரும் மேகக் கூட்டங்கள். ஆனால் இவன் யார்? ஆன்மாவின் அடியாழம்வரை ஊடுருவியதே அவன் பார்வை. துர்காவிடம் இவனைப் பற்றிச் சொல்ல வேண்டும் என்று நினைத்துக்கொண்டே வீட்டினுள் சென்றாள். வழக்கமான வேலைகளுக்குள் மூழ்கிபோனாள்.

அன்று துர்கா தனது தோழியின் அண்ணனை வீட்டுக்கு அழைத்து வருவேன் என்று சொல்லியிருந்ததை நினைத்து

விருந்துக்கு ஏற்பாடு செய்துகொண்டிருந்தாள். மதிய விருந்துக்கு வருவேன் என்று சொல்லியிருந்தாள் துர்கா. இன்று அவளுக்கு விடுமுறை. வெளியே சென்று விருந்தாளியை அழைத்துக் கொண்டு வருகிறேன் என்று காலையில் வீட்டை விட்டுக் கிளம்பும்போது ஏதோ தடுமாற்றத்தில் இருப்பதுபோலத் தோன்றியது. கடந்த இரண்டு நாட்களாகவே அவள் சரியாகப் பேசவில்லை. துர்காவும் தேவகியும் பேசிக்கொள்வதைப் பார்த்தால் தோழிகள் பேசிக்கொள்வது போலிருக்கும். இருவருக்கும் இடையில் எந்த ஒளிவு மறைவும் கிடையாது. ஆனால் இப்போது அவள் எதையோ மறைப்பது போலத் தோன்றியது. அவள் ஆண் நண்பனைப் பற்றியும் அவனுடன் எப்போது டேட்டிங் சென்றாள், அவன் எப்படிப்பட்டவன் என்றும் தன் பிரிந்த காதல், கழிந்த காமம், பெற்றவை, கற்றவை என அறிவியலிருந்து கட்டட வடிவமைப்புவரை எல்லாமும் சொல்லும் தன் மகளுக்கு இப்போது என்ன குழப்பம் இருக்க முடியும் என்று யோசித்தாள் தேவகி. எதுவா னாலும் விரைவில் அவளே சொல்வாள் என்று நினைத்தபடி சமையல் வேலையைத் தொடர்ந்தாள்.

மதிய உணவுக்கு துர்காவுடன் வந்தவனைப் பார்த்ததும் தேவகி அதிர்ச்சியடைந்தாள். அவனேதான்... இரண்டு நாட்களுக்கு முன்னர் உடற்பயிற்சியகத்தில் அவளைப் பார்த்துக் கொண்டிருந்தானே அவன்தான். அவனைப் பார்த்ததும் எதுவும் பேசத் தோன்றவில்லை. ஆனால் தன் உள்ளம் பொங்குவதை அவளால் திரையிட்டு மறைக்கவே முடிய வில்லை. அந்தக் கருப்பு வசீகரனைப் பார்த்துக்கொண்டே இருக்க வேண்டும் போலிருந்தது.

“அம்மா இது கிருஷ்ணா. என்னோட தோழிமூலம் கிடைத்த திடீர் அண்ணா. இவன் அம்மா பேர் யசோதா நந்தகோபால். கிராமத்துல இருக்காங்க. அவங்க கிராமமே இவனை ஹீரோவா கொண்டாடுறாங்கம்மா. உங்களுக்கு இவனோட *youtube channel* நான் காட்டறேன். “அண்ணாத்த அமெரிக்காவுல பெரிய யுனிவர்சிட்டில டாப்பர்” அண்ணா என்பதை அழுத்திச் சொன்னாள் துர்கா.

“அடடா பெரிய ஆள்தான் உன் அண்ணா. ஒரே அண்ணன் புராணமா இருக்கு” என்றாள் தேவகி.

“அம்மா” என்றழைத்தான் கிருஷ்ணா.

தேவகிக்கு அதுவரை தன்னை அலைக்கழித்துக் கொண்டிருந்த எண்ணம் எல்லாம் அம்மா என்ற வார்த்தைக் கோர்வையில் அப்படியே எரிந்து பொசுங்கியது போலிருந்தது. வேலைக்காரர்களை அனுப்பிவிட்டு அவளே அவர்களுக்குப்

பரிமாறினாள். கிருஷ்ணா அவள் செய்திருந்த பதார்த்தம் அனைத்தையும் நன்றாக இருக்கிறதென்று சொல்லி ரசித்து ரசித்து உண்டான். துர்கா அவன் வந்ததிலிருந்தே எப்போது கிளம்புவான் என்று நினைத்துத் தவித்துக்கொண்டிருந்தாள்.

அவனை வாசல்வரைக்கும் சென்று வழியனுப்பிட்டு வந்தாள் துர்கா.

“தேங்க்ஸ் ஸிஸ்” என்று புன்னகைத்தான் கிருஷ்ணா. “ஆனா அந்த அவல் உப்மாதான் மிஸ்ஸிங்.”

புன்னகையுடன் உள்ளே வந்த துர்காவிடம் ஆர்வம் தாளாமல், “யார் இந்த ஸ்வீட் பாய். இவன அண்ணான்னு ஏன் அறிமுகம் செய்த, பாய் பிரண்டன்னு சொல்லியிருந்தா இன்னும் சந்தோஷப்பட்டிருப்பேன்.”

“அம்மா அவன். . . வந்து. . . சரி உனக்குத் தெரிஞ்ச ஒரு கதைய சொல்றேன், கம்ச மஹாராஜாவுக்குப் பயந்து ஒருத்தி மகனாய் பிறந்து இன்னொருத்தி மகனாய் ஒளிந்து வளர்ந்தானே அவன் கதை போலம்மா இந்த கிருஷ்ணா கதை.”

“நீ சொல்ற கதைக்கும் இப்ப இவன் வந்ததுக்கும் எதுனா சம்மந்தம் இருக்கா?”

“இருக்கலாம். இல்லாமலும் இருக்கலாம்.”

“என்னடி?”

“அவன் தன் பயாலஜிகல் மதரைத் தேடிக்கிட்டிருந்தான்...”

தேவகிக்கு உள்ளூர ஒரு பதற்றம் எழுந்தது. “கண்டு பிடிச்சிட்டானா?”

“ஆமாம்” என்று அம்மாவை ஆழமாகப் பார்த்தாள் துர்கா.

உலகம் தலைகீழாவது போலிருந்தது. ஒரு நிமிடம் தலையைப் பிடித்துக்கொண்டாள் தேவகி. அவளுக்கு இதுவரை வாழ்க்கையில் இல்லாத குழப்பம் இப்போது வருவது போலிருந்தது. அதுதானா? அவன் அம்மா என்றபோது என் நெஞ்சிலிருந்து பால் சுரப்பது போலிருந்தது அதனால்தானா? அய்யோ எனக்கு மகனில்லை ஒரே மகள்தான், ஒரே மகள்தான் இதென்ன புது குழப்பம். என்னென்னவோ யோசித்து மயக்கம் வருவதுபோல இருந்தது அயர்ந்து இருக்கையில் சாய்ந்தாள்.

“அம்மா என்னாச்சு.”

“அவன் என் மகனாடி.”

“நியாயமா பார்த்தா அப்படித்தான்” என்று புன்னகைத்தாள் துர்கா.

தேவகியின் கண்கள் கலங்க ஆரம்பித்தன. "அன்னிக்கு சுபா கேட்டப்போ இது இவ்வளவு பெரிய பிரச்சினையா வந்து நிக்கும்னு தெரியலையே... ஒரு உயிரை அழிக்கிற பாவத்தை செய்ய வேணாம்னுதான் அப்பாவுக்குக்கூடச் சொல்லாம இதுக்கு நான் ஒத்துக்கிட்டேன்."

"நீ நல்லதுதாம்மா பண்ணியிருக்கே."

"இப்ப அவன் எங்கேயோ இருந்திருக்கான். இது எனக்கு என்னவோ தப்பு பண்ணிட்டோம்ன்னு தோணுதே. அவன் என் பிள்ளைன்னா... அவன விட்டு எப்படியிருக்கறது?"

"ஆனா இப்படி யோசிச்சுப் பாரு. ஒரு உயிர் உருவாக தேவைப்படறது கண நேரத்துக்கும் குறைவான இணைப்பு. அதுக்குப் பிறகு அதுக்குக் காரணமானவங்க இரண்டு பேரும் சிசுவோட எந்தத் தொடர்புலயும் இல்லன்னா, அந்த கண நேர பந்தத்துக்குப் பேர் வெறும் வழிப்போக்குதானே?"

"இதையெல்லாம் எங்கடி படிக்கற? ஏற்கெனவே தலைய சுத்திக்கிட்டு இருக்கு. இதுல நீ வேற.."

துர்கா அவளைப் பார்த்துப் புன்னகைத்தாள், "உன் வயித்துல பிறந்திருக்க வேண்டியவன்தான். இன்னொரு வயத்துல பிறந்துட்டான். சரோகஸி விதிப்படி பாத்தா அவன் இந்த வீட்டுக்குத்தான் வரணும். ஆனா இதுல ஒரு அப்பாவி யசோதா சம்பந்தப்பட்டிருக்கா இல்லையா. . . பிள்ளை இல்லாம அவ என்னம்மா பண்ணுவா?"

"வைஷு. . . அப்ப? தேவகியின் உதடுகள் நடுங்கியபடி சொல்ல நினைத்ததை சொல்ல முடியாமல் தவித்தது."

தேவகியின் மனவோட்டத்தை உணர்ந்தவாரு "எங்க உருவானா என்ன டார்லிங், நதி ஓடின இடம் எல்லாம் பசுமைதானே."

"..."

"அவன் தெளிவா இருக்கான். நீ அவனைக் குழப்பாம இருந்தா சரிதான்."

எத்தனையோ ஆண்டுகளுக்குப் பிறகு தேவகி உடைந்து அழ ஆரம்பித்தாள். தேவகியை தோளோடு அரவணைத்தவாரு நான் இதுபோன்ற துன்பத்தை யசோதை அம்மாவுக்குத் தரமாட்டேன். ஒருபோதும் அவர்களைத் தேடிச் செல்ல மாட்டேன்.

ஒருமுறை: 5–1

ரூபம்

சிவனார் நெற்றியிலிருந்து கிளம்பிய கனல் மன்மதனைத் தகனம்செய்தும் அடங்கவில்லை. என்மீதா இச்சையைத் தூண்டினாய், உன்னை விட மாட்டேன் பார் என்று நெற்றிக் கண்ணைத் திறந்தவர், நொடிக்கும் குறைவான நேரத்தில் எதிரே நின்றவன் பொடிப் பொடியாய்ப் பூமியில் உதிர்ந்த பின்னும் கோபம் தணியாது நின்றிருந்தார். தன் பிரிய கணவன் எரிந்து அழியும் முன்னரே, நடக்கப்போவதை ஊகித்திருந்த ரதி, வேண்டாம் விபரீதம் என்று கெஞ்சிக் கதறினாள். அவன்தான் அவள் பேச்சைக் கேட்கவில்லை. தேவேந்திரனே வந்து என்னிடம் உதவி கேட்டானே என்ற இறுமாப்பு. மனையாட்டி பேச்சைக் கேளாமல் வந்தான், மலரம்பை விட்டான். சாம்பலாண்டி என்ன செய்வார், சாம்பலாக்கிவிட்டார். அவன் பின்னேயே பதறி ஓடிவந்த ரதியின் மேனி தன் கோடி சூரியப் பிரகாசத்தை இழந்து இருளத் தொடங்கியது. ஈடுஇணையற்ற அவள் எழில் தேகம் நடுங்கத் தொடங்கியது.

சிவ தவத்தைக் கலைத்து தாட்சாயிணியோடு சங்கமம் செய்விக்கவென்று மன்மதன் கிளம்பி வந்தபோது அந்த இடமே திருவிழாபோலத் திகழ்ந்தது. தன் தேரைச் சிங்காரித்துக்கொண்டே சிவனார் யோகநிலைக்குச் சென்றுவிட்டால் உலகத்தை அழிக்க நினைப்பவர்களை வதம் செய்வது யார் என்று தர்க்கம் புரிந்தான் மன்மதன். கிளிகள் அவன் சொன்னதையே திரும்பச் சொல்லின. "அவர்மீது என் பூக்கணைகளைப்

பொழிவேன். அவை அவருள் நிகழ்த்தும் மாயை நன்மையில்தான் முடியும். காதல், அன்புற்றோர் எவரையும் துன்புறுத்த முடியுமா" என்று கிளி மொழிந்ததைக் கேட்டுச் சிரித்துவிட்டாள் ரதிதேவி. உன் சிரிப்பு எனக்கு வெற்றியைத் தரும் என்று அவளது மென்னகையையே நன்நிமித்தமாய்க்கொண்டு கிளம்பிவிட்டான் மன்மதன். அப்போதே அவளுக்குப் பதற்றம் பற்றிக்கொண்டது, என்னவோ விபரீதம் நடக்கப் போகிறது என்று நினைத்துக்கொண்டே அவன் பின்னால் வந்தாள். அவள் நினைத்தது போலவே ஆயிற்று.

ரதியின் சொல் கேளாமல் இங்கே வந்தவன் சாம்பலாகப் பூத்துக் கிடந்தான். அந்த இடமே மயானக்கரைபோல் ஆனது. சிவனிருக்கும் இடம் மயான பூமி ஆவது புதிதல்ல. ஆனால் மலர்க் கணைகளை உண்ட சிவனார் மேனி புது உணர்வில் சடசடத்துக்கொண்டிருந்தது. அன்னையோ அவரருகில் இல்லை. முன்னம் அவளையும் எரித்துச் சாம்பலாக்கிய கோபம் தாட்சாயிணிக்கு இன்னும் நீங்கவில்லை. கண்ணுக்கு எட்டும் தூரத்தில்தான் இருந்தாள் என்றாலும் கணவனை அசட்டை செய்துகொண்டிருந்தாள். சிவனின் கோபம் தலைக்கேறியது. அதுவே மன்மதனை எரித்த நெற்றிலிருந்து கனலாறாகத் தெரித்தது. பார்வதியின் மேலும் மன்மதன் அம்புக்கணை எய்திருந்தான் சர்வேஸ்வரனின் நெற்றிக் கனலைவிட அதிகமாய்க் கனன்றது மன்மத பாணங்கள் அவளுள் உண்டாக்கிய தீ. அதைப் பார்வதியால் தாங்க முடியவில்லை. இச்சை கனிந்து மனம் தடுமாறத் தொடங்கியது. வாயு பகவானிடம் வேண்டி நின்றாள். நெற்றிக்கண் திறந்து புறப்பட்ட கதிர்களை, பார்வதியின் உடல் தழுவி அவள் உயிர் கலந்து சரவணப் பொய்கையில் ஆறு பாகமாய் கலந்து விழ வைத்தான் வாயுதேவன். அன்னையின் அருள் தீண்டித் தீண்டி மிதந்த நெருப்பு ஆறு குழந்தைகளாக, ஆறு தாமரைப் புஷ்பங்களில் தவழ்ந்தது. இதைக் கண்ட ரதிதேவிக்குக் கடும் கோபம் கனன்றது. அவளுக்கு மட்டும் நெற்றிக் கண்ணிருந்தால் அன்னையையும் பிதாவையும் அக்கணமே சாம்பலாக்கியிருப்பாள். தன் பூமாலைகளையும் அணிகலன்களையும் கழற்றி வீசியவளாக அலங்கோலமாய்ச் சிவனார் அமர்ந்திருந்த மேடையை நோக்கிச் சென்றாள். அதே கோபத்தோடு சிவனை நோக்கி உரையாடத் தொடங்கினாள்.

"உலகைக் காக்க ஆறு குழந்தைகளைப் பெற்றுவிட்டீர்கள். ஆனால் என் கணவன்? காசிப முனிவரின் பிள்ளைகளை நீங்கள் இப்போது அவதாரம் செய்வித்த அறுவர் கொல்வர். காசிப முனிவரின் பிள்ளைகள் அசுரர்கள், உலக மக்களுக்கும் தேவர்களுக்கும் அவர்கள் தொல்லை கொடுத்தனர். அதனால்

அவர்கள் கொல்லப்படலாம். அது அறம் ஆகலாம். ஆனால் என்னவன் என்ன குற்றம் செய்தான் தந்தையே?"

"இச்சை கொடூரமானது. எல்லாப் பாவங்களையும் செய்ய வல்லது. முக்காலமும் உணர்ந்தவன் நான். பால்சார் குற்றங்கள் அனைத்துக்கும் காமமே காரணம். அதைத் தூண்டுபவன் அசுரரிலும் ஆபத்தானவன். அதிலிருந்து உன்னையும் சகல லோகங்களையும் காத்து ரட்சிக்கிறேன்" என்றார் சிவபெருமான். சாம்பலாய் சரிந்த தன் கணவன் மன்மதனைப் பார்த்து ரதிதேவிக்கு அய்யோ என்று அரற்றக்கூட நேரமில்லை. இனி அவனை எப்படிக் காண முடியும். அவன் பேரழகை எங்கிருந்து ரசிக்க முடியும். தென்றலால் ஆன தேர் நிலை தடுமாறிக் கவிழ்ந்திருந்தது. அதனை இழுத்துவரும் கிளிகள்கூட அரற்றிக்கொண்டிருந்தன. கரும்பு வில் கதியற்று வீழ்ந்து கிடந்தது. அதன் நாணாகப் பிணைந்திருந்த தேனீக்கள் திக்கற்றுப் பறக்கத் தொடங்கின. நீண்ட தாழை மடலாலான வாளாயுதம் வாடிக் கிடந்தது. முல்லை, நீலம், மா, அசோகம், தாமரையால் ஆன மலரம்புகள் எடுப்பார் விடுப்பாரின்றிச் சிதறிக் கிடந்தன. மன்மதனை எரித்த தீயில் அந்த ஆயுதங்களும் கருகத் தொடங்கின. கிளி கதறியது.

"அய்யனே நீங்கள் கண்ணை மூடி யோக நிலையிலிருந்தால் இந்த உலகமே இருளில் மூழ்கிவிடுமென்று தேவந்திரனே இவரை அனுப்பினார். சூரபதுமனும் தாரகனும் சிங்கமுகனும் தீராத அட்டகாசம் செய்கிறார்கள். உங்களுக்கும் அன்னைக்கும் பிறக்கும் ஆறுமுகம் கொண்ட பிள்ளை மூலமே இவர்களைக் கொல்ல முடியுமென்று சொல்லி, தேவர்கள்தான் இவரை உங்களிடம் காமத்தைத் தூண்டச் சொல்லி அனுப்பியவர்கள். இப்போது என் தலைவனைச் சாம்பலாக்கிய உம்மை யார்தான் என்ன செய்வார். நீங்கள் அழிக்கும் கடவுள். ஆனால் தீமையைத் தானே அழிக்க வேண்டும். கடவுளே இப்படிச் செய்தால் பேதை மகள் நான் என்ன செய்வேன். இதற்கு என்னை மணம் முடித்துக் கொடுக்காமலே வைத்திருந்திருக்கலாமே அன்னையே, தந்தையே. இந்தக் கிளியின் கதறலையேனும் செவிமடுங்கள். அவரது வாளாயுதம் கருகும்போதும் தாழையின் வாசனை போகவில்லை. மலரணைகள் எரியும்போதும் மணம் பரப்புகிறதே. கரும்பை நெருப்பு அழிக்கலாம். அது தந்த இனிப்பை இனி யார் கொடுக்க முடியும்? இது தகுமா நியாயம்தானா?"

"ரதி! என் கண் முன்னே நிற்காதே. உன் புலம்பல் இன்னும் எனது ஆத்திரத்தைத் தூண்டுகிறது. உன் கணவன் தூண்டிய இச்சையால் நான் தீராத அவமானங்களுக்கு உள்ளானேன். விலகிச் செல்."

அதே ஆற்றில்

“அப்படி என்ன அவமானம் செய்வித்துவிட்டார்? இச்சையில்லையேல் படைப்பேது, பிறப்பேது? படைப்பில்லையேல் உலகம் ஏது? அது சுழன்றுதான் என்ன ஆகும்?”

“ரதி, முன்னர் நடந்ததை யோசித்துப் பார். ஒருமுறையல்ல, இரண்டுமுறை உன் கணவனை மன்னித்தேன். இப்போது எனக்கும் அன்னைக்கும் இச்சையூட்டி ஆறு குழந்தைகளைப் பெறச் செய்தான் மன்மதன். இதற்கு முன்பே ஒருமுறை நான் அன்னையைக் காணச் சென்றிருந்தேன். அன்னை தன் கையால், கருணையால் என் வரவை எதிர் நோக்கியபடி மஞ்சள், சந்தனம் கலந்த ஸ்நானப் பொடியில் பொம்மைசெய்து அதற்குத் தன் அன்பால் உயிரூட்டி உயிரூட்டி அவள் குளிக்கும் போது காவலுக்கு வாசலில் நிற்கவைத்திருந்தாள். அந்த அகாலத்தில் காமன் என்மீது கணை எறிந்ததும், வாசலில் காவலுக்கு நின்றது என் பிள்ளை என்று தெரிந்தும்கூட அந்தக் குழந்தையின் தலை கொய்தேன். தன் பிள்ளையை, தானே கொல்லத் துணிந்த தகப்பனும் உண்டோ? அதை செய்வித்தான் உன்னவன்.”

“அந்தப் பிள்ளையைத்தான் யானை முகனாக்கி விட்டீர்களே. இவர் உங்கள் மருமகன் அல்லவா? ஒருமுறை அவரை மன்னித்தீர்கள். ஆனால் இம்முறை எரித்தே விட்டீர்களே சிவனே.”

“இல்லை. இரண்டாம் முறையும் மன்னித்தேன். அந்தமுறை விருகு முனிவர், என் குணம் என்ன? சாத்வீக குணம் யாரிடமுண்டு என்று அறிய வந்த சமயம். உன் கணவன் என்மீது எறிந்தானே அம்பு அதுவும் தாமரை அம்பு, அன்னையுடன் உல்லாசத்திலிருந்தேன். காமம் தலைக்கேறி விருகு முனிவரை அவமதித்தேன். அவரோ பிடி சாபம் என்று எனக்கு உருவ வழிபாடு இல்லை என்று சபித்துவிட்டுப் போய்விட்டார். எங்கள் காமத்தை மட்டுமே நினைவுகொள்ளும்படி லிங்கத்தை உலக மக்கள் வணங்க முதல் காரணம் அவன் தூண்டிய இச்சையே. எப்பேர்பட்ட அவமானம். அது எங்கள் இருவருள்ளும் எப்போதும் எரிந்துகொண்டிருக்கிறது. இரண்டு முறை மன்னித்தேன். இன்னொருமுறை மன்னிக்க எப்படியம்மா முடியும்? அவனுக்கு நான் கொடுத்தது சரியான தண்டனை. அவன்...”

சிவனார் முடிக்கும் முன்னரே “இச்சையின்றி இனப்பெருக்கம் ஏது? அதற்கு எரித்துச் சாம்பல் ஆக்குவதுதான் சிறப்பான தண்டனையா... அய்யனே என்னை நினைத்துப் பார்த்தீர்களா? பெற்ற மகள் கைம்மை நோன்பு பூண தந்தையே காரணமாகலாமா?”

“ரதி தர்க்கம்செய்து என் கோபத்தை மேலும் மேலும் தூண்டாதே. இங்கிருந்து போய்விடு. என் கோபம் தீர்ந்த பின்னர் வா! இங்கேயே நின்றால் மகளையும் கொன்ற பாவத்துக்கு ஆளாவேன் நான்.”

“கொன்றுவிடுங்கள் தந்தையே கொன்றுவிடுங்கள். இறந்தாவது அவரோடு இணைவேன்” என்று பூமியில் மடிந்து விழுந்து அழுதாள் ரதி. இனி அங்கிருந்தால் பயனில்லை என்று நினைத்து சிவன் அங்கிருந்து விலகிச் செல்ல வேண்டியிருந்தது. ரதி மறுபடி மன்மதன் எரிந்து கிடந்த இடம் வந்து நின்றாள்.

“விஷ்ணு புத்திரனே, திருமகள் மடி தவழ்ந்தவனே! என்னுயிரினுள் கலந்தவனே! என் கண்ணே இன்னுயிரே! அழகுக்கு அரசனே! இனி எந்த லோகத்தில் உம்மைப் பார்ப்பேன். பெருந்தோள் வீரரே! சிவன் நெற்றியின் உக்கிர நெருப்பு உன்னை எரிக்கவா புறப்பட வேண்டும்! கரும்பு வில்லேந்திய பெருமானே! தேர் ஏறிவரும் தென்றல் அல்லவா அவர்! தேவர்களே... அவரை என் தந்தைக்கு எதிராகப் போர்செய்யத் தூண்டிவிட்டீர்களே? உலகைக் காக்க என்று வந்தீரே. இப்படி மண்மேல் நெருப்புண்டு கிடக்கிறீரே. யாருக்காக வந்தீர் அய்யா? எல்லோரும் வேடிக்கைதானே பார்க்கிறார்கள்? எனக்காக மாயாதேவியின் தந்தை சம்பரனிடம் போர் புரிந்து வென்ற ‘சம்பராரி’ என் தலைவா!

அன்னையையே தன் மனைவி என்றும் பாராமல் எரித்த சிவனின் தவம் கலைப்பது முறையல்ல, அவர் கோபம் கொண்டால் நீங்கள் அவர் முன்னே நிற்கக்கூட முடியுமா என்று நீர் புறப்படும்போதே சொன்னேனே! அதைச் செவி கொடுத்தும் கேட்கவில்லையே என் தலைவா! உலகைக் காக்க நெருப்பை நெற்றியில் தரித்தவர்! கங்கையைச் சடையில் தாங்கியவர்! ஆலகாலத்தைக் கண்டத்தில் தாங்கி அகிலம் காத்தவர்! இப்போதும் நான் செல்வது அவரின் புத்திரனைப் பிறப்பிக்க. குமரகுரு கொண்டு காசிப முனிவரின் அசுரப் பிள்ளைகளிடமிருந்து உலகைக் காக்க! அதை அவரும் அறிவார் என்னை எதுவும் செய்ய மாட்டார் என்று சொல்லி என்னை வாய்ப் பேச்சால் கட்டி வைத்தீரே! தேவர்களும் பிரம்மனும் சொன்ன பணியைத் தலைமேல் கொண்டதற்கு உன் உடல் ஒன்றும் மிஞ்சாமல் போனதே என் கணவா! இப்போது கேட்கிறேன். என் பேச்சை மீறி வந்து மரித்து மிச்சமேதுமில்லாமல் கிடைக்கிறீர்களே. எனக்குப் பதில் சொல்ல எழுந்து வாருங்கள் என் பிரிய ராஜாவே.

நம் திருமணம் நடந்த அந்நாளில் தேவர்கள் வாழ்த்த, தேவந்திரன் பொறாமைகொள்ள, திருமாலும் லட்சுமியும்

முன்னிலையில், அக்னிதேவன் சாட்சியாக அம்மையும் பிதாவும் என்னைத் தாரைவார்த்துக் கொடுத்தபோது மனம் நெகிழ்ந்தாயே! ரதிதேவி எனக்கு நீதான் இந்த இன்னுலகம். இனி ஒருநாளும் உன்னை விட்டுப் பிரியேன் என்று பஞ்ச பூதங்கள் சாட்சியாய் வாக்களித்தாய். என்னை ஆட்கொண்டாய் வசந்த காலத்திற்குரியவனே... என் மணாளனே! என் மனத்தைக் கொள்ளைகொண்ட கள்வனே! என்னை இங்கே தவிக்க விட்டுச் சென்றது முறையோ! சிவனிடம் போ என்று அனுப்பிய தேவர்களின் அரசன், அவன் நீ என்னை மணந்த நாள்முதல் செய்த சூழ்ச்சியல்லவா இது? இப்போது உன்னையனுப்பிய வானுலகத்துத் தேவர்களில் ஒருவரேனும் பஸ்பமான உன்னை எழுந்து வா உன் இல்லாள் இங்கே தவிக்கிறாள், நீ வந்து அவளைக் காத்தருள் என்று விரைந்து எழுப்ப மாட்டாரரோ? உன் தந்தையாகிய திருமால், கையில் சங்கு சக்கரம் தாங்கிய பெரும் பேர் படைத்தவராயிற்றே! அவர் சொன்னால் தேவ சேனையும் உடன் வருமே. 'ஐயோ' என்று நான் இங்கு புலம்பி அழவும் காப்பாற்ற அவர் வரவில்லை! எங்கே சென்றாள் உன் அன்னை. நீ எனக்குக் கணவன் ஆனபின் நம் இணக்கம் பார்த்து என்மேல் பொறாமை கொண்டவள், இப்போது உன் உயிர் பிரிந்து நான் அழுது புலம்பும்போது மகிழ்ச்சிகொள்வாளோ மஹாலக்ஷ்மி. அவள் உன் அன்னையும் அல்லவா? தன் அண்ணன் சிவனிடம் எனக்காகப் பரிந்து பேச வர மாட்டாளோ!

பிரம்மன் எங்கே ஒழிந்தான்? அவன் தொழில் செய்யத் தானே உனக்கு இந்தக் கொடும் பெயர் வந்தது. என் தந்தை சொல்கிறார்: இச்சையைத் தூண்டுபவன் அரக்கனைவிடக் கொடியவன் என்று. ஏற்கெனவே ஐந்து தலைகளில் ஒன்றைக் கொய்துவிட்ட என் தந்தையைப் பிரம்மன் ஏன் என்றா கேட்பான். அந்தோ! நெருப்பினால் நீறாவாய் என்று நின் தலையில் விதித்திருந்தால், யார்தான் உன்னை உயிரெழுப்பி என்னைக் காக்க முடியும்? எப்படியெல்லாம் வாழ்ந்தோம் என் தேவனே தென்றல் தேர் ஏறி, கிளி கொஞ்சிப் பேச மூவுலகையும் வலம் வந்தோம். யார் கண்ணேறு பட்டதுவோ, வசந்த காலத்தில் மரக்கிளைமீதும் பூக்கள்மீதும் படுத்துறங்கும் பனிநீரைத் துவட்டியால் என்மீது வீசி விளையாடி அவற்றை எழுப்பிவிட்ட சாபமா, பூங்கானகம் முழுவதும் பூக்களே மிஞ்சாமல், மலர்கள் அனைத்தையும் கொய்து மாலையாக்கிச் சூட்டியும், மலர் மஞ்சம் செய்து என்னைக் கிடத்தியும் என்னைக் கொண்டாடினாயே அந்த மலர்கள் கொடுத்த சாபமா? அப்போது உடல் நெகிழ்ந்து, மனம் மகிழ்ந்து, பிரபஞ்சத்து இளந்தென்றல் நம்மைத் தாலாட்டக் கண்ணுறங்கும்

நம் வாழ்வெல்லாம் கனவோ கதையோ என்று ஆயிற்றே. உன் மேனி சிவன் நெற்றிச் சுடர் முன்னே நிற்கத் தகுமா? பொடிப்பொடியாகிப் போனீரே என் கணவனே!

இரண்டு நாள் முடிந்து மூன்றாம் நாள் ஆனது. ரதியின் புலம்பல் நிற்கவே இல்லை. பின் ஒரு முடிவுக்கு வந்தவளாய் "நான் இனி இருந்து என்ன பயன். வாழ மாட்டேன்" என்று தன்னை அழித்துக்கொள்ளத் தயாரானாள்.

அதே சமயம் தேவகணங்கள் சிவனிடம் சென்று, "அய்யனே என்ன விளையாட்டு, தங்கள் மகளையே இப்படிச் சோதிக்கலாமா? அகில உலகத்தையும் அழிவிலிருந்து பலமுறை காத்திருக்கிறீர்கள். நெருப்பு, நீர், விஷம் என பல்வேறு ரூபத்தில் உலகம் அழியவிருந்தபோது அதையெல்லாம் உங்கள் உடலில் தாங்கி அகிலம் காத்தீர்கள். அட்டகாசம்செய்த பல அசுரர்களை வென்று அவர்களை ஆட்கொண்டு எங்களுக்கு நிம்மதி அளித்தீர்கள். இன்னும் பற்பல சோதனைகளைத் தடுத்து எம்மைக் காத்தீர்கள். மூன்று நாளாய் ரதிதேவி புலம்புவது எல்லோர் மனத்தையும் துன்புறுத்துகிறது. மனமிரங்குங்கள் சுவாமி. அவள் தன்னையும் அழித்துக்கொள்ளத் தயாராகி விட்டாள். அவள் கணவனை நீங்கள் கொல்லவில்லை என்பது எங்களுக்குத் தெரியும், ஆனால் அவளோ உண்மை அறியாமல் கைம்மை பூண்டு சதியேறப் போகிறாள்" என்று முறையிட்டனர். அவர்களைப் புன்னகையோடு பார்த்து, "அனைத்தும் நாம் அறிவோம். அவளே இங்கே வருவாள். அவள் கணவனை அவளுக்குக் காணக் கொடுத்து அவளைத் தடுத்தாள்வோம்" என்றார் பெருமானார்.

ரதிதேவியோ இதையறியாமல் தன் புலம்பலைத் தொடர்ந்தாள், "என் ஆருயிரே! அடங்காத அன்புடையவனே! ஆறுமோ என் துயர். இப்பெருந்துயரால் நானும் தவித்து எரிகிறேன்; தனித்திருக்க மாட்டேன். இதோ கைம்மை நோன்பு நோற்று உன்னை எரித்த நெருப்பில் நானும் சங்கமம் ஆகிறேன். வண்ணங்கள் என்னை விட்டு அகலட்டும். மலர்களும் அலங்கரித்த மேனியின் வாசனை கலையட்டும். சாம்பலால் என்னைச் சிங்காரித்துக்கொண்டு உன்னை நோக்கி வருகின்றேன்; வருகின்றேன்" என்று ஓங்கியழுது வருந்தினாள். ஒளி பொருந்திய தன் மேனியில் எழில் வண்ண ஆடைகளைக் களைந்து வெண்மையான ஆடையைத் தரித்தாள். ஆனால் அந்த ஆடைகள் அவள் அணிந்தவுடன் வண்ண ஆடையாய் மாறின. பின்னர் வானவில் ஒன்று தோன்றி அதிலிருந்து ஒவ்வொரு நிறமாகப் பிரிந்து அந்த ஆடையோடு கலந்து யாருமே பெயரிட முடியாத வண்ணத்தில் அந்த ஆடை

திகழ்ந்தது. ஆடையே வானவில்லாகி ஜொலித்தது. கோடி சூரியன் இணைந்து வந்து அவள் மேனிக்குப் பொலிவூட்டியது. "அய்யோ என்னை ஏன் கொல்கிறீர்" என்று கதறினாள் ரதிதேவி.

தேவகணங்கள் அதற்குமேல் பொறுக்க முடியாமல் அவளிடம் "ரதிதேவி உன் கணவன் இறக்கவில்லை. அவன் இருக்கிறான். மனம் இறங்கி வார்த்தைகளை மென்மையாக்கி சிவனிடம் கேள். அவரால் முடியாதது எது உண்டு?" என்று அசரீரியாய்ச் சொன்னார்கள். அதைக் கேட்ட மாத்திரம் ரதிதேவியால் அது கனவா, நனவா என்று நம்ப முடிய வில்லை. தேவர்கள் அவள்மீது பூமாரி பொழிந்தனர். ஆனந்தம் பொங்கிய ரதிக்குத் தன் கண்ணீரை அடக்க முடியவில்லை, அங்கிருந்த பூக்களை எல்லாம் கொய்து விதவிதமான வண்ணங்களில் மாலையாக்கி மன்மதன் சாம்பலாகிக் கிடந்த இடத்தில் அவன் மேனி படுத்துக் கிடப்பது போல் பாவித்து அதற்கு அலங்காரம் செய்தாள். எல்லையில்லா மகிழ்ச்சி பொங்கக் காதல் பெருகத் தனக்குள்ளேயே பொங்கித் திளைத்தாள். "ரதி உவகை கொண்டு இன்னும் கால தாமதம் செய்யாமல் சிவபெருமானின் அடி சேர். அகங்காரம் தொலைத்து மன்னிப்புக் கேள். மன்மதனை உயிரோடு பார்க்க அது ஒன்றுதான் வழி. அவர் நினைத்தால் மன்மதனை உயிரோடு உனக்குத் தர முடியும்" என்று மறுபடி ஒலித்தது அசரீரி.

ரதிதேவி, சரியான நேரம் பார்த்துச் சிவபெருமான் முன்னே போய் வணங்கித் துதித்து, "ஆண்டவனே! இறைவனே! உங்களிடம் அகங்காரம் பிடித்த நிலையில் பேசியதற்கு என்னை மன்னியுங்கள். மன்மதன் எவ்வளவு மென்மையானவர். அவர் தேர், தேரோட்டிகள், ஆயுதங்கள் எல்லாம் பார்ப்பீர். அவரைப் போய் எரித்துக் கொல்ல உங்களால் எப்படி முடிந்தது தந்தையே. அவர் உங்கள் பிரியமான மகளின் கணவரல்லவா? அதை நினைத்தேனும் மன்னிக்கக் கூடாதா? பிரம்மனும் தேவேந்திரனும் தேவர்களும் செய்த சூழ்ச்சியால் என் கணவன் இங்கே வந்து அழிவுற்றான். அவன் செய்த குற்றத்தைப் பொறுத்து அருள் புரிதல் வேண்டும்" என்று விண்ணப்பம்செய்து அவர் காலடியிலேயே கிடந்தாள்.

ஈசன் அருள் கூர்ந்து, "மாதே! வருந்தாதே! பார்வதிதேவியை நாம் சென்று மறுபடி காணும்போது மட்டும் உன் கணவனைத் தருவோம்; அவன் இனி உருவமற்றவன், கலங்காத உணர்வுப் பூர்வமானவன், உன் கண்களுக்குத் தெரிவான். காமத்துக்கு உருவமில்லை. அதைப் போலவே அவன் இனி அரூபன்" என்று மன்மதன் எரிந்த இடத்தில் மூன்று நாட்களுக்கும் மேலும் தன் காலடியில் வீழ்ந்து கிடந்தவளைத் தேற்றி எழுப்பினார் சிவபெருமான்.

ரதி எழுந்தாள். தன் மனம் கவர் மன்மதனைக் கண்டாள். அளவில்லா மகிழ்ச்சியில் அவள் முகம் பூத்தது. அப்படியே நெருப்பில் பூத்த மலர் போலிருந்தான். அவள் கண்களுக்கு மட்டுமே தெரிந்தவனைத் தழுவத் துடித்தாள். மன்மதன் அருகிலிருந்து சிரித்தான். கையணைக்கும் தூரத்தில் இருந்தான். ஆனால் ரதியால் அவனை அணைக்க முடியவில்லை. "அய்யோ" என்றரற்றினாள். "தந்தையே என்ன இது?" என்று கேட்டாள். "அவன் உன் கண்ணுக்கு மட்டும்தான் தெரிவான் என்றுதான் சொன்னேனே. எல்லாமும் எப்போதும் கொடுக்க கடவுளாலும் முடியாது கண்மணி. நீ காத்திரு. அவன் மறுபடி உனக்குக் கிடைப்பான்" என்று சொல்லி மறைந்தார். மன்மதன் கண்ணுக்கு எட்டிய தூரத்திலிருந்து ரதியைக் கொல்லாமல் கொன்றுகொண்டிருந்தான். மாலைப் பொழுதும் வீசும் தென்றலும் பேசும் கிளிகளும் மலர்களில் அமரும் தேனீக்களும் அவளைப் பரிகசித்தன. கரும்பு வில்லோ அவளைக் கண்டு பொலிவுற்றது. அதைக் கண்டவளுக்கு மேலும் எரிச்சல் வந்தது. இந்த மன்மத வில்லும் அம்பும்தானே அவளை இந்த நிலைக்கு ஆளாக்கின என்று அவளுக்குத் துயரம் உள்ளூரப் பெருகியது. அதை மன்மதன் அறிந்தால் வருந்துவான் என்று சோகத்தை மறைத்து எப்போதும் இன்பமாய்ச் சிரிப்பது போலொரு பாவனையை மேற்கொள்வது மிகக்கடினமாக இருந்தது. பருவம் அவளை மேலும் மேலும் வாட்டியது. மேனியின் பொலிவை எல்லாம் அவள் இழந்தாள். வேறெந்தத் துயராக இருந்தாலும் வாய்விட்டுப் புலம்பிவிடலாம். கணவன் அருகிலிருந்தும் கண்களால் அவனைப் பருகியும் கைசேர முடியாதது எந்த ஜென்மத்தின் தீவினை. உடல் நலிந்தாள். உள்ளம் உருகினாள். சூரியனும் சந்திரனும் மாறிமாறி அவள் முன் விழுந்து எழுந்து மன்னிப்புக் கேட்டனர். காலையோ மாலையோ வெயிலோ மழையோ புயலோ தென்றலோ அவளுக்கு எந்த வித்தியாசமும் இல்லாமல் போனது. வழக்கம்போல் உடை தரித்தால் வண்ணங்கள் அவளுக்கு அழகு சேர்க்காதது போலிருந்தது. அலங்காரம் செய்தால் அவை அலங்கோலம் போலிருந்தன. எந்த மலரணைகள் அவளுக்கு எல்லா இன்பமும் தந்தனவோ அவை எல்லாமே அவளைத் தினம் கொன்றன. அவற்றின் வாசனையை வெறுக்கத் தொடங்கினாள். சுயத்தை இழந்தாள்.

மன்மதனும் சிவனும் மனமதிர, அவள் வாயிலிருந்து ஒரு வாசகம் வெளிவந்தது, "நீங்கள் சொன்னது சரிதான் அய்யனே. . . காமம் கொல்லும் நோய்தான். இதற்கு இவர் சாம்பலாகவே இருந்திருக்கலாம்."

இரண்டாம் முறை: 5–2

அரூபம்

“என்னங்க மதியம் தண்டோரா போட்டாங்க. நாளைக்குச் சொடல கொளுத்த றாங்களாம். ரதி மன்மதன் கூத்து எங்க ஊருல நல்லா இருக்கும், ராத்திரி கூத்து முடிய லேட்டா யிடும் நாளைன்னி லீவ் போட்டுட்டு வந்துருங்க” என்று பொன்னி தன் கணவனுக்குத் தொலைபேசி யில் சொன்னது ரதியின் காதில் கேட்டது. “போன வருஷமா, போன பிப்ரவரில் நாமதான் ஹனிமூன் போயிருந்தோமே. ஆமா அண்ணியும் இந்த வருஷம்தான் மொத மொத பாக்கறாங்க” என்று தன் நிறைவயிறு கீழே விழுந்துவிடுமோ என்று பிடித்துக்கொண்டே தன் பேச்சைத் தொடர்ந்தாள்.

அடுப்பில் கொதித்துக்கொண்டிருந்த பால் சுண்டக் காயட்டுமென்று கேஸ் அடுப்பின் தனலைக் குறைத்துவிட்டு, இரவுச் சமையலுக்கான பிற வேலைகளில் ஈடுபட்டிருந்தாள் ரதி. அப்படி காய்ச்சி உறைக்கு விட்ட கெட்டித் தயிர்தான் மதனுக்குப் பிடிக்கும். அதுவும் சுத்தமாகப் புளிப்பே இருக்கக் கூடாது. அவன் இருக்கும்போது காலைப் பரபரப்பில் உறைக்கு ஊற்றும் வேலையும் சேர்ந்துகொள்ளும். தயிரைக் காலையில் உரைக்கு ஊற்றி மதியம் சாப்பிடுவான். “ஹும்” என்றவளின் கைகள் சப்பாத்தி தேய்ந்துச் சோர்ந்துபோயிருந்தன. இன்று பொன்னியின் வீட்டிலிருந்து இரண்டு பேர் அவளைப் பார்த்துப் பலகாரம் கொடுப்பதற்காக வந்திருந்தனர். “எங்கண்ணி சப்பாத்திச் சுட்டா

அவ்ளோ மெதுமெதுன்னு இருக்கும். இவங்க வைக்கிற குருமா சான்ஸே இல்ல, நீங்க சாப்பிட்டுத்தான் போவணும் சின்ன அத்த” என்று அவர்களை வற்புறுத்தி இருக்கவைத்து விட்டாள் பொன்னி. அவர்களுக்கும் சேர்த்து சப்பாத்தி தேய்த்துத் தேய்த்து எப்போது முடியுமோ என்றிருந்தது. இன்னும் நான்கு சப்பாத்தி சுட்டால் போதும்; அவள் நாத்தனார் பொன்னி ஏற்கெனவே முதல் ரவுண்டில் ஐந்து சப்பாத்தி சாப்பிட்டிருந்தாள். எல்லோருக்கும் சப்பாத்தி சுட்டுக் கொடுத்துவிட்டு இறுதியாக இவள் ஒன்று அல்லது இரண்டு சாப்பிடுவாள். அவள் மாமியார் நாகலட்சுமி, “இது வித்தியாசமான டேஸ்ட்டா நல்லா இருக்கு, ஆனாலும் நான் வைக்கிற குருமாதான் உங்க மாமாவுக்கும் மதனுக்கும் பிடிக்கும்” என்று சொல்லிக்கொண்டே நன்றாகச் சாப்பிட்டு விட்டு அவள் வயதுப் பெண்களோடு அரட்டையடிக்கப் போய்விட்டாள். இன்னும் நான்கு சப்பாத்தி தேய்க்கணுமா மூன்றோடு நிறுத்திவிடலாமா என்று யோசித்தாள்.

ரதியின் மாமனார் கோயிலிருந்து அப்போதுதான் வந்தவர், குடையை வழக்கமாக மாட்டும் இடத்தில் மாட்டிவிட்டு, “மாசி மாசத்துல மழை இப்படி அடிக்காது. மாமரம் பூ வைக்கிற சமயம், இந்த இயற்கையும் இப்படி பண்ணுதே” என்று சொல்லிக்கொண்டே சமையலறைப் பக்கம் வந்து அவள் முகத்தை ஒரு நொடி பார்த்தார். அசந்து கொஞ்சம் சோர்வாக நின்றிருந்தவள், மாமனார் வந்து பார்க்கிறார் என்று தெரிந்ததும் கைகளைக் கொஞ்சம் சுறுசுறுப்பாக்கிச் சப்பாத்தியை வேகமாகத் தேய்க்கத் தொடங்கினாள். “டேபிள்ல நாலு சப்பாத்தியும் ஹாட்பாக்ஸ்ல குருமாவும் இருக்கு மாமா. சப்பாத்தி சூடா வேணும்னா சொல்லுங்க குடுக்கறேன்” என்றாள். “வேணாம் வேணாம். சாப்புடற இடத்துல இருக்கறதே போதும், எல்லோரும் சாப்பிட்டாச்சா?” என்று கேட்டவர், அவள் முகம் ஏறிட்டார். லட்சணமான மாசுமருவில்லாத களையான முகம், பெண் பார்க்கப் போனபோது பார்த்துமே நாகலட்சுமிக்குப் பிடித்துப்போனது. கல்யாணம் ஆகி வீட்டுக்கு ரதி வந்ததும் வீடே வேறு களை பெற்றது. ஆனால் என்ன செய்ய? “இந்தக் கடனெல்லாம் எப்ப தீருமோ?” என்று பெருமூச்சு விட்டபடி அங்கிருந்து நகர்ந்தார். பின்வாசலுக்குச் சென்று தன் கை கால்களை அலம்பிக்கொண்டு வந்தார். உணவு மேசையில் வைத்திருந்த ஹாட்பாக்ஸிலிருந்து மூன்று சப்பாத்தியை எடுத்துப் போட்டுக்கொண்டு “ரதி எனக்கு மூணு சப்பாத்தி போதும்மா. இதில் இன்னும் ஒண்ணு இருக்கு, பொன்னிக்கு இத குடுத்துடு. உனக்கு வேணும்கிறத மட்டும் போட்டு எடுத்துக்கிட்டு

வந்து சீக்கிரம் சாப்பிடு அவன் போன் வந்திறப் போகுது." பாலை உறைக்கு ஊற்ற வசதியாக ஒரு பாத்திரத்தில் மாற்றி வைத்துவிட்டு, அவசர அவசரமாகச் சாப்பிட்டாள். பின்னர் ஆற வைக்க வசதியாக பாலை எடுத்துக்கொண்டு வாசல் திண்ணையில் வந்து அமர்ந்தாள்.

மதனிடமிருந்து வரும் காணொலித் தொலைபேசி அழைப்புக்காகக் காத்திருந்தாள். ஒவ்வொரு நொடியும் ஒரு யுகம் போலிருந்தது, காலையிலிருந்து வேலைசெய்த அலுப்பு. படுக்கையில் சாய்த்துக்கொண்டால் தேவலாம் என்று உடம்பு ஏங்கியது. மதன் பணி நிமித்தம் பக்ரீனில் இருந்தான். இரண்டரை மணிநேர வித்தியாசம். காலையில் அவன் அலுவலகம் போகும் முன்னர் ஒருமுறை அழைப்பான். பிறகு இரவு உறங்கும் முன்னர். இடையில் எப்போதாவது உணவு இடைவேளையில் நேரம் கிடைத்தால் அழைப்பான். இரவு அழைப்பு நெடுநேரம் போகும். "சம்பாதிக்கிற காச இப்படி பேசியே கரைச்சிருவான் போலிருக்கு" என்று நாகலட்சுமி சொல்வாள். அவளிடம் பலமுறை வாட்ஸ் ஆப்மூலம் பேசுவதற்குத் தனியாகக் காசில்லை என்று சொன்னாலும், "அதெப்படி இல்லாமலிருக்கும்? எப்பாவது சேத்து வைச்சி பில் வரும்" என்றே சொல்வாள். "அப்படி என்ன பேசுவாங்களோ, நீங்களும் இருக்கீங்களே ஒரு வார்த்த போன்ல பேசறதுக்குள்ள ஒன்பது மலய சுமந்துகிட்டுப் பேசறாப்புல சலிப்பா பேசுவீங்க" என்று பொன்னி தன் கணவனிடம் புகார் சொல்வாள். பொன்னியின் கணவன் பக்கத்து டவுனில் வேலை பார்க்கிறான். நினைத்த நேரத்துக்கெல் லாம் தன் கர்ப்பிணி மனைவியைப் பார்க்க வந்துவிடுவான். வீட்டு வாசலின் எதிரே சிவன் கோவிலும் அதற்கு அருகே கிராம நிர்வாக் கட்டிடமும் இருந்தன. கட்டிடத்திற்கு மேலிருந்த நியான் விளக்கின் சிவந்த வெளிச்சம் விழுந்து, கோபுரமே பற்றி எரிவதுபோல் பயங்கரத் தோற்றம் தந்தது.

கோயிலுக்கு அருகிலிருக்கும் திடலில்தான் நாளை காமன் தகனத் திருவிழா நடக்கவிருந்தது. தீயூட்டப்படவிருக்கும் சுடலைக்கு இன்று பிரத்தியேகமான அலங்காரம் செய்யப் பட்டிருந்தது. பலவண்ண மாலைகள் அதற்குச் சாத்தப் பட்டிருந்தன. பெரிய பந்தல் போடப்பட்டிருந்தது. பந்தலின் ஒவ்வொரு காலும் கரும்பு, செங்கரும்பு, வேம்பு, மா கம்புகளைக் கட்டி அதில் கொட்டாமணக்கு, சிற்றகத்தி, காதோலை, கருகமணி உள்ளிட்ட பொருட்களைக் கொண்டு அலங்காரம் செய்திருந்தார்கள். மையத்தில் ஒரு கம்பு நட்டு அதில் வைக்கோல் பிரி சுற்றி அதனதன் மேலே வறட்டி கட்டி அதை முகம்போல பாவித்துக் கண்கள், மூக்கு, வாய், மீசை

எல்லாம் வரைந்திருந்தார்கள். அந்தச் சுடலைக் கம்பைச் சுற்றிலும் துவரை நெற்றுகளைக் குவித்து கூம்பு வடிவம் பண்ணி வறட்டிவரை பரப்பிவைக்கப்பட்டு, அது பார்க்க ஒரு ஆள்போலவே இருந்தது. விளையாட்டுப் பிள்ளைகள் சிலர் வேறுசில கம்புகளை துவரை நெற்றில் சொருகி வைத்தனர். அவை காமாண்டியின் கைகள் போலிருந்தன. அதில் ஒரு வில்லையும் இன்று யாரோ மாட்டிவிட்டிருந்தார்கள். நேற்றே பந்தல் அலங்காரத்தைக் காணொலியில் பார்த்து, நாம போன வருஷமும் பாக்கல ஹனிமூன் போயிட்டோம் இல்ல என்று மதன் வருத்தப்பட்டான். இன்று பந்தல் முழுவதும் இருந்த பூ அலங்காரம், பூக்களின் கலவையான மணம் அந்த வீடுவரை வீசியது. ஆனால் அந்த இடத்தில் நிலவிய கொடூர அமைதி ரதியை ஏதோ செய்தது.

பாலை எடுத்துக்கொண்டுபோய் உறைக்கு ஊற்றி வைத்து விட்டு வந்தாள், மறுநாள் மதிய சமையலுக்கு வேண்டி முருங்கை இலைகளை பொன்னி ஆய்ந்துகொண்டிருந்தாள். வாரத்தில் இரண்டு அல்லது மூன்று நாட்கள் முருங்கைக்கீரைச் சமையல். மதியத்திலிருந்தே அவளும் நாகலட்சுமியும் பொன்னியும் மாறி மாறி ஆய்ந்துகொண்டிருந்தார்கள். இன்னும் கொஞ்சம்தான் மீதியிருந்தது. “அவர் போன் வரும்வரை சும்மாதானே இருப்பேன். . . நான் ஆய்ஞ்சிக்கிறேன், நீ போய்ப் படு” என்று பொன்னியிடம் சொல்லிவிட்டு முருங்கைக்கீரைக் கொத்தையும், அதற்கு ஆய்ந்து போட்டுவைத்திருந்த பாத்திரத்தையும் எடுத்துக்கொண்டு வாசலுக்கு வந்தாள். பாத்திரத்தில் நிரம்பி யிருந்த முருங்கை இலைகளை உள்ளங்கையால் தொட்டு உணர்ந்தாள். அதன் குளிர்ச்சி கையில் பரவியது. அந்த மென்மை அதை மீண்டும் மீண்டும் கைகளால் துழாவத் தூண்டியது. ‘இந்த இல எவ்வளவு ஸாஃப்டா இருக்குல. அப்படியே உன்னப் போலவே’ என்று மதன் சொல்வான். வெளியே வந்து அமர்ந்தபோது பக்கத்து வீட்டிலிருந்த முருங்கை மரத்தின் கிளைகளும் இலைகளும் காற்றில் சிலுசிலுத்துக்கொண்டிருந்தன. அந்த வீட்டின் உரிமையாளர் ஒரு மாதத்துக்கு முன்னர்தான் எல்லாக் கிளைகளையும் வெட்டிவிட்டார். அப்போது நாகலட்சுமி அவரைப் பார்த்து “பாப்பாக்கு வாரத்துல மூணு நாளு இதுலயிருந்து இலை எடுத்துதான் குடுக்கறோம், அயன்னாம். டாக்டர் சாப்பிட சொல்லியிருக்கார்” என்று சொல்லிக்கொண்டிருந்தாள். “இன்னும் இரண்டே வாரத்தில் வளர்ந்திருங்க. வளர வளர கொஞ்சம் விட்டு விட்டு எடுங்க. துளிர்க்கிற ஒவ்வொரு கொத்தும் ஒரு மாசத்துக்குள்ள கிளையாயிடும் உங்களுக்குத் தெரியாததுல்ல இருந்தாலும் சொல்றேன்” என்றார் பக்கத்து வீட்டுக்காரர். அந்த முருங்கை

மரத்தை இவள் பார்க்க இதுவரை மூன்று நான்கு முறை வெட்டிவிட்டார்கள். வெட்ட வெட்ட வளரும் பூதம் அது மட்டுமல்ல என்று நினைத்தாள்.

சாயுங்காலத்திலிருந்து பெய்துகொண்டிருந்த மழை இப்போதுதான் கொஞ்சம் நின்றிருந்தது. வீட்டு வெளிச்சுவர் தாண்டிச் சாலையில் மறுபுறமிருந்த பொன்னரளி மரக்கிளைகள் காற்றில் அசைந்துகொண்டிருந்தன. அதைப் பார்க்க அரூபமான யாருடனோ அது பேசிக்கொண்டிருப்பது போலிருந்தது. அதற்கும் யாரேனும் காணொலி அழைப்பு விடுத்திருப்பார்களோ? நினைத்துச் சிரித்துக்கொண்டாள். அதன் தாழ்ந்த கிளைகளும் இருட்டில்கூடச் சுடராய்த் தெரியும் பொன்னரளி மலர்களும் சொட்டிக்கொண்டிருந்த நீர்த்துளிகளும் மயங்கிக் கிடந்த இருளும் அவளை என்னவோ செய்தன. திடீரென அடித்த காற்றுக்குப் பொன்னரளி மரம் வேகமாய் அசைந்தது, சில்லென்ற காற்று ரதியை வந்து தாக்கியது. அவள் தன் புடவை முந்தானையை இழுத்துப் போர்த்திக்கொண்டு கைகளைக் குறுகக் கட்டிக்கொண்டு அமர்ந்திருந்தாள்.

முருங்கை இலை இருந்த பாத்திரம் அவள் உடல் சூட்டைப் பெற்றுக்கொண்டது. முருங்கை இலையிலிருந்து ஒருவித வெம்மை எழுந்ததை அவளால் உணர முடிந்தது. அதேசமயம் தொலைபேசி ஒளிர்ந்தது. காணொலிக் காட்சியில் மதன் தனது இரவு உடுப்பிலிருந்தான். “என்ன இழுத்துப் போர்த்திக்கிட்டு உட்கார்ந்திருக்க, குளிருதா?” அவன் குரலிலிருந்த ஏக்கம் ரதியின் மீது பரவிய குளிரை இன்னும் தூண்டியது. அவள் பதில் எதுவும் பேசாமல் அவனையே பார்த்துக்கொண்டிருந்தாள். அவள் கண்கள் துளிர்த்ததைப் பார்த்ததும் மதன் தொலைபேசியைத் துண்டித்தான். எழுந்து முருங்கை இலைகள் இருந்த பாத்திரத்தை பிரிட்ஜில் வைத்துவிட்டுப் படுக்கையறைக்குச் சென்றவள் தன் படுக்கையில் சரிந்து அழத் தொடங்கினாள். சிறிது நேரம் கழித்து எழுந்து முகத்தைக் கழுவி, சிறிது அலங்காரம்செய்து, தலையையும் வாரிக்கொண்டு அவனை அழைத்தாள். “அய் என்ன ஃபர்ஸ்ட் நைட்க்கு ரெடியான பொண்ணாட்டாம் தலை சீவி, முகம் பூசி ஃப்ரஸா இருக்க” என்றதும் கிளுக்கென்று சிரித்தாள், “தட் இஸ் மை குட் கெர்ல். நானே இங்க காய்ஞ்சி போயிருக்கேன். நீ அழு மூச்சி காட்டுனா எப்படி” என்று தொடங்கிய உரையாடல் அவளைப் படுக்கையில் கிடத்தி அருகே படுத்துக்கொண்டது. அவள் ஆடை சரிந்தபோது அதை அவன் கவனித்ததை அவளும் கவனித்தாள். ஆனாலும் உரையாடல் தொடர்ந்தது. அவர்கள் இருவரில் ஒருவர் உறங்கினாலும் உரையாடல்கள் உறங்குவதில்லை.

மறுநாள் வழக்கம்போலச் சோபையாக விடிந்தது. தன் மாமியும் மாமனும் தினம் விடியற்காலையிலே குளித்துவிட வேண்டும் என்ற வழக்கத்தை ஏன் வைத்திருக்கிறார்கள் என்று நினைப்பாள் ரதி. அவள் வீட்டில் மெதுவாக எழும் பழக்கம் இருந்தது. மதன் வரும்போதுகூட அவன் தூங்கிக்கொண்டிருந்தாலும் ரதி சீக்கிரம் எழுந்து குளித்து விளக்கேற்றிவிட வேண்டும். இல்லையென்றால் ஏதாவது அபசகுனமாக நடக்கிறது என்று நாகலட்சுமி எடுத்துக்காட்டு களை அடுக்குவாள். தினம் நாகலட்சுமி சத்தமாகப் பாடும் திருவாசகம் கேட்டுத்தான் ரதி எழுந்துகொள்வாள். விடியற் காலையில் வீட்டில் எல்லோர் உறக்கத்தையும் துரத்துவது, உருக்கும் திருவாசகம்தான். கேட்கும் மனம் அதிரும் வகையில் பெருங்குரலில் பாடுவாள். வீட்டில் மட்டுமல்ல தெருவிலிருக்கும் எல்லோருக்குமே அது அதிகாலைக் கடிகார அலார மணி இரைச்சலாக இருந்தது. மதன் வீட்டிலிருக்கும் போது “திருவாசகத்துக்கு உருகும் சிவன், அம்மா பாடும்போது எழுந்து ஓடிடுவான்” என்று ரதியிடம் சொல்லிச் சிரிப்பான்.

உறக்கம் அகலாமல் ரதிக்குக் கண்கள் எரிந்தன. இரவு எப்போது தொலைபேசியின் இணைப்புத் துண்டிக்கப்பட்டது என்பது அவளுக்கே தெரியாது. எழுந்ததும் பார்த்தபோது ‘பேசிட்டே இருக்கும்போதே தூங்கிட்ட தண்டம்’ என்று கோபச் சிரிப்பான்கள் பல அவள் கணவனிடமிருந்து வந்திருந்தன. அது அவளுக்கு எரிச்சலை வரவழைத்தது. இனிமே வாசலோடு உரையாடலை முடித்துக்கொள்ள வேண்டும். இவருக்கென்ன ஆபீஸ், வீடு இரண்டுதான், வேளாவேளைக்கு இங்கே ஐந்து பேருக்குச் சமைக்கிறதுக்குள்ள உசிரு போகுது. கூடவே அவர்கள் வீட்டுச் சொந்தம் ஒன்றின் திருமணத்துக்கு அவள் எடுத்துக்கொண்ட புதுச்சேலையில் ரவிக்கை அலங்காரம் நன்றாக இருப்பதாகவும் அதை மறுநாள் காணொலியின்போது அணிந்து காட்ட வேண்டுமென்ற அன்புக் கட்டளையும் வந்திருந்தது. “ஆமா இது ஒண்ணுதான் குறச்சல்.” தினம் வரும் அவ்விரவு இரண்டரை மணி நேரம் பின்னிருந்தது. உரையாடல்கள் நள்ளிரவைக் கடந்தும் தொடர்வதும் உறக்க மின்மையும் ஒருவித சோர்வைத் தந்தன. பல நாட்கள் இந்த இரவுகளே வேண்டாம் பகலிலிருந்து இன்னொரு பகலுக்குக் குதித்துவிட்டால் நன்றாக இருக்குமென்று நினைத்தாள். ஆனால் மதன் அவள்மேல் அவ்வளவு மையலோடு இருப்பதை ரசிக்கவும் செய்தாள். தேவாரம் ஓங்கிய குரலில் ஒலிக்க “ஹூம்ம்” என்ற சொல்லியபடி மெல்ல எழுந்து வெளியே வந்தாள்.

பின்முற்றத்துத் தாழ்வாரத்திலிருந்த மாமரம் கடந்த சில நாட்களாகப் பூக்கள் விடத் துவங்கியிருந்தது. கடந்த வருடம்

மாசி மாசம்தான் அவர்கள் திருமணம் முடிந்தது. பொன்னியின் திருமணம் தை கடைசி முகூர்த்தத்தில் நடந்தது. அதற்கு அடுத்த வளர்பிறை முகூர்த்தத்தில் ரதியின் திருமணம். மாசிமகம் பௌர்ணமியன்று மதன் ரதியுடன் பின்முற்றத்தில் உலவிக்கொண்டிருந்தபோது "கண்டுபிடிச்சிட்டேன்" அது மாம்பூ வாசன, என்பான். "பொன்னி கல்யாணம் முடிஞ்சி நம்ம கல்யாணத்துக்கு அதிக நாள் இல்ல, அப்ப அவ கல்யாண வேலை பாக்கறேன்னு இங்கேயே தங்கிட்டா. மாமாவும் இங்கிருந்து ஸ்கூல் போனாரு. காலையில் அவ எழுந்து வரும்போது ஒரு வாசனை வருதேன்னு யோசிச்சிருக்கேன். அது தெரிஞ்ச வாசனையா இருந்துச்சி. அதே வாசனை உன் உடம்புல இருந்தும் இப்ப தினம் வருது. இது என்ன வாசனைன்னு யோசிட்டே இப்பதான் புடிபட்டுச்சி. அது மாம்பூ வாசன. அப்பா என்ன ஒரு வாசன இது" என்றான். நேற்று பெய்த மழைக்குக் கீழே உதிர்ந்து கிடந்த மாம்பூக்கள வெறித்துப் பார்த்தவள் தாழ்வாரத்தில் கிடந்த தென்னங்கீற்றுத் துடைப்பத்தை எடுத்து விறுவிறுவென்று அந்தப் பூக்களைக் கூட்டியள்ளிக் குப்பையில் போட்டாள். "இப்பவே ஏம்மா பின்கட்ட கூட்டற, சரசு வருவாதானே. நாகு உன்கிட்ட அவ எதுவும் சொல்லிட்டுப் போனாளா?" என்று கேட்ட மாமனார் குரல் மாமியாருக்குக் கேட்டிருக்க வாய்ப்பில்லை என்று நினைத்தாள் ரதி.

ரதி கழிவறைக் கதவுகளை அடித்துச் சார்த்திக்கொண்டு உள்ளே சென்றதும் நாகலட்சுமியின் குரல் மென்மையாக ஒலிக்கத் தொடங்கியது. அவள் முகம் கழுவி, வாய் கொப்பளித்து வரும் முன்னரே கதவு தட்டப்பட்டது. "அண்ணி சுடச்சுட காப்பி ரெடி" பொன்னி கையில் காப்பியோடு தன் நிறைசூல் வயிற்றைக் கிணற்றுச் சுவரோடு சரித்துக்கொண்டு காப்பி டம்ளரை ஆற்றிக் குடிக்க ஏதுவான கிண்ணியுள்ளே வைத்துக் கிணற்றுச் சுவர் கைப்பிடிமேல் வைத்திருந்தாள். "தினம் சொல்றேன் நீ எதுக்குக் காப்பி எடுத்துட்டு வர நான் வந்துடுவேன்ல" என்பாள் ரதி. "இருக்கட்டும் அண்ணி, காலைல காப்பி குடிக்காட்டி வாய் நமநமன்னு இருக்கு, அதுதான் நானே போட்டுர்றேன். நான் இங்க செய்யற ஒரே வேலை இதுதானே அண்ணி" காப்பியை எடுத்துக்கொண்டு புன்னகைத்தாள் ரதி. "நல்லா விடியும்போது வெளில போய் பாருங்க அண்ணி. கோயில் பக்கத்துல இருக்கே அசோக மரம் அதில் பூவெல்லாம் பூத்துருச்சி. சூரியன் உதிச்சி வரும்போது பாக்கணுமே சிவப்பும் ஆரஞ்சுமா இந்தப் பூவு ஆயிரம் சூரியன்கள் சின்ன சின்னதா அந்த மரத்துமேல ஏத்தி வைச்சதுபோல தகதகன்னு இருக்கும் அண்ணி. அதோட வாசனையும்

லாவண்யா சுந்தரராஜன்

அடடா. இந்த வாசனையை மோந்துட்டே இருக்கக் கிடைச்சா சீதாதேவிபோல வருஷக்கணக்கா சிறைவாசம் இருந்தாக்கூடச் சலிக்காதுன்னு அப்பா சொல்லுவாரு. சரியா காமாண்டி கொளுத்துறதுக்கு ஒரு நாள் முன்ன பின்ன குப்புன்னு அந்த மரம் பூத்து நிக்கும் பாருங்க, அதுக்கு எப்படிதான் தெரியுமோ. ஒப்பாரில அசோகப் பூவைப் பத்தி வரும். மன்மதன் அம்பு ஒன்று அசோகப் பூவால செஞ்சதாம்." பொன்னி பேசிக்கொண்டே இருந்தாள். உள்ளே நாகலட்சுமியின் குரல் மறுபடி ஸ்ருதி ஏறத் தொடங்கியது. "அம்மா என்ன காலங்காத்தால அரட்டன்னு கோவிச்சிக்கும்" என்றபடி பொன்னி நடந்து உள்ளே போனாள். ரதிக்கு ஒரு எட்டு வாசலுக்குப் போய் அந்த அசோக மரத்தைப் பார்த்துவிட்டு வரலாமா என்று தோன்றியது.

காபியை ஆற அமரக் குடித்ததும் உறக்கம் ஓரளவுக்குத் தெளிந்திருந்தது. "ரதி மசமசன்னு நிக்காம குளிச்சிட்டு வந்து டிபன் வேலைய பாரு" என்று மாமியின் குரல் கேட்டு வேகமாக எழுந்தாள். "அம்மாவுக்கு வேற வேல என்ன அண்ணி, நீங்க மெதுவா போய் குளிச்சிட்டு வாங்க. ரொம்ப பசிச்சா நான் அம்மாவ இட்லி ஊத்தி கொடுக்கச் சொல்றேன்" என்றாள். சமையலறையைக் கடக்கும்போது இட்லிக்குச் சாம்பார் வைக்கக் காய்கறிகளை வெட்டிக்கொண்டிருந்த நாகலட்சுமி 'சட்டுன்னு குளிச்சிட்டு வந்து வெளக்கேத்து. எங்க காலத்துல இந்த நேரத்துக்கு காலை சாப்பாடே முடிஞ்சிடும், அய்யா காடு கழனி போவ அப்பதான் சரியா இருக்கும். உங்களுக்கெல்லாம் நேரம் காலமே தெரியமாட்டிங்கிது. சம்பாத்தியம் வேல வெளிநாடுன்னு எம் புள்ளங்க நிலைக்கு வந்துட்டாலும் காலைல விடியகாலமே சாமி கும்பிட்ற பழக்கம் எம் மவன் மவ எல்லோருக்கும் இருக்கு. நீதான் சில நாள் குளிக்காமலே சாப்பிட்ற" என்று காலையிலே அறிவுரை பாடத் தொடங்கியவுடன் ரதி அங்கிருந்து வேகமாய்ச் சென்று தன் துணிமணிகளை எடுத்துக்கொண்டு குளிக்கப் போனாள். "போனமா வந்தமான்னு இரும்மா, புள்ளதாச்சி புள்ள பசிக்கு முன்ன சாப்பாடு குடுத்துட்டம்ன்னா நமக்குத்தான் புண்ணியம். நீ வைச்சா சாம்பார் நல்லா இருக்குன்னு சாப்பிடறா பொன்னி, இல்லன்னா நானே வைச்சிடுவேன்" என்றாள் நாகலட்சுமி. தலையைச் சரியென்று ஆட்டிக்கொண்டு குளிக்கச் சென்றாள்.

குளியலறையில் துபாயிலிருந்து மதன் கொண்டுவந்து கொடுத்த லக்ஸ் சோப்பின் வாசனை சோப்பு டப்பியைத் திறந்தவுடன் பரவியது. அந்த வாசனை மனத்தை லேசாக்கியது. மதன் இருக்கும் சமயங்களில் குளியல் முடித்துவிட்டு வரும்போது படுக்கையில் புரண்டுகொண்டே 'நீ குளிச்சிட்டு வரும்போது,

பார்க்க இன்னும் ஸ்பெசலா இருக்கடி' என்று கொஞ்சுவான். ஆனாலும் படுக்கையில் சோம்பிக் கிடப்பான். படுக்கை விரிப்பு அவன்போலச் சோம்பிக் கசங்கிக் கிடக்கும். ஆனால் இப்போது படு சுத்தமாகக் கொஞ்சமும் கசங்கல் நெருங்கல் இல்லாமல் தவிப்போடு கிடந்தது. படுக்கை விரிப்பைப் பார்க்கும்போது கொஞ்சம் அவள் கண்கள் நிலம் நோக்கித் தாழ்ந்துகொண்டன.

குளித்து விட்டு வந்து முகத்துக்குப் பவுடர் பூசி; பொட்டு வைத்துக்கொண்டிருந்தாள். அதே நேரம் மதனுடைய தொலைபேசி அழைப்பு வந்தது. "என்ன இன்னிக்கி இவ்வளவு சீக்கிரம் கூப்பிட்டிங்க, அடுப்புல வேல கிடக்கு" என்றாள். காணொளியில் அவன் தெரியும்படி வைத்துவிட்டு உச்சிக்குக் குங்குமம் இட்டபோது, "தாழம்பூ குங்குமம்தானே, அந்த உச்சிப் பொட்டு மணம் போதும்டி அப்படியே ஆள் சொக்கி மடியில் கிடக்க" என்றான். உடனே ரதியின் கன்னம் சிவந்தது. "வெட்கத்தப் பாரு. நேத்து என்ன பண்ண" என்று அவன் குறும்புத்தனமாகப் பேசவும் "நீங்க கிளம்பி ஆபீஸ் போகும்போது கூப்பிடுங்க, இப்பவே அரட்டை ஆரம்பிச்சான்னு அத்த திட்டுவாங்க" என்று தொலைபேசியைத் துண்டித்துவிட்டுச் சிரித்துக்கொண்டாள்.

தொலைபேசித் திரையில் அவன் மறையும் கணம் அவனுடைய நிஜ தூரம் சுடும். திருமணம் முடிந்துபோன பிறகு ஜூலை மாதம் கோடை விடுமுறைக்கு வந்திருந்தான். ஆகஸ்ட் மாதம் அவனை விமான நிலையத்தில் வழியனுப்பியபோது கட்டிக்கொண்டு அழுதாள். அவ்வளவு பேர் உடன் இருக்கிறார்கள் என்ற நினைவே இல்லை. "இன்னும் ஆறே மணிநேரம்தான், அங்க எறங்கிட்டு உடனே கூப்பிடறேன். தெனம் இரண்டு வாட்டி மூணு வாட்டி கண்டிப்பா கூப்படறேன். அழாத அம்மா, அப்பாவ பார்த்துக்க" என்று அவனும் கண் கலங்கியபடி சொன்னது ஒவ்வொரு முறை அவன் பேசி முடிக்கும்போதும் தோன்றும். "எல்லாத்தையும் விட்டுட்டு வந்துடலாம்னு தோணுது. இப்பதானே வீடு கட்டியிருக்கோம். வீட்டுக் கடன், தங்கச்சி கல்யாண கடன் இதெல்லாம் நினைச்சா தான் மண்ட காயுது, இல்லன்னா உன்ன விட்டுட்டு இருப்பேனா" என்று புலம்பும்போது, "விடுங்க இன்னும் கொஞ்ச நாள்தானே" என்பாள். ஆனால் இருவருக்குமே இது விரைவில் முடியாது என்பது தெரியும்.

இரவு காமாண்டித் திருவிழாவைத் தானும் பார்க்க வேண்டும் என்று மதன் சொல்லியிருந்தான். காணொலிக்

காட்சியாகக் காட்டச் சொல்லி ரதியிடம் கேட்டிருந்தான். வெளியே காமன் பண்டிகை ஏற்பாடுகள் நடந்துகொண்டிருந்தன. ரதி வீட்டு மாடியிலிருந்து பார்த்தாலே சுடலை வைத்திருந்த திடல் தெரிந்தது. கூத்து தொடங்கி ரதியும் மன்மதனும் சண்டைபோலக் காட்சி நடந்துகொண்டிருந்தது. "சிவன் மேல் மன்மத அம்பு விட வேண்டாம்னு சொல்லி சண்டைன்னு சொல்லுவாங்க" என்றாள் நாகலட்சுமி. "புருஷன் பொண்டாட்டி பக்கத்துல இருந்தா இப்படித்தான் சண்டை போட்டுக்குவாங்கபோல, நம்மள மாறி" என்று பொன்னி சொல்லிச் சிரித்துக்கொண்டிருந்தாள். கொஞ்ச நேரத்தில் சிவன் வேஷம் போட்டவர் எழுந்து வந்து அசுரத்தனமாய் ஆட்டம் போட்டு, காமன்போல அலங்கரிக்கப்பட்ட கொம்பைக் கொழுத்தினார். துவரை நெற்றுமார்கள் பற்றிச் சடசடவென எரியத் துவங்கின. கம்பு முழுதாகப் பற்றி எரியத் தொடங்கியது. மன்மதன் வேஷம் போட்டவன் அங்கிருந்து பின்னால் போய் உட்கார்ந்து பீடி குடிக்கத் தொடங்கினான். எரிந்து விழுந்த கம்பைப் பார்த்து ரதி வேஷம் போட்டவள் ஒப்பாரி வைத்து அழத் தொடங்கினாள். "சொன்னேனே, சொன்னேனே, சண்டை போட்டுச் சொன்னேனே போனா வர மாட்டேன்னு சொன்னேனே சொன்னேனே சொன்ன பேச்சு கேட்கலையே. இப்ப சாம்பப் பொடியா கிடக்கிறயே. என் புருஷா ஒருகை பிடிக்கிணும்னு நினைச்சா எப்போ கிடைக்குமே, இனி எப்ப பார்ப்பேனோ. காத்த தேராக்கி, கரும்ப வில்லாக்கி, கிளி வாகனமாக்கி, பூ அம்பாக்கி அப்படி கிளம்பினியே ராசா, போவாதே சண்டைக்கு போவாதே எங்கப்பன் எரிச்சிடுவான்னு சொன்னேன் கேட்டியா என் ராஜா" என்ற புலம்பி அழுது கூத்து தொடர்ந்தது. அதைக் காணொலியில் மதன் பார்த்துக்கொண்டிருந்தான். ரதி காட்டிக்கொண்டிருந்தாள். ரதி வேஷம் போட்டுக் கூத்தாடியவள் அந்தப் பந்தலின் கீழ் விழுந்து புரண்டு அழும்போது அங்கே போட்டிருந்த வண்ணக் கோலங்கள் அவள் மேனியெல்லாம் ஒட்டி அவளே வண்ணக் கலவைபோல ஆனாள். "அய்யா நீயே போன பின்ன நான் வண்ணம் வண்ணமாயிட்டேனே, இப்பவே சாக தீக்குழி வெட்டுங்கடா" என்று தத்ரூபமாக நடித்தாள்.

கூத்தைப் பார்த்துக்கொண்டே "ரதி பாவம்" என்றார் பொன்னியின் கணவர், அது மதன் காதிலும் விழுந்து அவன் முகம் மாறியதை ரதி பார்த்துக்கொண்டிருந்தாள்.

ஒருமுறை: 6–1

வாய்மை

“பொய் சொல்லாதே... நீயா அடிமை? உன் கழுத்திலே மின்னுகிறதே பொன்னாலான ஆபரணம், எந்த அடிமையம்மா இவ்வளவு விலையுயர்ந்த ஆபரணத்தை அணிய முடியும்? மயான வேலை பார்ப்பவனுக்கு உரிய ஊதியம் கொடுக்க யோசிக்கிறாயே. அதுவும் பெற்ற மகனின் எரியூட்டுக் கூலிக்குச் செலவுசெய்ய மனம் வரவில்லையோ? அந்த ஆபரணத்தைக் கொண்டுபோய் விற்று மாயன் கட்டணமும், எனக்குரிய வாய்க்கரிசி ஊதியமும் கொடு” என்று உறுமினான் அரிச்சந்திரன்.

அவ்வளவு நேரம் நீலம்பாரித்த தன் மகனை மடியில் ஏந்தியபடி இடுகாட்டின் காவல் பணியிலிருந்தவனிடம் கெஞ்சிக்கொண்டிருந்த சந்திரமதி திடுக்கிட்டு அப்போதுதான் அவனை ஏறெடுத்துப் பார்த்தாள். தன்னையறியாமல் கழுத்தைத் தடவிப் பார்த்தாள். வெற்று கழுத்துத் தானே இருக்கிறது. இந்த மயான ஆசாமிக்குப் பார்வைக் குறைபாடு உண்டோ யோசித்தாள். தூரத்தில் எரியூட்டப்பட்ட பிணம் கருகி எரியும் வாடை குப்பென்று வீசியது. அந்த நெருப்பு காட்டிய ஒளியில் அங்கே நின்றிருந்த பரதேசியைப் பார்த்தாள். கொஞ்சமே தெரிந்த அவன் உருவத்தை வைத்து அவனை யாரென்று அவளுக்கு அடையாளம் தெரியவில்லை. அகன்ற தோள்களும், முழங்கால்வரை நீண்டிருந்த கைகளும் அவனது

கம்பீரமான உருவத்தை எடுத்துக்காட்டியது. மயானத்திலேயே உறங்கும் பொருட்டுப் பல தடித்த தோலாடைகளால் போர்த்தி யிருந்ததையும் மீறி, ஒரு பொலிவு அவனிடத்திலிருந்து ஜொலித்துக்கொண்டிருந்தது. மயானச் சாம்பல் பூசிய நெற்றிக்கு மேலே தலைக்கும் காதுக்கும் சேர்த்துக் கட்டியிருந்த முண்டாசு அவனுக்கு அரச மகுடம் போலிருந்தது. இடுகாட்டுக்கு வெளியே இருந்த மரத்திலிருந்து ஆந்தை ஒன்று அவர்களையே உறுத்துப் பார்த்து அலறியது.

"எந்த ஜென்மத்தில் என்ன பிழை செய்தேனோ. ஊழ்வினையால் கொண்டவனை விட்டுப் பிரிந்து, அடிமையாய் படாதபாடு படுகிறேன். பெற்ற மகனை, பிஞ்சு முகம் மாறாப் பாலகனைப் பாம்பொன்று இரக்கமின்றித் தீண்டி என் உயிரைப் பிடுங்கிக்கொண்டுவிட்டது. . . என்மீது உங்களுக்கு இரக்கம் வரவில்லையா. போதாக்குறைக்கு இல்லாத ஆபரணத்தை என்னால் எப்படி விற்க முடியும்?"

"கூலிக்குப் பணிபுரிபவன் கூலி கேட்காமல் என்ன செய்ய முடியும் தாயே? மகனோ தேவனோ மரித்தால் எரிக்கக் கூலி கொடுக்க வேண்டுமென்று தெரியாதா? கையில் காசில்லை என்றால் என்ன, பொன்னாலானதுதானே உன் தாலி...தாலியை விற்கக் கூடாதென்ற தடுமாற்றமா?"

"அய்யோ என் தாலி உங்கள் கண்ணுக்குத் தெரிகிறதா? அது என் கணவரைத் தவிர யாருக்கும் தெரியாதே. இதென்ன பிழை. . . செய்யாத பாவத்துக்கே என்னென்னவோ அனுபவிக்கிறேன். அய்யனே நீங்கள் யார்? என் தாலி. . . அது என் உடன் பிறந்தது. . . அது பிறர் கண்ணுக்குத் தெரியாது; தெரியக் கூடாது. தயவுசெய்து சொல்லுங்கள் நீங்கள். . ."

"மாதே என் பெயர் அரிச்சந்திரன். இந்த இடுகாட்டின் தலைவன் வீரவாகு என்பவரின் அடிமை."

"ஸ்வாமி! நான் உங்கள் சந்திரமதி. இறந்து கிடப்பது நம் மகன் லோகிதாசன்."

அதைக் கேட்ட அரிச்சந்திரன் அதிர்ந்துபோனான். தான் செய்யாத பிழைக்காக மணிமகுடம் பறிபோனபோதும் கலங்காதவன், அரசிகளின் அரசி தன் இதய நாயகி மூன்றாம் பிறை போல் புன்னகைக்கும் மனையாட்டி சந்திரமதியையும், செல்ல மகனையும் அடிமையாக விற்றபோதும், அயோத்தி மாநகரின் அரியணைக்குரியவன் பிணங்களை எரிக்கும் ஏவல் வேலையாளனாக ஆனபோதும்கூடச் சற்றும் மனம் தளராதவன், "அய்யகோ" என்று அரற்ற முடியாமல் மனதுக்குள் குமுறினான்.

அதே ஆற்றில்

யாருக்கு என்ன பாவம் செய்தேன்... உண்மையை மட்டுமே பேசுவேன் என்ற விரதம் பூண்டு அதைக் கடைப்பிடிப்பது அவ்வளவு பெரிய தண்டனைக்குரிய செயலா? பித்தாகி நின்றான் பேரரசன்.

"ஸ்வாமி, பார்த்துக்கொண்டே நின்றால் எப்படி, என் எஜமானி எள் போட்டு எள் எடுக்கும் முன்னரே வந்துவிட வேண்டும் என்று சொல்லி அனுப்பினார்கள், நான் போக வேண்டும், மகனின் சிதைக்குத் தீ மூட்டுங்கள்..."

தன் மனத்தைக் கொஞ்சம் தேற்றிக்கொண்டு அரிச்சந்திரன் பேசலானான், "அதுதான் சொன்னேனே, எஜமானருக்குக் கொடுக்க கூலியில்லாமல் நான் எப்படி பிணத்தைச் சிதையில் ஏற்றுவது?"

"நம் மகனல்லவா, அவன் பிறந்தபோது எவ்வளவு மகிழ்ந்தீர்கள் ஸ்வாமி. அவன் வரவைக் கொண்டாட எவ்வளவு தானதர்மம் புரிந்தீர்கள்? அவனை நல்லமுறையில் அனுப்பிவைக்க வேண்டுமல்லவா? என்னால் அவனை எடுத்துக்கொண்டும் போக முடியாது. அய்யோ எந்தத் தாய்க்கும் இப்படி ஒரு நிலை வரலாகாது."

"சரி எனக்குத் தர வேண்டிய வாய்க்கரிசிக் கூலியை வேண்டுமானால் விட்டுவிடுகிறேன். மகனின் பூதவுடலை நானே பார்த்துக்கொள்கிறேன். காலம் கடத்தாமல் உன் எஜமானரிடம் சென்று என் எஜமானருக்குச் சேர வேண்டிய கால்பணமும், முழத்துண்டும் வாங்கிக்கொண்டு வா. காலம் கடத்த வேண்டாம். உடனடியாகச் செல்" என்றான் அரிச்சந்திரன்.

"இந்த நிலைமையிலும் இந்த மனிதர் மாறவில்லையே" என்று தன்னைத் தானே நொந்துகொண்டு அங்கிருந்து விரைந்து செல்லத் துணிந்த சந்திரமதி, இடுகாட்டை விட்டு வெளியேறினாள். வேகமாகக் காசிநகர் நோக்கி நடக்கத் தொடங்கினாள். தன்னைத் தன் அய்யன் அரிச்சந்திரனுக்கே அடையாளம் தெரியவில்லையே என்று அவளுக்கு ஆச்சரிய மாக இருந்தது. முழு நிலா பொழிந்துகொண்டிருந்தது. நல்ல வெளிச்சம் அவளுக்கு வழிகாட்டியது. சூழ்நிலையும் அவள் மனப்பாரமும் புரியாமல் தென்றல் அவளைத் தழுவிச் சென்றது. அருகில் நீர்நிலையொன்றில் ஏதோ மிருகம் நீர் அருந்தும் சத்தம் கேட்டது. அந்த நீர்நிலைக்கு அருகே சென்று நிலவொளியில் தன் முகம் பார்த்தாள். அவளை அவளுக்கே அடையாளம் தெரியவில்லை. கிழிந்த நைந்த ஆடைகள். அவளைத் தன் வீட்டுக்கு அடிமையாய்க் காசி நகரத்து அந்தணன் அழைத்து வந்த நாளன்றே அவன் மனைவி சந்திரமதியின் மேனியை

அலங்கரித்த பட்டாடைகளை எல்லாம் வாங்கி உள்ளறையில் வைத்துப் பூட்டிவிட்டு "அடிமைக்கு இந்த ஆடை போதும்" என்று இற்றுப்போன நூல் சேலையைக் கொடுத்தாள். ஒரே ஆடையைத் துவைத்துத் துவைத்து உடுத்தி அது மேலும் நைந்துபோயிருந்தது. புடவை மட்டுமா நைந்திருந்தது, முழு மேனியும் சரியான அன்ன ஆகாரமின்றி ஓய்வே இல்லாமல் வேலைசெய்து கிழிந்த துணி போலவே இருந்தது. முழுச்சந்திரன் போன்ற முகம் கொண்டவள் என்று துலங்கவே அவளுக்குச் சந்திரமதி என்று பெயரிட்டார் அப்பா... அவர் மட்டுமா, அரசியின் புகழ் பாடும் புலவர்கள் பலரும் அப்படித்தானே புகழ்ந்து பாடினார்கள். புகழும் சகல செல்வமும் செழித்த வாழ்வும், பகையற்ற ஆட்சியும் பெரும் படையும் கொண்ட பேரரசன் அரிச்சந்திரனைக் கணவனாகக் கொண்ட மட்டற்ற மகிழ்ச்சியும் பொங்க அரண்மனையில் வாழ்ந்தவள் முகம், தற்சமயம் பொலிவிழந்து யாருடையதோ போலிருந்தது. பிறகு அரிச்சந்திரனுக்கு மட்டும் எப்படி அடையாளம் தெரியுமென்று நினைத்தாள். அதே நேரத்தில் கோட்டான் ஒன்று அலறும் ஒலி கேட்டுத் திடுக்கிட்டாள். நீர்நிலையில் முகத்தைக் கழுவித் தன் சோர்வை நீக்கிக்கொண்டாள். நைந்த சேலைத் தலைப்பில் துடைத்துக்கொண்டு அங்கிருந்து கிளம்பினாள். வழியில் அடர்ந்த செடிகொடிகள் அவள் நடையின் வேகத்தைக் குறைத்தன. தட்டுத் தடுமாறி அந்த இருட்சோலையில் நிலவொளியின் துணையோடு தோராயமாக, தெரிந்த திசையில் நடந்தாள்.

என்னை அவருக்கு அடையாளம் தெரியவில்லை என்று புலம்புகிறேனே. அவரையும்தானே எனக்கு அடையாளம் தெரியவில்லை. எப்படி இருந்த அரசவை? என்ன கம்பீரமான அரியணை. அதில் அமர்ந்திருந்த அரசன் எங்கே? அவன் மணிமுடிதான் எங்கே? கால்களில் தவழும் பட்டாடை எங்கே? இப்போது ஒரு பித்தனைப்போல அரையில் கௌபீனம் மட்டும் உடுத்தி, கம்பளிப் போர்வைகளை உடல் முழுவதும் சுற்றிக் கொண்டு நிற்பவனா அரிச்சந்தர சக்கரவர்த்தி. பொன்போல ஜொலிக்கும் மேனி, பிணம் எரிந்த கரி படிந்து... ஏன் இந்த அவலம் எமக்கு? யாரோ வைத்த வினையா இப்படி எம்மை வதைக்கிறது? இல்லை இல்லை இப்படி அடுக்கடுக்காக நடக்கும் அத்தனை தீமைகளுக்கும் அவர் ஒருவர் மட்டுமே காரணம் என்று நினைத்துக்கொண்டு கோபம் கொப்பளிக்க நடந்துகொண்டிருந்தாள் சந்திரமதி. அரவம் ஒன்று அவள் பாதைக்குக் குறுக்கே வந்தது. திடுக்கிட்டு நின்றாள். 'அவர் எனக்குச் செய்ததைவிடவா அந்த அரவம் செய்துவிட முடியும்' என்று நினைத்தாள். இதே போலொன்றல்லவா என் பாலகனைக் கடித்தது. பிஞ்சு முகன், கொஞ்சும் கண் கொண்டவன், குழந்தை

அவனைப்போய் தர்ப்பைப் பறித்துவர அனுப்பினானே அந்தக் கொலைகாரப் பிராமணன்.

அவனும் அவன் மனைவியும் எனக்கும் என் மகனுக்கும் செய்த கொடுமைகள் ஒன்றா, இரண்டா. எப்போதும் மருதாணி நிறம் மாறாத என் கைகள் இப்போதும் அரிசி குத்தியோ சாணம் தட்டியோ சிவந்தே கிடக்கின்றன. பஞ்சணையில் கிடந்தவளை நடுத்தரையில்கூட நள்ளிரவுக்கு முன்னர் உறங்க விட்டனரா? ராட்சச ஜென்மங்கள்... உறங்கும்வரை கை கால்களை பிடித்துவிட்டே என் கை ரேகைகள் நெளிந்தன. அதுவும் அந்த எஜமானோ, எஜமானியம்மாவோ தூங்கின பின்னரும் தூங்காமல் கைகளை வருடுவதும், என் கைகளை அவன் மேனியெங்கும் நகர்த்தி விளையாடுவதும் வெட்கக்கேடு, அடிமையென்று வந்த பின்னர் இதையெல்லாம் தாங்கித்தானே ஆக வேண்டும். 'உனக்கு மட்டும் பிள்ளையில்லையென்றால் நானே உன்னை என் தாசியாக வைத்துக்கொள்வேன்' என்று வாய் கூசாமல் சொல்வான். போதாக்குறைக்கு அவனுக்கு என் கழுத்திலிருந்த தாலி தெரியாதது வேறு வசதியாகப் போய் விட்டது. தாலியின்றிப் பிள்ளை பெற்றவள் தயங்குவது ஏன்? நடிக்காதே பெண்ணே... என்று இழித்துரைத்தவனிடம், நாயே நான் அரசியடா என்று சொல்லவா முடிந்தது? ஒவ்வொரு நாளும் அவனிடமிருந்து தப்பிக்க நான் படும்பாடு... அப்பப்பா அதை அந்தத் தெய்வங்களும் தாங்காது. தாலியற்றவள் பிள்ளையும் அற்றவளாகிப்போனால் இன்னும் வசதிதானே என்று நினைத்தானோ? அதற்குத்தான் பச்சிளம் பாலகனைத் தர்ப்பை அரிய அனுப்பினானோ அந்தக் கேடுகெட்ட பிராமணன். ஒருவேளை தர்ப்பைக் கொய்யும்போது பின்னாலிருந்து பாம்பொன்றை அவனே ஏவிவிட்டானோ? இல்லையென்றால் தர்ப்பைக் கொய்யப்போன பிற பிள்ளைகளை விட்டு எப்படி என் செல்வனை மட்டும் பாம்பு தீண்டும்? நெய்ச்சோறும் பால்ச்சோறும் உண்ட மகனுக்குப் பழங்கஞ்சி கொடுக்கக்கூட எஜமானிக்கு மனம் பொறாது. அது செரிக்க வேலை செய்ய வேண்டாமா என்று கேட்டல்லவா அவளும் என் மகனைத் துரத்தினாள். நான் போனால் வேலை கெடுமென்றனர் இருவரும். இப்போது என் செல்லமே போய்விட்டானே. யாரைச் சொல்லி என்ன பலன்? மெய்யே உரைக்கும் அரிச்சந்திரனின் மனைவியாய்ப் பாழாய் போகவென்று விதி என் கழுத்தில் எழுதிவிட்டது. இத்தனைக்கும் காரணம் என்னவன் மட்டும்தானே... என்னை அடிமையாக விற்றபின்னும் அவரை என்னவன் என்று சொந்தம் கொண்டாடுகிறதே இந்தப் பேதை மனம் என்று தனக்குள் குமைந்தாள் சந்திரமதி.

அவர் எப்படி ராஜயோகத்தோடு இருந்தவர். என் சுயம்வரத்தன்று அவர் வந்ததே தங்கத் தேரில் அல்லவா? ‘கன்னோசி நகருக்குத் தீர்த்த யாத்திரை வந்த முனிவர்கள் உன் அழகையும் அறிவையும் பற்றிச் சொல்லக் கேட்டு அரிச்சந்திர மஹாராஜா காளியிடம் உன்னைக் காண வரம் வேண்டினாராம். அப்போது காளி மாதாவே அங்கிருந்த கல்தேரைத் தங்கத் தேராக மாற்றிக் கொடுத்தாளாம். நீ அதிர்ஷ்டசாலியடி’ என்றார்கள் சேடிப் பெண்கள். ஆம் அப்போது அதிர்ஷ்டத்துக்கு என்ன குறை, அப்பா கொண்டு வந்து கொடுத்து என்னை அணியச் சொல்லிப் பார்க்காத பட்டாடைகளா? ஆபரணங்களா? விரல் சொடுக்கிய அடுத்த நிமிடம் சேவகம் நிறைவேற்ற இல்லாத ஆட்களா? எல்லாமே இருந்தது. அவரிடமும் எல்லாமே இருந்தன. ஆனால் எங்கிருந்திருந்து வந்தனர் அந்தக் காமனும் சேனையும்? அந்த இரண்டு பெண்கள் ஏன் அப்படி பிடிவாதம் பிடித்தனர்? அப்போது என் அய்யன் நினைத்திருந்தால் அப்பெண்களை மணந்திருக்கலாம். ஆனாலும் பிடிவாதமாக எனக்கே துணையாக அல்லவா நின்றார். அதை என்மீதான காதல் என்றல்லவா நான் தவறாக நினைத்துவிட்டேன், தன் நேர்மையைப் பறைசாற்றிக்கொள்ள அவர் கையிலெடுத்த ஆயுதமல்லவா அந்தப் பிடிவாதம்... அதோடு விட்டாரா, அந்தப் பெண்களுக்காக விஸ்வாமித்திரரிடம் தன் ஆட்சியையே அல்லவா அடமானம் வைத்தார். எனக்கு இன்னும் அதுவே புரியாத புதிர். ஒருவேளை அந்தப் பெண்களை அவருக்குப் பிடித்திருக்குமோ அல்லது அவர்களுக்கு இவர் ஏதேனும் தீங்கிழைத்திருப்பாரோ? சரி ராஜ்ஜியம்தான் போனது, அங்கிருந்து என் தந்தையின் தேசத்துக்காவது சென்றிருக்க லாம்... அதற்கு அரிச்சந்திர மஹாராஜனின் தன்மானம் இடம் தரவில்லை. சுக்கிரனுக்குப் பட்ட கடனை என்னை விற்று அடையுங்கள் என்று சொன்னதும் யோசிக்கக்கூடக் கண நேரம் எடுக்காமல் என்னை விற்கத் துணிந்த மனதுக்கு, என் தந்தையிடம் சென்று தட்சணை பெற்றுக் கடனடைப்போம் என்று ஏன் தோன்றவில்லை? அந்த எண்ணம் வந்துவிடுமோ என்று அஞ்சித்தான் அயோத்தியிலிருந்து கிளம்பும்போதே கன்னோசியின் திசைக்கு எதிர்த் திசையில் நடந்து காசிநகர் வந்தாரோ? காசியில் என்னை வாங்கிய அந்தணன், என்னோடு என் மகனும் வர வேண்டுமென்று சொன்னதும் லோகிதாசனையும் அல்லவா அனுப்பிவிட்டார். அவன் வந்தான் இப்போது இல்லாமல் செத்தும் போனான். நல்லவேளை அவன் என்னோடு வந்தான்... இல்லையென்றால் தான் இளவசரன் என்பதையே அறியாமல் இடுகாட்டில் சுள்ளி

பொறுக்கிக்கொண்டிருக்க வேண்டும். அதற்கு அவன் இறந்ததே மேல். சந்தரமதியின் மனம் தாறுமாறாய் ஓடிக்கொண்டிருந்தது.

மகனே! உன் தந்தையின் பிடிவாதம் எங்களோடு நில்லாமல் உன்னையல்லவா வேரறுத்துவிட்டது. இதற்காகவா எமக்குப் பிறந்தாய் என் மகனே... லோகிதாசனே! உன்னை எப்படியெல்லாம் வளர்த்தேன். பாலும் தேனும் பழங்களும் கொடுத்துப் பொன் தொட்டிலில் தாலாட்டி வளர்த்தேனே. இப்படி விடமேறி மரிக்கவோ என் ரத்தம் உன்னுள் ஓடியது கண்ணே. பலருக்கும் புண்ணியம் தரும் புனித கங்கையும் காசி விஸ்வநாதனும் உள்ள இந்தக் காசியில் தீ தீண்டிச் சாம்பலாகவா இங்கே நாம் வந்தோம் என் கண்ணே. உன் தந்தை உன் பிறந்த நாளுக்கு நகர் முழுக்க அன்னதானம், வஸ்திரதானம், கோதானம் எல்லாம் செய்தாரே... எதுவுமே உன்னைக் காக்கவில்லையே...

என் கனவில் தோன்றிய ஆயர்பாடியில் உன்னைப் போலவே ஒரு பாலகனான கண்ணனைக் கொல்லவந்த எல்லா அரக்கர்களையும் அவன் எப்படிக் கொன்றான் என்று சொல்லி உன்னை வளர்த்தேனே... நீ கண்ணன் போலவே உன்னைத் தீண்ட வந்த பாம்பை நடனமாடி விஷத்தை முறித்திருக்கக் கூடாதா கண்ணே? எல்லாம் நன்மைக்குதான். பால்சோறு பழச்சோறு ஊட்டிய உனக்குப் பழங்கஞ்சி, நீராகாரம் கொடுத்தேனே பாவி நான். அழுகி நாற்றம் எடுக்கும் பழைய உணவைத்தானே கொடுத்தார்கள், என் எஜமானனும் எஜமானியும். உயிர் வாழ வேண்டுமே என்று புழு மண்டிய சோற்றைப் பரிமாறினேனே கண்ணே. அதை உண்ண வெறுத்துத்தான் பாம்பின் பல் பட்டு எனைவிட்டுச் சென்றாயோ என் செல்வமே, நான் என்ன செய்வேன்? இனி உனை எப்போது மறுபடி காண்பேன்' என்று புலம்பியவாறே அடர் இருளில் நிலவின் மெல்லிய ஒளி காட்டும் வழியில் தொடர்ந்து நடந்தாள் சந்திரமதி. காடு அவளைக் கரும் பேய்போலப் பயம்கொள்ளச் செய்தது. அவள் வாழ்நாளில் இப்படி தனித்து இருள் அடர்ந்த காடுகளில் நடந்தது இல்லை. தூரத்தில் காசி நகரின் வீடுகளின் மாடத்து அகல்விளக்குகள் கண்ணுக்குப் புலப்படத் தொடங்கின. தட்டுத் தடுமாறி நடந்தவளுக்குத் தனது சேலையை யாரோ பிடித்திழுப்பது போலிருந்தது. திடுக்கிட்டுத் திரும்பினாள். அவள் திரும்பும் ஒலி கேட்டுச் சற்றுத் தொலைவில் எதையோ போட்டுவிட்டு யாரோ இருவர் ஓடுவது போலிருந்தது.

சந்திரமதியின் சேலை முந்தானை ஒரு முட்செடியில் மாட்டியிருந்தது. அதை விடுவிக்க அச்செடியின் அருகில்

போனாள், முட்கள் காலைப் பதம் பார்த்தன. அவளுக்கு முள் குத்திய வலி பொருட்டாகத் தெரியவில்லை. சிறிது தூரத்தில் லோகிதாசனின் உடல் கிடந்தது. "மகனே லோகிதாசா" என்று கூக்குரலிட்டப்படி அந்தச் சடலத்தருகே ஓடினாள். கொஞ்ச நேரத்துக்கு முன்னர் அங்கிருந்து ஓடியவர்கள் யார் என்று அவளுக்குச் சொல்லாமலே புரிந்தது. அவர்கள் தன் கணவரும் அவரோடு நிழலாக இருக்கும் மந்திரி சத்தியகீர்த்தியுமே. . . பின்னே வேறு யார்? தன்னால் பொருள் கொணர முடியாது என்று இந்தக் கொடுமையைச் செய்துவிட்டார்களே. . . ஓடிச் சென்று தன் மகனின் சடலத்தை வாரி அணைத்துக்கொண்டாள். "கண்ணே அம்மாவைத் தேடி நீயே வந்துவிட்டாயா? என்ன செய்வேன் கடவுளே, பெற்றவள் இருக்கப் பிள்ளை இறப்பது எந்த ஜென்மத்தின் ஊழ்வினையோ. என் பிள்ளை என் பிள்ளை" என்று மறுபடி அணைக்கும்போதுதான் அவளுக்கு அது தன் மகனில்லையோ என்ற சந்தேகம் வந்தது. நிலவொளியில் அந்த பிஞ்சின் முகத்தை உற்றுப் பார்த்தாள். "ஆ, இது லோகி இல்லை" என்று அவளறியாமல் கத்திவிட்டாள். அந்தக் குழந்தையின் பட்டாடைகளைப் பார்த்தால் அரசகுமாரன் போலவே இருந்தது. அயோத்தியில் அரண்மனையில் பட்டாடைகளை அணிந்து பஞ்சு மெத்தையில் உறங்கும் போது லோகிதாசனும் பார்க்க இப்படித்தான் இருப்பான் என்று நினைத்தவள் "அய்யோ பாவம் யார் பெற்ற பிள்ளையோ என்ன காரணத்தாலோ இப்படி என் கையில் உயிர் நீங்கி கிடக்கிறதே. என்னைப் போலத்தானே இவனைப் பெற்ற தாயும் புலம்புவாள். ஜெகன் மாதா, தாயே பராசக்தி, காசியின் விஸ்வநாதன் உடனுறையும் பார்வதி மாதா நீயும் தாய்மைகொண்டவர்கள் தானே உனக்குக் கண்கள் இல்லையா, பிஞ்சுக் குழந்தையைக் கொல்வதற்குப் பதில், அதன் தாயைக் கொன்றுவிடலாமே அம்மா" என்று சொல்லிக் கொண்டிருந்தவளைச் சுற்றிவளைத்தது ஓர் அரசப் படை.

"கொலைகாரி, திருடி அரசகுமாரனைக் கொன்று விட்டாள், பிடியுங்கள் பிடியுங்கள்."

எழுந்த ஓசையும், நடந்த அலங்கோலங்களும் எதுவுமே புரியாது நின்றாள் சந்திரமதி. கைகள் பிணைக்கப்பட்டு அரசவைக்கு இழுத்துச்செல்லப்பட்டாள். அவள் தாங்கியிருந்த அரசகுமாரனின் சடலத்தை யாருமே கேட்கவில்லை. அவளுக்கு அது லோகிதாசனைத் தாங்கியிருப்பது போலவே இருந்தது. கைகளில் விலங்கு பூட்டியிருந்ததால் குழந்தையைத் தோளில் போட்டிருந்தாள். கால்களும் பிணைக்கப்பட்டிருந்தன.

அரசர் முன்னே இழுத்துச்செல்லப்பட்டாள். அந்த அரண்மனையைப் பார்த்தவள், தன் அயோத்தி நகரத்து அரண்மனையும் அந்தப்புரமும் நந்தவனமும் நீர்நிலைகளும் கண்முன்னே வந்து நின்றன. காசி நகரத்து அரசர் அவளிடம் என்ன என்றுகூட விசாரிக்காமல் புத்திர சோகத்தில் சந்திரமதியின் முகத்தைக் கூடப் பார்க்காமல் கொலை செய்தவள் என்று துவேஷத்தோடு அவளைப் பார்த்தான். அவள் தோளில் கிடந்த அரசகுமாரனைக் காசி நகரத்து அரசி பிடுங்கிக்கொண்டாள். “பார்க்க நல்ல குலத்துப் பெண்போல இருக்கிறாயே குழந்தையைக் கொன்றுவிட்டாயே உனக்கு நரகம்கூடக் கிடைக்காது போடி. இவளைக் கொன்று விடுங்கள். இப்படிப்பட்ட பாவி இந்தப் புண்ணிய தேசமான காசி நகருக்கே இழுக்கு...” என்று ஏசினாள் அரசி. “ஆம் ஆம் அப்படியே செய்யுங்கள்” என்றனர் அரசவையில் கூடிநின்றவர்கள். மன்னனின் முகச் சுருக்கங்களைக் கவனித்த சந்திரமதிக்கு, தனக்கு மரண தண்டனை கிடைப்பது நிச்சயம் என்று தெரிந்தது. செய்யாத குற்றத்துக்குத் தண்டனை. சந்திரமதிக்குக் இந்தக் கேடுகெட்ட உலகை விட்டு நீங்கப் போகிறோம் என்று திடீரென்று ஒரு நிம்மதி பிறந்தது. மகனே லோகிதாசனே நீ மட்டும் தனியாகச் சென்று அவதியுற வேண்டாம்... நானும் உன்னுடனேயே வருகிறேன் என்று நினைத்துக்கொண்டாள். அரசன் “குற்றத்தை ஒப்புக்கொள்கிறாயா?” என்று கேட்டான். “ஆம் காசி நகரத்து அரசே என் ஏழ்மையைப் போக்கிக்கொள்ளப் பொன் ஆபாரணங்களுக்கு ஆசைகொண்டு அரசகுமாரனைக் கொன்றுவிட்டேன்” என்றாள் சந்திரமதி சற்றும் தயங்காமல்.

சந்திரமதியை ஒரே ஒருமுறை ஏறிட்டுப் பார்த்த காசி நகரத்து அரசருக்கு அவள் குற்றமற்றவள் என்றே தோன்றியது. சித்திரப்பாவை போன்ற முகம், அரச தேஜஸ்கொண்ட மேனி. அதற்குச் சற்றும் பொருந்தாத உடையும் உடல் களைப்பும். குழப்பமாக இருந்தாலும் கண்முன்னே அரசிளங்குமரனின் சடலத்தோடுப் பிடிப்பட்டதோடு மட்டுமில்லாமல் குற்றத்தையும் ஒப்புக்கொண்டாளே. விசாரணையை நீட்டித்தால் பொழுது புலர்ந்து நாட்டு மக்கள் குழம்பி நிலைமையைச் சீர்குலைப்பார்கள் என்று நினைத்த அரசன், “இந்தப் பெண்ணின் தலையைக் கொய்ய ஆணையிடுகிறேன். மயானத்திலிருக்கும் வீரவாகுவை அழைத்து வாருங்கள்” என்று ஆணையிட்டான். அரசனின் ஆணையைக் கேட்ட வீரவாகு விழுந்தடித்து மயானத்துக்கு ஓடினான். அங்கிருந்த தன் அடிமை அரிச்சந்திரனையும் அழைத்துக்கொண்டு அரசவைக்கு விரைந்து வந்தான். அரிச்சந்திரன் தன் மனைவி கைதியாக நிற்பதைக் கண்டு

130 லாவண்யா சுந்தரராஜன்

அதிர்ச்சியடைந்தான். வீரவாகு அவனிடம் "அந்தப் பெண்ணின் தலையை வெட்டி அரசனின் காலடியில் வை" என்றான்.

"அய்யா நான் உங்கள் அடிமை, நீங்கள் இடும் ஆணைக்குக் கட்டுப்படக் கடமைப்பட்டிருக்கிறேன். ஆனால் பெண்ணைப் போய் கொல்லச் சொல்கிறீர்களே இதுதான் காசி நகரின் நெறியா?" என்று கேட்டான் அரிச்சந்திரன்.

"அடிமை நாயே அவள் அரசகுமாரனை பொன் ஆபரணங்களுக்கு ஆசைப்பட்டுக் கொலை செய்துவிட்டாள். அவளின் தலையை வெட்டுவது மிகச்சிறிய தண்டனை, உயிர் துடிக்கத் துடிக்கக் கல்லால் அடித்துக் கொல்ல வேண்டும் அவளை..."

"இருக்கவே இருக்காது. அவள் அயோத்தியின் அரசி சந்திரமதி. அவள் அப்படிச் செய்திருக்க வாய்ப்பே இல்லை."

"என்ன இவள் அரசியா? அது உனக்கு எப்படித் தெரியும்?"

"ஆம் அரசே இவள் என் மனைவி சந்திரமதி. அயோத்தியின் அரசி. என் மனைவி பொன்மேல் ஆசைகொண்டு கொலை செய்திருக்க வாய்ப்பே இல்லை. சுக்கிரனுக்கு நான் பட்ட கடனுக்காகத் தன்னையே விற்கச் சொன்னவள்... அவளா பிறர் பொருளுக்கு ஆசைப்பட்டுக் கொலைசெய்வாள். இருக்கவே இருக்காது."

"என்ன அயோத்தியின் அரசி உன் மனைவியா? உன் மனைவி அயோத்தியின் அரசியென்றால் நீ அயோத்தியின் மன்னனா? என்ன காரியம் செய்துவிட்டாய்... ஒரு நாட்டின் அரசனை என் அடிமையாய் இவ்வளவு நாள் பிணங்களை எரிக்கவிட்டேன். எவ்வளவு பாவம் செய்துவிட்டேன்..."

வீரபாகு அப்படி சொன்னதைக் கேட்ட காசியின் அரசனும் தன் எண்ணம் சரிதான், இவள் உயர்குலப் பெண்தான், அயோத்தியின் அரசி சந்திரமதி இவள் என்றால் அவளின் கணவர் அயோத்தி மன்னர் அரிச்சந்திரன் இவராகத்தான் இருக்க வேண்டும் என்று நினைத்தான். ஏதோ விதிவசத்தால் நாடிழந்து கணவனும் மனைவியும் அடிமையாக வாழ்ந்திருக்கிறார்கள். இவர்களை நம் நாட்டின் விருந்தினர்களாக உபசரித்து அவர்கள் இழந்த நாட்டை மீட்டுக் கொடுக்க வேண்டுமென்று எண்ணினான். அவசரப்பட்டு அவள்மேல் கொலைக் குற்றம் சுமத்தித் தண்டனையும் அறிவித்துவிட்டதை நினைத்து வெட்கப் பட்டான்.

"சந்திரமதி தாயே என்னை மன்னித்து அருள்வாய். இவர் சொல்வதெல்லாம் உண்மையா? இவர்தான் உன் கணவர், அயோத்தியின் மன்னர், சத்தியம் தவறாத உத்தமர் அரிச்சந்திரனா? அப்படியானால் நீங்கள் என் மகனைக் கொன்றேன் என்று ஏன் சொன்னீர்கள்? உண்மையைச் சொல்லுங்கள் உங்கள் ராஜ்ஜியத்தை மீட்டுக் கொடுப்பது இனி என் பொறுப்பு..." என்று சொன்னான் மன்னன்.

சந்திரமதி கணவனின் முகத்தை ஒருமுறை நோக்கினாள். பின் காசி அரசனிடம் சொன்னாள், "அரசே இவர் பொய் சொல்கிறார். இவர் என் கணவர் இல்லை. இவரை எனக்கு யாரென்றே தெரியாது!"

இரண்டாம் முறை: 6–2

பொய்மை

“எங்க உன் தாலிய காணோம்?” என்ற ஹரிசந்தர் குரலுக்குத் திடுக்கிட்டுக் கழுத்தைத் தடவிப்பார்த்தாள் சந்திரமதி. மஞ்சள் சரடு உள்ளடங்கி யார் கண்ணுக்கும் புலப்படாமல் இருந்தது. கைக்குத் தென்பட்டதும், முகத்தைக் கோணிக்கொண்டு, “எரநூறு பவுனுல எஞ்சி இருக்க ஒண்ணு தாலிசெயின்தான், கல்யாணம் காட்சி போனா இருக்கட்டும்னு தம்பிகிட்ட குடுத்து வைச்சிருக்கேன். அதுக்கும் கண்ணு விழுந்துருச்சி... ஈஸ்வரா” என்று வாய்விட்டுப் புலம்பியபடி பதினொரு மணி காப்பிக் கடைக்கு வேண்டி பால் பாத்திரத்தைப் பார்த்தாள். இன்று யாரோ மூன்று பேர் ஹரியைப் பார்க்க வந்தபோது ஜவடாலாய் காப்பி போடச் சொன்னபோதே பால் தீர்ந்துவிட்டது நினைவுக்கு வந்தது.

கடை சென்று வாங்கிவந்த பால் பாக்கெட் நுனியை வெட்டிப் பாத்திரத்தில் வார்க்கும்போது நிதானம் தவறிப் பால் கொஞ்சம் சமையல் மேடையில் சிந்தியது. ‘இதுகூட என் பேச்சுக்கு அடங்க மாட்டேங்கிது’ என்று நினைக்கக் கண்ணீர் துளிர்த்தது. கண்களைத் துடைத்துக் கொண்டு மேடையைச் சுத்தம் செய்தபடி மூக்கை உறிஞ்சினாள். அறையில் திடீரென மூக்கைத் துளைத்துப் பரவும் நறுமணம் பரவியது. அது ஏற்கெனவே கலங்கிய கண்களால் கசிந்த மூக்கை மேலும் வாட்டியது. ஏதோ கல்யாண நிகழ்வுக்குச்

செல்வது போன்ற அலங்காரத்துடன் அவன் வெளியே கிளம்பும் முனைப்பில் இருந்தான். “சாப்பிட வருவீங்களா சேர்த்துச் சாப்பாடு வெக்கணுமா” என்றதுதான் தாமதம், கையில் கிடைத்ததைத் தூக்கி எறிந்தபடி “எப்பயும் வெளிய கிளம்பறத்துக்கு இருக்கப்ப மறிச்சி நந்தியாட்டாம் நிக்கற ஒரு கேள்விய கேட்காதன்னு எத்தனவாட்டிதான் சொல்றது” என்று சரிந்து அமர்ந்த தோரணையில் சட்டை மடிப்புக் கலையாமல் இருக்க வேண்டி சட்டையைப் பின்பக்கம் தூக்கிவிட்டுக்கொண்டு அமர்ந்தான். சந்திரமதி ஒன்றும் பேசாமல் தனது வேலையைப் பார்க்கத் தொடங்கினாள். அப்படியே அமர்ந்தவன் கொஞ்ச நேரத்தில் அவன் தொலைபேசியில் இளையராஜாவின் காதல் பாடலொன்று கொஞ்சவும், அதை எடுத்து “இதோ வீட்டு வாசல்ல இருக்கேன்” என்றபடி அவள் எழுந்துபோன திசையையே கொஞ்ச நேரம் கண் அசங்காமல் பார்த்துக்கொண்டிருந்தாள். வாசலுக்கு சென்றவன் ஏதோ அவன் தோளைத் தொட்டதுபோலத் திரும்பிப் பார்த்தான். சந்திரமதி தன் கண்களைத் தாழ்த்திக் கொண்டாள். கார் கிளம்பும் ஓசை கேட்டது.

மணி பதினொன்றரைக்கு மேல் ஆகியிருந்தது. சந்திரமதியின் கைப்பேசியில் அழைப்பொலி கேட்டது. இரண்டு கண்ணி இசைத்த உடன் கைப்பேசி அமைதியானது. அருகே சென்று பார்த்தாள். அது உயிர் நீக்கியிருந்தது. கடந்த வருடம்தான் ஹரி அதை வாங்கியிருந்தான். இருபத்தொன்பதாயிரத்துச் சொச்சம் ரூபாய். எதுக்கு இவ்வளவு ஆடம்பரமாக என்று கேட்டால், “உன் பிள்ளைங்க சாப்பாட்ட பிடிங்கி இத வாங்கினேனா, உன்ன மாறியே அழுது வடியணுமா, ஒருத்தன் ஜோரா இருந்தா உங்க கொள்ளி கண்ணுங்களுக்கு ஆவாதே” என்பான். அவ்வளவு பணத்தைக் கொட்டி வாங்கியது. ஆனால் ஒரே வருடத்தில் அதன் மின்கலன் பழுது அடைந்து விட்டது. கடையில் கேட்டால் இரவு முழுவதும் சார்ஜ் போட்டதால் இப்படி ஆகிவிட்டது என்று சொன்னதாகச் சொன்னவன், “வெளி வேலைக்குப் போனால் ஒரு நாள் முழுவதும் பேட்டரி வரதில்ல” என்று அடிக்கடி புலம்பிக் கொண்டு மீண்டும் நாற்பதாயிரம் செலவழித்து ஒரு கைப்பேசி வாங்கிக்கொண்டு, பழைய கைப்பேசியை இவளிடம் கொடுத்திருந்தான். அதைப் பார்க்கும்போதெல்லாம் ஏன் இப்படி வீண் செலவு என்று மனம் குதிக்கும். “நீ கொடுத்த காசில திரியறேனா” என்ற பதில் இப்போதெல்லாம் அந்தக் கைப்பேசியே சொல்லத் தொடங்கிவிட்டது. வயதுக்கு வந்த இரண்டு பெண் பிள்ளைகள். நினைத்தால் பகீர் என்று

அடிவயிறு அதிர்கிறது. அதுகளும் பாவம் பிற பிள்ளைகள்போல மினுக்க, கொள்ள ஆசைப்படுவதே இல்லை. அதுகள் கேட்காது. ஆனால் அக்கம் பக்கம் சொந்தம் எல்லாம் "இப்படி தனக்குத் தனக்குன்னு இருந்தா. . . பெண்ணா பெத்திருக்கீங்க, இதுகளுக்கு எப்ப பொருள் சேர்ப்பாராம்" கேட்பதற்கு என்ன செய்ய? எல்லாம் என்னை ஏன் கேட்கிறார்கள் என்றிருக்கும் சந்திரமதிக்கு. 'இந்தா இந்தான்னு இன்னும் அஞ்சே வருசத்துல அதுங்க கல்யாணத்துக்குன்னு நிக்கிம். பெரியதுக்குப் பொட்டுத் தங்கம் சேர்க்கல. ஆனா போனுக்கும் போடற சென்ட்க்கும் குறவே இல்ல' என்று நினைத்துக்கொண்டிருக்கும்போதே குக்கர் விசில் வந்ததும் கைப்பேசியை சார்ஜ் போட்டுவிட்டு அடுப்படிக்கு ஓடினாள்.

அன்று சனிக்கிழமை, பாப்பாவுக்கு விடுமுறை. சாயங்காலம் டியூசன்போனால் போதும். கண்ணனூரைவிட இதுக்கெல்லாம் இங்கே வசதிதான். பிள்ளைகள் படிப்பு வசதிக்காக என்று சொல்லி துறையூர் மாற்றி வந்தது யாரை ஏமாற்றிக்கொள்ள? கண்ணனூரில் மாமனார் கட்டிக்கொடுத்த சொந்த வீடு இருக்கிறது. ஆனால் தழைத்து வாழ வக்கின்றித் தம்பியின் தயவை நாடி வந்தாகிவிட்டது. எந்த பிரச்சனைக்கு பயந்து ஓடி வந்து தம்பியிடம் அடைக்கலம்? என்னதான் தம்பி வீடுதான் என்றாலும் அவனும் பாவம். . . வீடு கட்டிக் கஷ்டப்படுகிறான், நாம் குடியிருக்கும் வீட்டுப் பகுதியை வாடகைக்கு விட்டால் ஏழாயிரமாவது வரும். அவனிடம் வாடகைப் பேச்சை எடுத்தாலே "அட சும்மா இரு, உன் வீட்டாளு உருப்படியா ஒண்ணும் பண்றதில்ல. ஊரு பூரா கடன வேற வாங்கி வைச்சிருக்காரு, இங்க வந்துட்டாலாவது ஒரு கண்டோல் ஆவும்னுதான் பாப்பா பேர சொல்லி கூட்டியாந்தேன். நீ வேற வாடகை கீடகைன்னுக்கிட்டு" என்று கோபிக்கிறான். என்னதான் மாமா மகனும், சொந்த மச்சினனும் என்று இரண்டு பக்கம் உரிமையிருந்தாலும் மாதம் ஐந்தாயிரமாவது வாடகை கொடுத்தால்தான் நன்றாக இருக்கும் என்று ஒரு நாள் ஹரியிடம் அவளால் சொல்லத்தான் முடியும். எடுபடாத கழுதைக்குக் கனைக்க மட்டும் ஜோரா வரும், "இந்த எழவுக்குதான் இங்க வர வேண்டாமென்னு சொன்னேன். இப்பவே பாப்பாங்க படிப்பு, வீட்டுச் செலவு இதுக்கே என்னால முடியல எங்க வாடகை கொடுக்க" என்று வழக்கம்போலக் கத்திவிட்டு வெளியே போனான். இரண்டு நாள் வீட்டுப் பக்கமே வரவில்லை. போய் ஒழியட்டும் என்று மூன்றாம் நாளைக்கு மேல் இருக்க முடியவில்லை. அவள் தம்பி போலீஸ் வழியாகத் தேடிப்போய் ஒரு லாட்ஜில்

அவனைக் கண்டுபிடித்தபோது நல்ல போதையில் கிடந்தான். உடன் இருந்தவளை விரட்டிவிட்டு, வீட்டுக்குக் கூட்டிக்கொண்டு வரும்போது "நான் அந்த வீட்டுக்கு வாடகை கொடுக்க வக்கில்லாதவன்னு உங்கக்கா பேசிட்டா, அதுக்குதான் பிசினஸ் என்ன பண்ணலாம்ன்னு யோசிச்சிட்டு ரூம் போட்டு இருந்தேன்" என்றதும், "வாடகையெல்லாம் வேண்டாம் மாமா" என்று சொல்லிவிட்டான். ஏக, குஷியோடு "அப்படி யெல்லாம் சொல்லக் கூடாது மாப்புள ஒரு வருஷத்துக்குள்ள நல்லா பிசினஸ் பண்ணி வாடகை மொத்தமும் வட்டியோட குடுப்பேன் மறுக்கக் கூடாது" என்று வாய் குளறினான். 'குடியிருக்கும் வீட்டுக்கு வாடகை கொடுக்க முடியாது ஆனா கஞ்சி போட்டு தேய்ச்ச சட்ட என்ன, சவடால் என்ன' என்று யோசிக்கும்போது சந்திரமதிக்கு எரிச்சல் வந்தது.

"ஹூம்" என்று பெருமூச்செறிந்தபடி கீரையைப் பறித்துக் கொண்டிருந்தாள். இலைகளை மட்டும் ஆய்ந்து, தண்டுகளைச் சேகரித்துக் குளிர்சாதனப் பெட்டியில் வைத்தாள். அந்தக் குளிர்சாதனப் பெட்டி, தொலைக்காட்சிப் பெட்டி என்று வீட்டின் எல்லாப் பொருட்களுமே அவர்களுக்குத் தேவைப்படும் அளவைவிடப் பெரியது. "அவங்க வீட்டில் பார்த்தப்பவே இதுபோல நம்ம வீட்டுக்கு வாங்கணும் முடிவு பண்ணிட்டேன், அப்பத்தானே அவன் நம்ம வீட்டுக்கு வரும்போது மீசைய நிமித்தி உட்கார்ந்திருக்க முடியும்" என்று சொல்லுவான். கல்யாணம் ஆன நான்கைந்து வருடம் எல்லாம் சரியாகத்தான் இருந்தது. சந்திரமதிக்கு அத்தை மகனைத்தான் முடித்திருந்தார்கள். அவன் கல்லூரி படித்து முடித்த கையோடு அத்தை தனக்கு வயசாகிறது வீட்டு வேலைகளைச் சரி வரக் கவனிக்க முடியவில்லை என்று திருமணத்தை முடித்துவிட்டாள். ஹரியோ வேலைக்குப் போகாமல் கூட்டாளிகளோடு ஊர் சுற்றிக்கொண்டு கனவிலேயே மிதப்பவனாக இருந்தான்.

ஒரே வருடத்தில் பாப்பா வேறு பிறந்துவிட்டாள். கொஞ்சம் திட்டி அதட்டி மாமா அவனுக்கு உள்ளூரில் எலெக்ரிக் பொருட்கள் கடை வைத்துக்கொடுத்தார். அதையும் சரியாக அவன் பார்த்துக்கொள்ளவில்லை. பூர்வீக வீட்டை விற்றுவிட்டுப் புதிதாக வீடு கட்டி அதில் இரண்டு போர்சனில் வாடகை வரும்படி செய்தார். அதை பாப்பா பெயரில் எழுதிவைத்தபோதுதான் சண்டைப் போட்டு ஹரி முதன்முதலாகச் சொல்லாமல் கொள்ளாமல் எங்கோ போனான். அப்போது அவன் போன இடம் தெரியாமல் கலங்கிப்போனார்கள். மகனைப் பிரிந்த ஏக்கத்தில் சந்திரமதியின் அத்தையுடைய உடல்நலம் குறைந்துகொண்டே வந்தது. பிறகு

எங்கெங்கோ தேடி, காசியில் பரதேசிகளோடு இருந்ததாகக் கண்டுபிடித்துக் கொண்டுவந்தார்கள். அதன் பின்னர் அவனோடு யாருமே பெரிதாகச் சண்டை போட்டதில்லை. எதாவது சொன்னால் மறுபடி காசிக்குப் போறேன் என்று சொல்லி மிரட்டிக்கொண்டே இருந்தான்.

எலெக்ட்ரிகல் கடையை ஆள் போட்டு சந்திரமதியே பார்த்துக்கொண்டாள். வீட்டு வாடகையும் வந்தது. குடும்பத்தை ஓட்ட அது போதுமானதாக இருந்தது. அத்தைக்கு உடல்நிலை மோசமாகிப் பாப்பாவுக்கு ஐந்து வயதாகும்போதே போய்ச் சேர்ந்தாள். அப்போது இரண்டாவது பாப்பா கைக்குழந்தை. தெருவெல்லாம் தேடி அலைந்து அவனை அழைத்து வந்த போது குடிபோதையில் நிதானமில்லாமல், “இவ்வளவு சீக்கிரம் குடும்ப சுமையில சிக்க வைச்சிட்டவ, இவ செத்தா எனக்கென்ன” சத்தம் போட்டான். “எல்லாரும் சேர்ந்து எனக்கு எதுவுமில்லாம ஏமாத்திட்டீங்க” என்று தன் அப்பாவைப் பார்த்துக் கத்தினான். அதனாலோ என்னவோ சந்திரமதியின் மாமாவும் இரண்டே மாதத்தில் செத்துப்போனார். பிறகு ஹரியைக் கேட்பார் யாருமில்லை. ஊர் முழுக்கக் கடன். சந்திரமதியின் தம்பி ஒருமுறை “மாமா இதெல்லாம் நல்லாவா இருக்கு” என்றபோது “என்னைவிட சின்ன பையன், நான் பாத்து எப்படி கால்சட்டைன்னு போடறதுன்னு சொல்லிக் குடுத்தவன் என்னையப் பார்த்து என்ன பேச்சு பேசறான்” என்று நாக்கைக் கடித்துக்கொண்டு அதைத் தொடர்ந்து சொன்ன வார்த்தைகளைக் கேட்டுக் காதுகளைப் பொத்திக் கொண்டாள் சந்திரமதி.

பழையது எதையும் நினைக்காமல் அவளால் நாளை ஓட்ட முடிவதேயில்லை. “தங்கச்சி கேட்டுச்சின்னு மறுயோசன கூட இல்லாம கல்யாணம் செய்து கொடுத்துவிட்டோம். கல்யாணதுக்கு முன்ன இவ்வளவு மோசமானவனா இல்லயே. சகிக்கலதான். ஆனா எப்படிம்மா கேட்கறது? திருப்பி மரியாதயாவா பேசறான். என் தங்கச்சிக்கு இப்படி ஒரு பய. புண்ணியவதி தேவாரமும் திருவாசகமும் பாடி இவன் அட்டகாசமெல்லாம் பாக்காம போய் சேர்ந்தா” என்று குறுகினார் சந்திரமதியின் அப்பா. சந்திரமதியின் தம்பி ஜாதகம் பார்த்ததில் இடம் மாற்றமிருந்தால் ஏதோ கொஞ்சம் மாறுதல் இருக்கும் என்று சொல்லவே, “தம்பி வீட்டுக்குப் போனா பாப்பா படிப்புக்கும் சௌரியம், இந்த வீட்டிலிருந்தும் வாடகை வரும்” என்று சொல்லியே துறையூருக்கு மாறி வந்தார்கள். ஒருநாள் பெரியவள்கூட அவன் ஊதாரித்தனம்பற்றிக் கவலைப்பட்டு அவனிடம்

பேசியபோது, "அப்பா பணங்காச்சி மரம் ஒண்ணுக்கு நாலு நட்டு வைச்சியிருக்கேன்மா கவலப்படாதே" என்று பதில் சொன்னதும் நினைவுக்கு வந்தது. நினைவுகள் கோர்வையாக அவளைத் தினம் விதவிதமாய் அலைக்கழிக்கின்றன.

தென்னமட்டை பெரும் சத்தத்தோடு விழுந்ததைக் கேட்டுத் திடுக்கிட்டுப் பார்த்தாள் சந்திரமதி. கையிலிருந்த கீரையை அப்படியே முறத்தோடு வைத்துவிட்டு, முற்றத்தில் விழுந்து கிடந்த தென்னமட்டையை இழுத்துக்கொண்டு போனாள். அது சரசரவென்று ஏற்படுத்திய சத்தம் அவள் திடுக்கிட்ட நினைவுகளைக் கொஞ்சம் தட்டையாக்கியது. பின்முற்றத்தில் அதைப் போட்டபோது தம்பி மனைவி அரிவாளோடு வந்தாள். "நீ எதுக்கு வந்த, நான் பார்த்துக்க மாட்டேனா" என்றதற்குப் பதிலேதும் சொல்லாமல் தென்னங்கீற்றுகளை வேகமாகச் செதுக்கினாள். கொஞ்ச நேரம் அங்கேயே நின்றும் அவள் பேச்சுக் கொடுக்காமல் இருக்கவே, முகத்தைத் தொங்கப்போட்டுக்கொண்டு உள்ளே போனாள் சந்திரமதி. "இதுவானும் சீவி வச்சா தெரு பெருக்கவானும் யூஸ் ஆவும்" என்று சத்தமாகத் தம்பியின் மனைவி பக்கத்து வீட்டம்மாவிடம் பேசியதுகேட்டு சந்திரமதிக்கு நெஞ்சை அடைப்பதுபோலிருந்தது. அருகேயிருந்த முழுதாய் நிரம்பியிருந்த சொம்பை எடுத்து ராட்சதத்தனமாய்க் குடித்தாள். கொஞ்சம் நிதானம் வந்தது. "அத்த கண்ணனூர் வீட்டில் குடியிருக்கவங்கக்கிட்ட இருந்து போன் வந்திருக்கு." மாடியிலிருந்து தம்பி மகன் கூப்பிட்டான். அப்போதுதான் மறுபடி கவனித்தாள். அவள் கைபேசி அணைத்திருந்த நிலையிலேயே இருந்தது. மின்னூட்டம் செய்ய இணைத்தபோது அதை ஸ்விட் ஆன் செய்ய மறந்திருந்தாள். அதோடு பழைய நினைவுகளில் ஆழ்ந்திருந்ததால் நேரம் போனதும் தெரியவில்லை. அவள் கைபேசியை உயிரூட்டினாள். அதில் நான்கைந்து தவறவிட்ட அழைப்புகள் வந்திருந்தன. அந்த எண்ணுக்கு மறுபடி அழைத்தபோது எதிர்முனையில் ஒரு பெண் குரல் ஒலித்தது. "ஒரு நிமிசம் இருங்க" என்று அந்தப் பெண் யாரிடமோ தன் கைப்பேசியை அளித்தாள்.

"அக்கா நான் சாந்தா பேசறேன். ஒரு அம்மா காட்டூர்ல இருந்து வந்திருக்காங்க. உங்க அத்தைகூடப் படிச்சவங்கலாம். உங்களைத் தேடி வந்ததா சொன்னாங்க. உங்க நம்பர் கேட்டாங்க, நான்தான் கொடுத்தேன். ஆனா ரொம்ப நேரமா ஸ்விட் ஆப்ன்னு வந்தது. அதான் மேல் வீட்டுக்குப் போட்டேன்."

"சரி அவங்கக் கிட்ட கொடு."

"அம்மா மதி, நான் சுசீலா பேசறேன். உங்க வீட்டுக்கு நான் படிச்ச காலத்துல வந்திருக்கேன். உங்க அத்தைக்குக் கடைசி வருஷம் முடியும் முன்னமே கல்யாணம் ஆனது. அப்பெல்லாம் அடிக்கடி உங்க வீட்டுக்குச் சேர்ந்து படிக்க வருவேன். உங்க கல்யாணத்துக்குக்கூட வந்திருக்கேன்."

"சொல்லுங்க."

"அது வந்து நீங்க ஊர் மாறிப் போனது தெரியாது, நான் உங்களைப் பாக்கணும். சந்தர் பத்தி கொஞ்சம் பேசணும்."

"அம்மா, அம்மா கொஞ்சம் தள்ளிப்போய் பேசறீங்களா?" அந்த அரை நொடிக்குள் ஆயிரம் எண்ணங்கள் சந்திரமதியுள் எழுந்து மறைந்தன. கண்ணனூர் வீட்டு வாசலில் நின்றிருந்த போது ஒருமுறை பத்துப் பேர் வீட்டு வாசலில் வந்து, "கூப்பிடு உம் புருஷன" என்று சத்தம் போட்டது நினைவுக்கு வந்து திக்கென்றது.

"ஹலோ மதி லைன்ல இருக்கியாம்மா?"

"ம், சொல்லுங்க கொஞ்சம் வீட்ட விட்டு தள்ளி வந்துட்டீங்கல? குடித்தனக்காரங்க இன்னும் அங்கதான் நிக்கிறாங்களா?"

"இல்ல. நான் தள்ளி வந்துட்டேன். நான் உன்ன பாக்கணும். உங்கப் பொண்ணுக்கு இப்ப பரவாயில்லையா?"

"அவளுக்கென்ன நல்லா இருக்காளே."

"இல்ல, லாஸ்ட் வீக் ஏதோ அவளுக்கு ஆக்ஸிடெண்ட் ஆயி ஹாஸ்பிட்டல்ல இருக்கறதா சொன்னார் சந்தர்."

"உங்களுக்கு அடிக்கடி போன் பண்ணுவாரா?"

"இல்ல நான்தான் பேசுவேன்."

"ம். . ."

"சந்தர் என்கிட்ட கொஞ்சம் பணமும் நகையும் வாங்கிட்டுத் தரேன் தரேன்னு சொல்லி இழுத்தடிக்கிறான்."

"ம். . ."

"உங்கள பார்த்தாவது சொல்லிட்டுப் போகலாம்ன்னு. . . என் பேத்திக்குத் தண்ணி ஊத்தற பங்சன் வைச்சிருக்கேன். பூர்வீக நகைம்மா, வீட்டுல பெரியவங்களுக்குத் தெரிஞ்சா ரொம்ப பிரச்சன ஆயிடும்."

அதே ஆற்றில்

"சரி நீங்க துறையூர் வர முடியுமா?"

"துறையூர்ல எங்க?"

"பஸ் ஸ்டாண்டல அட்சயா ஹோட்டல் இருக்குல அங்க வந்துடுறீங்களா. வந்ததும் கூப்பிடுங்க நான் இரண்டு நிமிசத்துல வந்துடுவேன்."

ஹாலில் சத்தம் முடக்கி வைக்கப்பட்ட தொலைக்காட்சிப் பெட்டி இப்போது பேசிய அம்மாவின் கலங்கிய குரலை ஒலிபரப்புவதுபோலிருந்தது, அந்த அம்மாவின் கையிலிருந்து கைமாறிய ஏதோ ஒன்றிலிருந்து இது இங்கே பிரதிஷ்டை செய்யப்பட்டிருக்குமோ என்று தோன்றியது. கல்யாணமாகிச் சில வருடம் கழிந்து, நம் வீட்டில் பிற உறவினர் வீடுபோல வசதிகள் இல்லை என்று சொல்லி குத்திக் காட்டியதுண்டு. அதுவும் அம்மா வீட்டிலிருந்து போட்டுக்கொண்டு வந்த எல்லா நகையையும் அடமானம் வைத்தும் விற்றும் சுற்றிக் கொண்டிருக்கும்போது அதற்குப்பிறகுதானா இப்படி யெல்லாம்? கடன், கண்ட பழக்கங்கள் என்று சொந்த ஊரில் தலைகாட்ட முடியாமல் இங்கே வந்தும் எதுவும் மாறவில்லயே. இப்போது என்ன ரூபத்தில் பிரச்சினையோ கடவுளே என்று நினைத்தபடி அட்ஷயா உணவு விடுதியை நோக்கி நடந்தாள். கரட்டு மலை ஸ்ரீ முருகன் கோவிலில் உச்சிகாலப் பூஜை நடந்துகொண்டிருந்தது. அந்த ஆலயத்தின் மணியோசை அவள் காதில் விழுந்தது. அவள் மனநிலை அதைக் கவனித்துக் கன்னத்தில் போட்டுக்கொள்ளும் அளவுக்குக்கூட இல்லை. கரட்டு மலை அடிவாரத்திலிருந்து கோயில்வரை உயர்ந்து வளர்ந்திருந்த முருகன் சிலையின் பளபளப்பான பொன் மேனியும் கையிலிருந்த வேலும் அவள் நிலையைப் பரிதாபமாகப் பார்த்துக்கொண்டிருந்தன. அதை நொடி நேரம் பார்த்தவள் கண்கள் தானாகத் துளிர்த்தன.

"அம்மா நான் வந்துட்டேன்."

"அங்கேயே இருங்க வந்துட்டே இருக்கேன்."

சந்தரமதி ஹோட்டலை அடைந்ததும் மேசையில் தனியே யாருமே இல்லை. அவள் தேடுவது தெரிந்ததும் அறுபதுகளைக் கடந்த ஒரு பெண் வந்து அவளை அழைத்துக்கொண்டு சென்று தான் அமர்ந்திருந்த மேசையில் அமர்த்தினாள். அவளோடு அவள் வயதை ஒத்த மனிதர் ஒருவரும் இருந்தார். அதைப் பார்த்ததும் சந்திரமதிக்கு ஒரு நிமிடம் பக்கென்று இருந்தது. அடுத்த கணம் எதுவும் ஏடாகூடமாக இல்லை என்று

நிம்மதியாகவும் இருந்தது. என்ன சாப்பிடறீங்க என்று கேட்டார் அந்த அம்மணியுடன் இருந்தவர். அவர் யார் என்று அந்த அம்மாவும் சொல்லவில்லை சந்திரமதியும் கேட்கவில்லை. பதில் ஒன்றும் வராத காரணத்தால் அவரே மூவருக்கும் காப்பி என்று ஆர்டர் செய்துவிட்டு இதை எடுத்துட்டுவாங்க அப்பறம் சொல்றேன் என்று உணவு பரிமாறுபவரிடம் சொன்னார். கொஞ்ச நேரம் மௌனமாக மூவரும் ஒருவரை ஒருவர் பார்த்துக்கொண்டே அமர்ந்திருந்தார்கள். அதன் பின்னர் காட்டூர் அம்மாதான் பேச ஆரம்பித்தாள்.

“உங்க மாமியார் செத்ததும் அம்மா நினைவு வந்துடுச்சின்னு எங்க வீட்டுக்கு ஒருவாட்டி வந்தான் சந்தர். அவனுக்கு அந்த காட்டூர் வீட்டுக்கு எப்படி வழி தெரிஞ்சதுன்னு தெரியல, உங்க மாமியாரோட அவன் அந்த வீட்டுக்கு வந்தபோது பன்னிரண்டாவது படிச்சிட்டு இருந்திருப்பான். கிரகப் பிரவேசத்துக்கு வந்திருந்தாங்க. அப்பக்கும் இப்பக்கும் காட்டூர் ரொம்ப மாறிடுச்சி. கண்ணனூர்கூட ரொம்ப மாறிடுச்சி. நானும் உங்க மாமியாரும் ஒன்னா காலேஜ் படிச்சோம். அவ கல்யாணத்துக்கு வந்தபோது வேற வீட்டுல இருந்தீங்கல.”

“அது பூர்வீக வீடு. அத வித்துட்டோம். இப்ப நீங்க பாத்த வீட்ட என் மாமனார் கட்டினார்.”

காப்பி வந்தது. அதை எடுத்துக்கொள்ளச் சொன்னார் காட்டூர் அம்மாவுடன் வந்திருந்தவர். மூவரும் எடுத்துக் கொண்டனர். அந்த அம்மா காப்பியை அவசர அவசரமாகக் குடித்தாள். சந்திரமதி அந்த அம்மாவையே வைத்த கண் வாங்காமல் பார்த்துக்கொண்டிருந்தாள். அவளைக் குடிக்கச் சொல்லி அந்த அம்மா சாடை காட்டினாள். காப்பியை எடுத்து மெதுவாக வாயில் வைத்தாள் சந்திரமதி. “அவன் வீட்டுக்கு முத தடவை வந்தப்ப அம்மா கனவில வந்து எங்க வீட்டுக்குப்போகசொன்னதாசொன்னான்” என்றுசொன்னதும் சந்திரமதி வாயைச் சுட்டுக்கொண்டு கை தடுமாறி அது அவள் மேலே கொட்டியதும் ஒரே நேரத்தில் நிகழ்ந்தது. “அய்யோ சூடா காப்பி கொட்டிக்கிட்டியேம்மா சீக்கிரம் போய் பச்ச தண்ணில கழுவிட்டு வா” என்றார் அந்த அம்மா. எழுந்து கழிவறை சென்ற சந்திரமதிக்கு, ‘அம்மா கனவின் வந்து சொன்னாங்கன்னு பரிகாரம் செய்யனும் காசு வேணும் வாங்கிட்டு போனான்’ என்று சொல்லி அவள் பழைய வீட்டுக் கதவைத் தட்டிய பல பேர் நினைவு வந்தது. திரும்ப வந்து மேசையில் அமர்ந்தவளிடம் இன்னொரு காப்பி சொல்லவா என்று கேட்டவரிடம் “ம்” என்றாள்.

"பசிக்கிதும்மான்னு சொன்னான், தோசை ஊத்தி குடுத்தேன். கிளம்பும்போது பஸ்ஸுக்குக்கூடக் காசில்லைன்னு சொல்லிட்டு நூறு ரூபாய் கேட்டான். அது கொடுத்ததுதான் என் தப்பு" என்று சொல்லிவிட்டு அந்தம்மா கொஞ்சம் விசும்பத் தொடங்கினாள்.

"சுசீ என்ன இது. . . அந்தப் பொண்ணே கலங்கியிருக்கு, நீ ஏன் இப்படி பண்றே. நான்தான் போனா போவுது எந்த ஜென்மத்திலயோ நாம் பட்ட கடன்னு விட்டுறலாம்ன்னு சொன்னேன், நீ பூர்வீக நகை அப்படி இப்படின்னு சென்டிமெண்ட் பார்த்தேன்னுதான். . ." என்றார் அந்த அம்மாவுடன் வந்திருந்தவர்.

"அதுக்கப்பறம் நிறைய வாட்டி வீட்டுக்கு வந்தான் பொண்ணுக்கு ஸ்கூல் பீஸ் கட்டணும், உனக்கு ஆப்ரேசன், பிசினஸ் லாஸ் என்னவோ காரணம் சொல்லி பணம் வாங்கினான். எல்லாமே திருப்பி குடுத்துடுவேன்னு சொன்னான்ம்மா."

"ம். . . எவ்வளவு இருக்கும்?"

"தொன்னூறாயிரத்துக்கும் மேல் லட்சத்த தாண்டும்."

". . ."

"அதுகூடப் பராவல்ல, ஒரு வாட்டி எங்கப் பெரிய பாப்பா மக கழுத்து அட்டிக, அஷ்டலஷ்மி டாலர் வைச்ச மாங்கா, சங்கு அலங்காரம் செஞ்ச பழங்காலத்து நகைம்மா. நாலரை பவுனு, என் மாமியார் எனக்குக் குடுத்தது. நல்லாயிருக்கு அதுபோலவே ஒண்ணு என் பாப்பாவுக்குப் பண்ணனும் காயின் எடுத்து வைச்சிருக்கேன், மாடல் காட்டிட்டுக் குடுக்கறேன்னு கேட்டான். பாப்பாவுக்கு அன்னிக்கிதான் ஏதோ பங்சன்னு மாட்டி விட்டுருந்தேன். அத வாங்கிட்டு வந்தான். . . வருசம் ஐஞ்சாச்சி, அடுத்த மாசம் பாப்பாக்கு பங்சன் வச்சிருக்கோம். அதான்ம்மா மனசு கேட்கல."

சந்திரமதியின் கண்களில் கண்ணீர் துளிர்த்தது. அவர்கள் இருவரும் அவள் முகத்தையே தவிப்புடன் பார்த்துக் கொண்டிருந்தார்கள். துளிர்த்த கண்ணீர் கன்னத்தில் வழியும் வரை அவள் மௌனமாகவே இருந்தாள். பின் ஒருவழியாகத் தன்னைத் தேற்றிக்கொண்டவள்போல, "இவர் பண்ண கூத்துல சொந்த ஊர்ல தங்க முடியாம தம்பி தயவுல வாழ்ந்துட்டு இருக்கோம். எலெக்ட்ரிக் கடைய ஒழுங்கா பாக்காம விட்டு அதுலயும் வருமானம் எதுவும் இல்ல. வீட்ட விக்கலாம்ன்னா

அது மைனர்ங்க பேரில் இருக்கு. தம்பிகிட்டயும் கடன் கேட்க முடியாது. இல்லாட்டிகூட ஏதாவது ஏற்பாடு பண்ணுவேன்...”

“இல்லைம்மா... போன வாரம்கூட சந்தர் புதுக்கார் ஓட்டிக்கிட்டுப் போனானாமே... இவர் பார்த்திருக்காரு” சந்திரமதிக்குப் பகீர் என்றது. அதைவேறு பார்த்துவிட்டுத்தான் வந்திருக்கிறார்களா? விட மாட்டார்கள் போலிருக்கிறதே...

கொஞ்சம் தடுமாறிய சந்திரமதி “அது கடன்ல வாங்கினது. அந்த இன்சால்ட்மெண்ட்டக்கூடத் தம்பிதான் கட்றான்” என்று நாக்கு நடுங்கச் சொன்னாள். சொல்லும்போதே அடுத்து என்ன சொல்லி மடக்குவார்களோ என்கிற எண்ணமும் எழுந்து வந்தது.

என்ன செய்யலாம்? என்ன சொல்லிச் சமாளிக்கலாம்?

திடீரென்று மனதிற்குள் ஒரு மின்னல் வெட்டிற்று. நொடி நேரத்தில் சடாரென்று கழுத்தில் இருந்த மஞ்சள் சரடை இழுத்து அவர்கள் இருவருக்கும் காட்டினாள் சந்திரமதி. மஞ்சள் சரடோடு பிணைக்கப்பட்டிருந்த மஞ்சள் கிழங்கு இருண்ட பல வருடப் பழைமையைத் தன்னோடு பூசிக் கறுத்திருந்தது. சந்திரமதி கண்களில் மீண்டும் பொய்க் கண்ணீர் சொரிய ஆரம்பித்தது.

“உங்களுக்கு ஒரு அட்டிகை மட்டுந்தான்... எனக்குத் தாலிகூட மிஞ்சல...”

ஒருமுறை: 7–1

இசைக்காத புல்லாங்குழல்

அனார்கலியின் சமாதி அருகே வந்த அக்பர் நொடி நேரம் அந்தச் சமாதியைப் பார்த்தார். நீண்ட காலமாக அந்தப் பக்கம் வருவதைத் தவிர்த்திருந்தார். அவரது மனம் அப்போது நியாயங்களின் நியாயத்தைப் பேச ஆரம்பித்தது, 'நான் செய்தது சரிதான் பெண்ணே... அந்தச் சமயத்தில் உன்னை சலீமின் பார்வையிலிருந்து அகற்றுவதைத் தவிர அவன் காதலை எப்படித் துரத்த முடியும்? உலகின் எந்த மூலைக்கு உன்னை அனுப்பியிருந்தாலும் அவன் உன்னைத் தேடி வந்திருப்பான். நான் கட்டமைத்த இந்த ராஜ்ஜியத்தைத் துறந்திருப்பான். அப்படி நிகழ்ந்திருந்தால் இந்த ராஜ்ஜியமும் மக்களும் என்ன ஆகியிருப்பார்கள்... அரசாங்க விஷயங்களின் ஆழம் அறியாமல் அருமை உயிரை இழந்த அபலைப் பெண்ணே...'

அக்பர் அப்போதுதான் அதைக் கவனித்தார். சமாதியின்மீது ஒரு மாதுளம் செடி துளிர்த்திருந்தது. அன்று அவரது அந்தப்புரத்தின் அந்தரங்க அறையில் அவள் நசிந்து ஒடிந்து நின்றாளே, அந்தக் கணம் அவருக்கு நினைவு வந்தது. அன்று அக்பர் அவளிடம் கேட்டார், "இந்து இளவரசிகள் நம் சாம்ராஜியத்தை வளப்படுத்த வேண்டுமா? அதற்கு நீ தடையாகலாமா?"

அதைக் கேட்ட மறுநிமிடம் நாதிரா பேகத்தின் முகம் இருண்டது. அருகிலிருந்த மரத்தடுப்புச்

லாவண்யா சுந்தரராஜன்

சட்டகத்துக்குப் பின்னால் ஓடி ஒளிந்தாள். படுக்கையறையை ஒட்டியிருந்த பெரிய மன்றத்தில் பேரரசர் அக்பர் அமர்ந்திருக்கும் இடத்தில் கொஞ்சம் முன்னால் இருந்தது அந்த மரத்தடுப்பு. பிற பெண்கள் யார் வந்தாலும் அங்கிருந்துதான் பேசுவார்கள். ஆனால் அடிமைகள் அங்கு நின்று பேசக் கூடாது. அது மன்னருக்குப் பெருமை சேர்க்கும் விஷயம் அல்ல. அக்பர் அழைத்ததும், அவள் கையில் கொடுக்கப்பட்ட கண்ணாடிக் குவளையில் தயிரும் ரோஜாவின் நறுமண ரசமும் கலந்த பானம் தளும்பியது. அதன் நிறம் தோராயமாக அவள் நிறம் போலவே இருந்தது. அக்பர் அதை அவளிடம் சொன்னபோது அவள் ரசிக்கவில்லை. குளிர்பானத்தைக் கொடுக்கக்கூடத் தோன்றாமல் முகத்தில் எந்த உணர்வையும் வெளிப்படுத்தாது, அபூர்வமாய் அமாவாசைக்கு அடுத்த நாளே தெரிந்தும் தெரியாமலும் இருக்கும் இரண்டாம் பிறையளவுபோல வெற்றுப் புன்னகையை வீசினாள். அவள் கடமைக்குப் புன்னகைக் கிறாளோ என்ற சந்தேகம் அவருக்குள் எழுந்தது. இருந்தாலும் பயந்திருக்கிறாள் பாவம் என்று நினைத்தார். அரசரின் அருகில் வரும் அடிமைகள் முக்காட்டை அகற்றிவிட வேண்டும். ஆனால் அவள் முக்காட்டை இறுகப் பற்றிக்கொண்டிருந்தாள். அவள் உதடுகள் இயலாமையால் துடித்துக்கொண்டிருந்தன. முக்காடு விலக்காத முகத்தின் ஒருபுறத்தைப் பார்க்க, கீறிவைத்த வெண்பூசணிக்காய்போலத் தளதளவென்றிருந்தாள்.

விளக்குகள் ஒளிர்ந்து கண்ணாடிச் சில்லுகள் பொதித்த அந்த மாடம் விதவிதமான நிறத்தில் ஜொலித்துக் கொண்டிருந்தது. சலீமைப் பார்க்கும் முன்னர் இப்படியொரு அழைப்பு வந்திருந்தால் அவள் பேரரசரின் அடிமை என்ற விதத்தில் இன்றிரவு எனக்கு அழைப்பு என்று பெருமையாய்ச் சொல்லிக்கொண்டிருந்திருப்பாள். ஒன்றல்ல, இதுவரை மூன்றுமுறை அக்பர் அவளை அழைத்துப் பேசிவிட்டார். ஆனால் அவளோ தன் பிடிவாதக் காதலை முக்காட்டுக்குள் மூடிப் பற்றியிருந்தாள். சிலையாகி நின்ற அன்று சலீம் அவளைச் சில வினாடிகள் பார்த்த பார்வையின் வியப்பை இப்போது நினைத்தாலும் சிலிர்க்கிறது. அக்பர் சொல்வது எதுவும் அவள் அறிவில் ஏறவில்லை. அதையெல்லாம் அவள் யோசித்துக்கொண்டிருக்கும்போதுதான் அக்பர் சொன்னதைக் கேட்டுப் பயத்தில் முகம் இருட்டியது. சலீம் தனக்கு இல்லாமல் போய்விடுவானோ என்ற அச்சத்தில் நெஞ்சு விம்மியது. கண்கள் துளிர்த்தன, அதற்குமேல் நிற்க முடியாமல் மரத்தடுப்புச் சட்டகத்துக்குப் பின்னால் முழுவது மாய்த் தன்னை மறைத்துக்கொள்ள முயன்றாள்.

அதே ஆற்றில்

அக்பர், தான் அவளிடம் இவ்வளவு அன்பாகப் பேசியிருக்க வேண்டியதில்லை என்று நினைத்தார். அவள் அவரது கட்டளைக்குப் பணிய வேண்டிய அடிமை. அப்படி நினைத்துத்தான் அவளை வரச் சொல்லியிருந்தார். அவளை அழைத்து வரும்போது ராஜாவின் உடைமை அவள் என்பதை உணரச் செய்யுமாறு சொல்லியிருந்தார். ஆனால் முதல்முறை அவளைப் பார்த்தபோது அந்த அழகுச் சிற்பத்திடம் சலீம் எப்படி மயங்காமல் இருப்பான் என்றே தோன்றியது! அவள் அவனுக்கானவள் என்ற எண்ணமே மறுபடி மறுபடி மேலெழுந்து வந்தது. ஆனால் அவளோ ஆடல்மகள். அரங்கில் ஆடும்போது தன் கண்கள் உட்பட இன்னும் ஆயிரமாயிரம் கண்கள் அவள்மீது விழுந்திருக்கும். அவள் அரியணை ஏறுவதாவது! தவறான உதாரணம் ஆகிவிடுவான் சலீம். அழகான அந்தப்புரத்தில் பளிங்குக் கற்களில், திரைச்சீலைகள் காற்றுக்கு அசைந்தது அக்பருக்கு மேலும் பதற்றத்தைக் கூட்டியது. இளவரசன் சலீமை நினைத்துப் பெருமைப்பட ஏதாவது ஒரு விஷயமாவது உண்டா என்று அவர் யோசித்தார். பல உண்டு! சிறுவயதிலேயே இவ்வளவு வீரம்! அவன் வெற்றியைக் கொண்டாட வைத்த விருந்தில்தானே தொடங்கியது வினை! அழகான சிலையொன்றை வடிக்கச் சொன்னால் சிற்பியோ கொடுத்த நேரத்தில் சிலையை வடிக்காமல் இவளைக் கொண்டுபோய் சலீமின் வரவேற்பில் நிறுத்திவிட்டான். அன்று சலீம் இவளைச் சிலை என்று நினைத்துக் கடந்துவிட்டான்தான். ஆனால் பின்னர் ஆடல் அரங்கில் பார்த்ததும் அடுத்த கணமே இவள் அழகில் மயங்கிவிட்டான். அன்றொருமுறை சலீமின் கண்களும், அனார்கலியின் கண்களும் சந்தித்ததை அறையின் பக்கவாட்டில் பதிக்கப்பட்ட கண்ணாடி வழியாகப் பார்த்திருந்தார் அக்பர். அவளுக்கு அனார்கலி என்று பெயரிட்டதே அக்பர்தான். தெருவில் நடனமாடிக்கொண்டிருந்தவளை அரண்மனையில் பாதுகாப்போடு இருக்கச் செய்ததற்கு நல்ல பலனைக் கொடுத்துவிட்டாள் அவள்.

அப்படி ஆடல் அரங்கில் விழிகள் பரிமாறிய காதல், அதோடு நின்றிருந்தால் பரவாயில்லை. தந்தையின் அந்தப்புரத்தில் சலீம் அத்துமீறி நுழைந்தது அவர் மனதைக் குழப்பியது. அரசாணைப்படி நாள் குறிப்பேட்டில் சலீம் அந்தப்புரத்தில் நுழைந்தான் என்று பதிவு செய்யப்பட்ட விட்டது. அந்தச் சர்வநாசத்துக்குக் காரணமானவளை அழைத்துப் பேசி எங்காவது அனுப்பிவிட்டால் அவளை சலீமின் பார்வையிலிருந்து அகற்றிவிடலாம். பின்னர் மெல்ல மெல்ல அவன் மனத்தையும் மாற்றிவிடலாம். இளவயது

மனக்கோளாறுகள் பின்னர் நினைத்துப்பார்க்கும்போது நகைப்புக்குரியதாகிவிடும் என்பதை அவனே ஒருநாள் புரிந்துகொள்வான் என்று நினைத்தவாறு மரத்தடுப்புச் சட்டகத்தைப் பார்த்தார் அக்பர். தேர்ந்த காஷ்மீரிய தச்சுக் கலைஞர்கள் இழைத்துச் செய்திருந்த மரவேலைப் பாட்டால் ஒரு வனமே உயிர்பெற்று அதில் உலவிக்கொண்டிருந்தது. காஷ்மீர் ரோஜாக்களின் வாசம் மட்டுமே வீசவில்லை. அதன் பின்னால் தளிர்போல மின்னிக்கொண்டிருந்தாள் நாதிரா பேகம். அவள் நின்ற இடத்தில் நிலைகொள்ள முடியாமல் தவித்ததை அந்த மரத்தடுப்பின் ஊடாகக் கசிந்த ஒளித்துகள்கள் அறுபட்டு வந்து விழுவதிலிருந்தே அக்பர் தெரிந்துகொண்டார். சலீமிடம் சொல்ல வேண்டும், அவன் மன்னரான பிறகு இதைப்போல ஆயிரம் ஆயிரம் மங்கைகள் அடிமைகளாகக் கிடைக்கலாம், இவளிடம் பெரிய மகாமாயம் எதுவுமில்லை என்று நினைத்தார். எப்படியாவது அனார்கலியின் மனதிலிருந்து சலீமை விரட்டிவிட்டால் போதுமென்று நினைத்தார்.

“பார் அனார்கலி ! இங்கே நீ மூன்று முறை வந்து விட்டாய். நீ பரிசுத்தமானவள் என்பது எனக்கு மட்டுமே தெரிந்த உண்மை! ஆனால் அந்தப்புரம் முழுவதும் என்ன நினைத்துக்கொண்டிருக்கிறது என்பது உனக்குத் தெரியுமல்லவா! இதற்கு மேலும் நீ சலீமை நினைத்துக்கொண்டே இருப்பது முறையாகுமா? நீயாகக் கனிவாய் என்று காத்திருக்கிறேன்! என்னைப் பார். என்னிடம் இல்லாத எதையும் நீ அவனிடம் காண முடியாது.”

“. . .”

“நீ என்னுடையவள். நான்தான் உன்னை அடைய முழு உரிமைகொண்டவன். என் காதலின் உன்னதம் உனக்குப் புரியவில்லையா அனார்கலி. நீ எனக்காக மட்டுமே பிறந்தவள். மன்னர் நான் உன் காலில் அடிபணியத் தயாராக இருக்கிறேன். சலீமை மறந்துவிட்டு வா.”

அந்த வார்த்தைகளைக் கேட்டவுடனே அனார்கலியின் உடல் நடுங்கத் தொடங்கியது. அவரை நோக்கினாள். மன்னர் தன் நான்கடுக்கு ஆடைகளைக் களைந்து திறந்த மேனியோடு நின்றிருந்திருந்ததைப் பார்த்து அவளுக்கு அந்தப் பூமி பிளந்து தன்னை அப்படியே விழுங்கிவிட்டால் போதும் போலிருந்தது. கண்களை அகற்றிக்கொண்டு அங்கிருந்து வேகமாக வெளியேறினாள். அக்பர் அவள் போவதைப் பார்த்து அதிர்ச்சியடைந்தார். அடிமைப் பெண்ணுக்கு மன்னர்களின் மன்னர் அக்பரின் உத்தரவு இல்லாமல் கிளம்பிச் செல்ல

என்ன தைரியம் வந்தது! அவரால் இந்த நிகழ்வைத் தாங்கிக் கொள்ளவே முடியவில்லை. அதுவரை கிளர்ந்திருந்த அவர் உடல் அவமானம் அடைந்ததைப் போலுணர்ந்தார்.

நடந்ததை மறைவிலிருந்து கவனித்துக்கொண்டிருந்த ஜோதா*, அவர் நிலையைப் பார்த்து உள்ளூரச் சிரித்துக் கொண்டாள். தான் காத்திருந்த இந்த நேரத்தைத் தானாகக் கனிய வைத்துக் கொடுத்த மகன் சலீம் மகத்தானவன் என்று நினைத்தாள் அவள். 'கண்ணன்மேல் தீராக் காதல் கொண்டிருந்தவளுக்கு, பசிக்குப் புசிக்கக்கூட மிருகங்களை வலிக்க வலிக்கக் கழுத்தை அறுத்து, ரத்தம் சிதறக் கொல்லும் கூட்டத்தில் ஒருவனா என் மணாளன்? தந்தையிடம் எவ்வளவு கெஞ்சினேன்! ஆனால் அவருக்கோ மன்னர் மன்னர் என் மருமகன் என்ற மயக்கமிருந்தது. மன்னர் மன்னருக்கோ அப்பாவி இந்து இளவரசிகள் இந்துக் கணவன்களை அடைவது கண்களை உறுத்தியது. காரணம் கேட்டால் சொல்வார், இது மக்கள் நன்மைக்காம். இந்து முஸ்லீம்களின் ஒற்றுமை வேண்டி நான் ஒருத்தி மட்டும் பலியானது போதாதா? சலீமுக்கு மான் சிங் மகளைப் பேசச் சொல்கிறார். அவனுக்கோ ராஜபுத்திர இளவரசி வேண்டாம், அல்லாவை வணங்கும் ஆடல்மகள் போதும். ஆனால் ஆடல்மகளாக அவள் பிறக்கவில்லை, அக்பரே அவளை அந்தப்புரத்துக்கு ஆடல்மகளாக அழைத்து வந்தார். அவள்மேல் சலீம் ஆவல் கொண்டதில் என்ன தவறு?' என்று யோசித்தாள் ஜோதா பாய். மறுபக்கம் அவள் மனம் சொன்னது, ஜோதா. . . நீ செய்வது சரியா, பேரரசர் உன்னை இன்னும் இந்துப் பெண்ணாகத்தானே வைத்திருக்கிறார். சலீம் உன் மகன் அல்லவா, அவளுக்கு இளவரசி வேண்டாம் ஆனால் அதற்காக அரங்கில் ஆடும் பெண்ணா அவனுக்குப் பொருத்தம்! அவன் மன்னன் ஆக வேண்டியவன் அல்லவா, நீதானே அவனை வழி நடத்த வேண்டும்! அரண்மனை யிலிருந்த கிருஷ்ணர் கோயிலில் இரவுப் பூஜைக்கான ஓசையைக் கேட்டதும் கேள்வி கேட்கும் மனத்தை அதை நோக்கித் திருப்பினாள்.

அன்று கண்ணனுக்கு வெண்ணெயால் செய்யப்பட்ட வெண்மை உடை உடுத்து, அதில் மாதுளையும் திராட்சையும் கொண்டு அலங்கரித்திருந்தார்கள். கிருஷ்ணனின் கருகரு விழிகள் முகத்திலிருந்து மலர்ந்து வெளியே பார்ப்பதுபோல, இரண்டு காதுகளின் பக்கவாட்டிலும் இரண்டு தாமரை மலர்கள் மலர்ந்திருந்தன. வழக்கம்போல ஒற்றை மயிலிறகு என்னைப் பார், என்னைப் பார் என்று சொல்லி மனத்தைக் கவர்ந்தது. அவனது இசைக்காத புல்லாங்குழலுக்கு ஏங்கி,

---

* ஜோதா – இளவரசி

அருகே நின்றிருந்தாள் ராதா. "ராதே ராதே" என்று மனதிற்குள் சொல்லிக்கொண்டாள் ஜோதா. சிவந்த உடையில் சிவப்பு முக்காடு மறைத்த வெண் உடல். நெற்றியில் பொட்டைத் துடைத்து நிர்மலமாக்கினால் அது நாதிரா பேகம் போலத்தான் இருக்கும் என்று தோன்றியது அவளுக்கு. வெற்று நெற்றி அபசகுனமல்லவா என்று தன் நெற்றியைத் தடவிக்கொண்டாள். சுகந்தம் வீசும் நெற்றிப் பொட்டை விரல்களால் உணர முடிந்தது. மறுபடியும் ராதாவைப் பார்த்தால் பளிங்குப் பெண் எதிரே வந்து நின்றது போலிருந்தது. ராதையின் முகத்திலிருந்து கண்ணை நீக்க முடியாது பார்த்துக்கொண்டே நின்றாள். 'கண்ணனுக்காக ராதாவும் மெய்மறந்து ஆடியவள்தானே. காதல் யாரைத்தான் ஆட்டுவிக்காது, நானே அக்பரிடம் கட்டுண்டது காதலால்தானே. அனார்கலி, சலீம்மீது மையல் கொள்வதில் என்ன தவறு இருக்கிறது!' என்று நினைத்தாள் ஜோதா.

இரவு பூஜையை முடித்துவிட்டு வந்து அறையில் அமர்ந்தவள் அந்தப்புரத்திலிருந்து அனார்கலியை அழைத்துவரச் சொல்லி ஆள் அனுப்பினாள். வந்துநின்ற அனார்கலியின் உடல் பயத்தில் நடுங்கிக்கொண்டிருந்தது. அவளது இடுப்பை யும் மார்பகங்களையும் கச்சிதமாகப் பற்றியிருந்த மேல்சட்டை அவளது அழகை மேலும் கூட்டியது. இடுப்பிலிருந்து குடைபோல விரிந்திருந்த அங்கி போன்ற ஆடை புதுவிதமாக இருந்தது. அது அவள் கால்கள்வரை மறைத்திருந்தது. அதற்குமேல் மேலங்கி போலொன்றை முக்காடுபோல அணிந்திருந்தாள். நடன மங்கையர் பொதுவாய் முக்காடிட விரும்புவதும் இல்லை. அவளை இயல்பாகப் பேசவைக்க வெற்றிலையோடு குல்கந்து, ரூப் கப்சா, துளசி விதைகள் அரைத்து கலந்த நறுமணம் மிகுந்த குளிர்பானம் ஒன்றைக் கொடுத்தாள் ஜோதா பாய். மேலங்கி கொஞ்சம் நழுவது போலிருந்தாலும் அதை இழுத்து, தலையைப் பரிபூரணமாய் மறைத்துக்கொண்டாள் ஜோதா. அவளது வகிட்டுக் குங்குமம் அந்த அரண்மனையின் முகலாய வளைவுகளில் உச்சிமுனையில் பதித்த ரத்தினம்போல ஜொலித்தது. மஹாராணி ஜோதா பாயை நிமிர்ந்து பார்க்கவே பயம்கொண்டாள் அனார்கலி. மஹாராணி என்னைப் பற்றி என்ன நினைப்பார். அதுவும் ஷா இன் ஷா மும்முறை அவளை அழைத்ததைப் பற்றி என்ன நினைப்பார் என்று யோசித்து நடுநடுங்கினாள். அனார்கலியின் உடலிருந்து கை விரல்களும் கால் பாதமும் முகத்தில் முன் வட்டம் மட்டுமே தெரிந்தன. அந்தப் பாகங்களிலிருந்து தெறிக்கும் வெந்நிறம் அறையில் தெரிந்த மென்னிருளைக் கிழித்து ஒளிர்வதற்குப் பாடுபட்டுக் கொண்டிருந்தது. அவளருகே வந்த ஜோதா பாயின் மேனியிலிருந்து ஏதோ ஒரு நறுமணம், அந்த அறையின்

சுகந்தத்தையும் மீறி எழும்பியது. அதை உள்வாங்க முடியாமல் அனார்கலியின் உடல் அசௌகரியமாக உணர்ந்தது. அருகில் வந்த ஜோதா, கவிழ்ந்திருந்த அனார்கலியின் முகத்தை நிமிர்த்திப் பார்த்தாள். முக்காடு நெகிழ்ந்தபோது, அனார்கலியின் கூந்தல் கரும்பட்டிழைகள்போல விரிந்தது. அதன் செழுமையே அவள் இளமையின் வசீகரத்தை இன்னும் கூட்டிக் காட்டியது. ஆனால் அவள் உடல் நடுக்கிக்கொண்டிருந்தது. கண்களில் பயம் தெரிந்தது.

"என்ன பயம் நாதிரா?"

"இல்லை உங்களை ஒருநாளும் நேரில் சந்தித்துவிடக் கூடாதென்று அல்லாவைப் பலநாள் வேண்டியிருக்கிறேன்."

"ஏன்?"

"நீங்கள் எப்படி ஷா இன் ஷாவை மன்னித்தீர்கள்?"

"மன்னித்தேன் என்று யார் சொன்னார்கள்?"

திடுக்கிட்டாள் அனார்கலி. அவள் முகத்தில் குழப்பம் கூடியது. பதற்றத்தைத் தணிக்க இரவில் மட்டும் திறக்கும் மாடவெளிக்கு அருகே அவளை அழைத்துச்சென்றாள் ஜோதா. அங்கிருந்த சொற்ப விளக்குகளில் நந்தவனம் மெல்லிய இருள் கோடுகளாகத் தெரிந்தது. பாதாம் மரத்தின் பசுமையான இலைகள் இப்போது கரும்பச்சையாய் இரவின் இன்னொரு நிறமாக வானத்தை நோக்கி அல்லாவிடம் கையேந்துவது போலத் தோன்றியது. தானும் தன்னிரு கைகள் மட்டுமல்லாது பல்லாயிரம் ஜென்மமாய்த் தங்கியிருந்த எல்லா உடல்களின் கரங்களையும் நீட்டி, உள்ளங்கைகளை விரித்து அல்லாவிடம் வேண்டுகிறேன், அவர் காதில் அது விழுந்தபாடில்லை என்று நினைத்தாள் அனார்கலி. ஜோதாவுக்கு அவளைப் பார்க்கப் பரிதாபமாக இருந்தது. இவள் யாரிடம் போய்த் தன் நிலையை எடுத்துச்சொல்வாள். தன் காதலைப் பற்றிக்கொண்டிருப்பதைத் தவிர வேறென்ன செய்ய முடியுமென்று நினைத்தாள்.

"இப்போது உன்னை வருத்துவது எது பெண்ணே?" என்றாள் ஜோதா.

"ஷா இன் ஷா என்னை அவர் உடைமை என்கிறார். அது உண்மையும் அல்லவா. பாவி நான் தூய்மையான காதலுக்கு உகந்தவளா?"

"காதல் நெருப்பைப் போன்றது. எல்லாக் கசடுகளும் அதில் பஸ்பமாகிவிடும்!" ஜோதா தனது கையிலிருந்த மீராவின் சிலையை அனார்கலிக்குக் கொடுத்து, "இவள் மீரா. இவள் போஜராஜனை மணந்தாள். ஆனால் காதல் கண்ணன்மீது

150 லாவண்யா சுந்தரராஜன்

மட்டுமேயிருந்தது. அதனால் மரித்தும் வாழ்கிறாள். காதல் அன்பால் மட்டுமே ஆனது. அதில் களங்கம் கலக்காது. காதலே உலகில் எதையும்விடப் பெரிது," என்று சொல்லி அவளை அங்கிருந்துபோக அனுமதித்தாள்.

அங்கிருந்து கிளம்பிய அனார்கலியின் மனம் ஏனோ ஆழ்ந்த அமைதியடைந்திருந்தது. வெண்பட்டுத் தரித்தது போல வடிக்கப்பட்டிருந்த மீராவும் விழிமூடி அவள் தேடிக் கொண்டிருந்த காதலும், ஏக்தாராவில் மீட்டிக்கொண்டிருந்த அந்த விரல்களும் அவளுக்கு ஏதோ பலம் தருவதுபோலிருந்தது. மாளிகையின் மாடத்திலிருந்து நந்தவனத்தின் வழியாக அனார்கலி செல்வதையும் அவளைத் தடுத்து ஏதோ விசாரித்துக்கொண்டிருந்த காவலர்களிடம் அவள் பேசிக் கொண்டிருப்பதையும் மாடத்திலிருந்து பார்த்த அக்பர், விரைந்து அந்த இடத்துக்கு வந்தார். அவள் கையிலிருந்த மீராவின் சிலையைப் பார்த்ததுமே யாரைப் பார்த்துவிட்டு வருகிறாள் என்பது புரிந்தது.

"என்னை அவமதித்துக் கிளம்பியபோதே உன்னைக் கொன்றிருக்க வேண்டும். . . இருந்தாலும் கேட்கிறேன், என்ன முடிவெடுத்திருக்கிறாய்?" என்று கேட்டார் அக்பர்.

அதற்குப் பதிலாக, "காதலே தெய்வம்!" என்கிற வார்த்தைகள் அனார்கலியின் உதடுகளிலிருந்து உதிர்ந்தன. அவளைப் பிடித்த கையிலிருந்த வெப்பத்தையும் அவர் கண்களில் வழிந்த காமத்தையும் அவளால் உணர முடிந்தது. அக்பர் அவள் மெலிந்த இடையைப் பிடித்துத் தன்னோடு அணைத்துக்கொண்டார். காவலர்கள் கண்களைத் தாழ்த்திக் கொண்டு அங்கிருந்து அகன்றார்கள். அக்பர் அப்படியே தின்றுவிடுவதுபோல முகர முனைந்தபோது அவள் அக்பரை உதறித் தள்ளினாள்.

"ஷா இன் ஷா என்னைப் போகவிடுங்கள். மாதேவி ஜோதா பாய் உங்களுக்காகக் காத்திருக்கிறார்" என்று அவர் காதில் மட்டும் விழும்படி முனகினாள். ஒருகணம் மிரண்டுபோன அக்பர் "உன்னை இல்லாமல் செய்துவிடுவேன்!" என்று உறுமினார். அவர் குரல் கேட்காத தூரத்துக்குப் பறந்தோடினாள் அனார்கலி. என்ன தைரியம் இந்தப் பெண்ணுக்கு என்று அக்பர் யோசிக்கும்போதே தன் இருப்பிடத்தை அடைந்திருந்தாள் அவள்.

தோழியர் அவளைப் பொறாமையுடன் பார்த்தனர். ராஜாவுக்கும் நெருக்கமானவள் மகாராணியின் அன்பையும் பெற்றுவிட்டாள். இளவரசர் சலீம்வேறு இவள்மீது பிரியம் கொண்டிருக்கிறார். ஒருத்திக்கு மூன்று பேர் என்று சொல்லிக்

கலகலவென்று சிரித்தனர். அவளோ மகாராணி ஜோதா பாய் சொன்ன வார்த்தைகளை மந்திரம்போல உச்சரித்தவாறு தனது படுக்கையில் தன் உடலைக் கிடத்தினாள். அவளுக்கு உறக்கம் வரவில்லை.

பாதுகாவலர்கள் வந்து அவளை அழைப்பதாகத் தோழியொருத்தி சொன்னதும் திடுக்கிட்டு எழுந்த அனார்கலி, ஆடை தடுக்கிக் கீழே விழப்போனாள். மெல்ல சுதாரித்து ஜோதா பாய் கொடுத்த மீராவின் சிலையை மட்டும் கையில் பற்றிக்கொண்டு காவலரோடு சென்றாள். இருட்டில் நீண்ட தூரம் அழைத்துச் சென்றவர்கள் அவளைச் சிறை போன்ற ஓரிடத்தில் அடைத்தனர். "சலீம்மேல் காதல்தானே உனக்கு? அதோ தெரிகிறது பார் அவன் அரண்மனையின் மாடவிளக்கு. பார்! உனக்கது எட்டா விளக்கு!" என்று சொல்லிவிட்டுச் சென்றான் பாதுகாவலன். அந்த அறைதான் இனி அவள் வாழ்விடம் என்று புரிந்தது. தோழியர் இல்லை, நடனமில்லை. வெறும் காதலும் யோகமும் மட்டுமே என்று நினைத்தபோது நிம்மதியாக இருந்தது. வெற்றுத் தரையில் படுத்து அறையின் சாளரத்தின் வழியே சலீம் இருந்த அரண்மனையின் மாடத்தில் சுடர்ந்து எரியும் விளக்கை அசையாது பார்த்தாள். அந்த விளக்கு அவளைவிடப் புண்ணியம் செய்தது. சலீமைத் தினசரி பார்க்கும் வரம் பெற்றது என்று நினைத்தாள். இரவு உணவாக அவளுக்கு ஒரு திரவம் மட்டும் வழங்கப்பட்டது. அது விஷமாகத்தான் இருக்கும் என்று நினைத்தாள். இதுவே என் கடைசி இரவு. நான் மறுநாள் விடியலைப் பார்க்கப்போவதில்லை என்று எண்ணும்போதே உறக்கத்தில் ஆழ்ந்துபோனாள்.

ஆனால் அதிகாலையில் ஏதோ சத்தம் கேட்டு மூச்சு முட்ட எழுந்தாள் அனார்கலி. இரவெல்லாம் கனவில் கேட்ட சத்தம் இப்போது நிஜமாய்க் கேட்கிறதோ என்று நினைத்தாள். சுற்றிலும் இருள்! இன்னும் விடியவில்லையே என்று துளாவி எழ முயன்றாள் அவள் கைக்கெட்டும் தூரத்தில் நாற்புறத்திலும் சுவர் எழுப்பட்டிருப்பது தெரிந்தது. அனார்கலிக்கு மூச்சு முட்டத் தொடங்கியது. இன்னும் ஒரே ஒருமுறை சலீம் அரண்மனையின் மாடவிளக்கைப் பார்த்தால் போதுமென்று நினைத்தாள். அவளுக்கு இப்போதுதான் ஒரு கருவறைக்குள் இருப்பதைப் போலப் பட்டது.

'இங்கேதான் இனி எப்போதும் வாழப்போகிறேன் கால காலமாய் ராதையைப் போல மீராவைப் போல வாழ்வேன். சலீம் பெயர் இந்த உலகில் இருக்கும்வரை நானும் வாழ்வேன்' என்று மூச்சுத் திணறலுக்கூடே நினைத்துக்கொண்டாள் அனார்கலி.

இரண்டாம் முறை: 7-2

வன்மழை

"வெட்கமா இல்ல, உங்கப் பையனுக்குத் தெரியுமா இது?"

கிரீச்சிட்ட மாதுளாவின் குரல் இப்போதும் காதுக்குள் கேட்டபடியே இருக்கிறது. வெளியில் சோவென்று கொட்டும் மழையால், மொட்டை மாடிமேல் அமைக்கப்பட்ட மழைத் தடுப்புக் கூரையின் மீது எழுந்த எல்லை மீறிய சத்தம் எரிச்சலூட்டியது. கிரீன் பார்க் அடுக்ககத்தின் ஏழாம் தளத்திலிருந்த மொட்டை மாடியில் யோகா தரை விரிப்பின் மேல் அமர்ந்திருந்தேன். யோகாசனம் செய்ய மனதை ஒருநிலைப்படுத்த முடியவில்லை. மழையின் சத்தம் மனம் போடும் சத்தத்தை மீறிய ஒன்றாக இருந்தது. இந்த வருடம் கடும் வெயிலுக்குப் பிறகு வந்த மழை இரண்டு வாரங்களுக்கு முன்புவரை எவ்வளவு ஆறுதலாக இருந்தது என்று யோசித்துக்கொண்டே எழுந்து நின்று சுற்றிலும் பார்த்தேன். மொட்டை மாடியிலிருந்து கண்ணுக்கெட்டிய தூரம்வரை பசும் பள்ளத்தாக்கு விரிந்திருந்தது. அந்தப் பசுஞ்சூழல் மீது மழை வன்மையாக விழுந்து கொண்டிருந்தது. மழையால் கழுவப்பட்ட மரம் செடிகள் வசீகரமாய் ஆடிக்கொண்டிருந்தன. புலர்காலைப் பொழுதில் மழையும் சேர்ந்து அந்த இடத்துக்கு ரம்மியமான தோற்றத்தைக் கொடுத்திருந்தன. ஒரு கொடி, மரத்தின் மீது சரிந்து வளைந்திருந்தது. மழைக்குத் தாளாமல்

அது தடுமாறிக்கொண்டிருந்தது. அன்றொருநாள் மாதுளாவைப் பார்த்தபோது அவளது மெலிந்த மேனியின்மீது அவசரமாய்ப் போர்த்தியிருந்த ஒற்றையாடை காட்டிக்கொடுத்த வளைவுகள் கிளர்ச்சியூட்டியதைப் போலவே, அந்தப் பசுங்கொடி இப்போது கிளர்ச்சியூட்டியது. இவ்வளவு நடந்த பின்னும் அவளை நினைத்துக்கொண்டேயிருப்பது சாத்தியமா? அவளொரு சித்திர வேதனை. ஆரவ்* மனதில் அவள் எவ்வளவு ஆழத்தில் இருக்கிறாள் என்று எப்படி தெரிந்துகொள்வது? அதைக்கூடத் தெரிந்துகொண்டு என்ன ஆகப்போகிறது? இது சரிவரவே வராது.

பெருமூச்செறிந்தபடி வீட்டுக்கு வேண்டி, மொட்டை மாடியிலிருந்து ஆறாவது தளத்துக்கு இறங்கி வந்தேன். ஆறாவது தளத்திலிருந்துதான் மின்தூக்கியில் செல்ல முடியும். எனது வீடு இரண்டாம் தளத்திலிருந்தது. மாதுளாவின் வீடு முதல் தளத்தில் என் வீட்டுக்கு நேர் கீழே. அவள் இந்த அடுக்ககத்துக்கு வந்த அன்று எனக்கு நன்றாக நினைவு இருக்கிறது. தூரத்திலிருந்து பார்க்கும்போதே அவள் அழகானவள் என்று தோன்றியது. அவளுடையது மெலிந்த உடல்வாகு. நிலாவை மேகம் சூழும்போது அது பளீர் என்று தெரியுமே அதுபோல நீல நிறச் சுடிதார் அவளை ஒளியேற்றிக் காட்டியது. அவளைப் பார்க்கும்போது, ஆரவ் அம்மா இளவரசியிடம், ‘நமக்குப் பெண் இருந்தால் இப்படியிருப்பாளா’ என்று அடிக்கடி கற்பனைசெய்து பேசுவேனே, அப்படி ஒரு பெண்ணை நேரில் பார்த்தது போல் இருந்தது. மாதுளா அன்று ஏதோ ஒரு கோணத்தில் இளவரசி மாதிரிதான் தெரிந்திருக்க வேண்டும். அதனால்தான் எனக்கு உடனே அவளைப் பிடித்துப்போயிருக்க வேண்டும். அப்போது நான் வழக்கம்போல எந்தப் பெண்ணைப் பார்த்தாலும் நினைப்பதுபோல ‘நம்ம ஆரவ்க்கு நல்ல பொருத்தமா இருப்பாள்’ என்றுதான் நினைத்தேன். அவள் இருக்கும் வீடு எங்கே இருக்கிறது என்று தெரியும்வரை எவ்வளவு தவித்தேன் என்று எனக்கு மட்டுமே தெரியும். அவளோடு எப்படியாவது பேசிப்பார்த்து விபரம் தெரிந்துகொண்டு அவளுடைய பெற்றோரிடம் பேசலாம். எல்லாம் சரியாக வந்தால் ஆரவ்வுக்கு அவளைக் கல்யாணம் செய்து வைக்கலாம் என்றெல்லாம் நினைத்தேன். ஆனால் காலம் அடுத்த வினாடியில் நமக்கு வைத்திருக்கும் புதிர் என்னவென்று முன்னமே தெரிந்துவிட்டால் நாம் ஜாக்கிரதையாக இருந்திருக்கலாம். அன்று மட்டும் அவள் வீட்டிற்குப் போகாமல் இருந்திருந்தால், நேற்றுப் போய் அவளிடம் கெஞ்ச வேண்டி இருந்திருக்காது. இந்த

அவமானத்துக்கு என்னையே நான் அழித்துக்கொண்டாலும் தவறே இல்லை.

ஒரு நாள் மாதுளா அலுவலகத்திலிருந்து வரும்போது, நானும் தற்செயலாக மின்தூக்கிக்குக் காத்திருப்பதுபோல நின்றேன். அவள் ஒன்றாம் தளத்தில் இறங்கி வலதுபுறம் போனாள். அப்படியென்றால் என் வீட்டுக்கு நேர் கீழோ அல்லது அதற்கு எதிர் வீடாகவோதான் இருக்க முடியும். அந்த எதிர் வீட்டின் உரிமையாளன் எனக்கு நல்ல நண்பன். சில மாதங்களுக்கு முன்பு வீடு வாடகைக்கு விட வேண்டி யாரும் தெரிந்தவர்களிருந்தால் சொல்லச் சொல்லியிருந்தான். அந்த வீட்டிற்குத்தான் அவள் வந்திருக்கிறாளோ என்று நினைத்தேன். அவனிடம் விசாரித்தபோது அவனுடைய வீட்டை ஒரு வங்கி மேலாளர் குடும்பத்துக்கு வாடகைக்கு விட்டு மூன்று மாதம் ஆகிறது என்று சொன்னான். அப்படியென்றால் அவள் எங்கள் வீட்டிற்கு நேர் கீழ் வீடு என்பது எனக்கு ஏதோ அவள் என் வீட்டிலேயே இருப்பது போலொரு ஆனந்தமாக இருந்தது. நடக்க இருப்பதை நம் உள்ளுணர்வு நமக்குக் காட்டிக் கொடுக்கிறதோ! அதுதான் அந்தப் பொல்லாத மகிழ்ச்சிக்குக் காரணமோ?

மறுநாள் காலைவரை என்னால் காலம் கடத்த முடியவில்லை. விடிந்ததும் காலை வேலையை எல்லாம் விரைந்து முடித்து அந்த வீட்டிற்குச் சென்று அழைப்பு மணியை அடித்து விட்டுக் காத்திருந்தேன். அவள் வந்து என்ன என்று கேட்டாள். 'ஒரு தபால் வர வேண்டியிருக்கிறது. கவனக்குறைவால் இந்த வீட்டு எண்ணைக் கொடுத்துவிட்டேன். வந்தால் வாங்கி வைம்மா' என்று சொல்ல வேண்டுமென்று ஆயிரம் முறை ஒத்திகை பார்த்திருந்தேன். அவள் வருவதற்குக் கொஞ்சம் தாமதமாயிற்று. ஒருவேளை இரவு அதிகம் கண் விழித்துப் பகலில் நேரம் கழித்து எழுந்துகொள்ளும் பெண்ணோ, திரும்பலாமா என்று யோசிக்கும்போது கதவு கொஞ்சம் திறந்தது. அவள் அப்போதுதான் குளித்து முடித்திருக்க வேண்டும் அல்லது பாதிக் குளியலில் வந்திருக்க வேண்டும். முகத்தில் நீர்த் திவலைகள் வழிந்துகொண்டிருந்தன. மேனியின் ஒரு பகுதியில் சிறு அளவே தெரிந்தாலும் அதன் வனப்பை அந்த ஒற்றை ஆடை சரியாக மறைக்க முடியவில்லை. கதவு இன்னும் விரியத் திறக்காதா என்று திகைத்து நின்ற அந்தக் கணத்தில்தான், வேறு மனிதனாக உருமாறினேன் என்று நினைக்கிறேன். என் கண்களிலிருந்த திகைப்பைவிட அதிகமாக அவள் திகைத்திருந்தாள். குழப்பமும் அடைந்திருக்க வேண்டும். அதைப் பார்த்ததும் நான் மிகவும் பதற்றம் அடைந்து, "சாரி என் வீடு மேலே இருக்கிறது, லிஃப்ட் முதல் மாடியில் வேற யாரோ அழுத்தியிருப்பாங்கபோல ஏதோ

நினைப்பில் இறங்கிட்டேன், என் வீடு இரண்டாம் மாடி" என்று உளறியபடி வேகமாக அங்கிருந்து நகர்ந்தேன். என் தலையில் நானே அடித்துக்கொண்டேன். அவள் என்ன நினைத்திருப்பாள் என்ன கிறுக்குத்தனம் என்று நினைத்துப் புலம்பினேன். அன்று பிடித்த பித்து அடுத்தடுத்து நான் செய்த கேவலங்களுக்குக் காரணமாகியது. என்னிடம் ஏதோ தவறிருக்கிறது என்று இரண்டாவது முறை அவள் வீட்டுக்குச் சென்றபோதே புரிந்து கொண்டாள், "இடியாப்பம் செய்தேன். ஊர விட்டு வந்து தனியாதானே இருக்க... பாவம்... குடுக்கலாம்ன்னு வந்தேன்" என்று சொன்னபோது அவள், "இனிமே சாப்பாடு எல்லாம் கொண்டு வராதீங்க" என்று கடுமையாகச் சொல்லியும் நான் கேட்கவில்லை. அடிக்கடி ஏதேனும் காரணம் சொல்லிப் போனேன். அவளை எப்படியாவது கவர வேண்டும் என்று நினைத்தேன்.

வீட்டை அடைந்ததும் செய்ய வேண்டிய வேலைகள் முன்னே நின்று என்னைக் கொஞ்சம் அமைதிப்படுத்தின. காலையுணவைத் தயார் செய்துவிட்டு ஆரவ் அறையைப் பார்த்தேன். அவனது அலுவலக அறையில் வழக்கம்போலக் கணினியோடு ஏதோ உரையாடிக்கொண்டிருந்தான். காலை ஏழு மணிமுதல் அவனது வேலைகள் தொடங்கிவிடும். ஒன்பது மணிக்கு உடற்பயற்சியகம் கிளம்பிவிடும் பிள்ளை, இன்று அமர முடியாமல் அவதிப்பட்டுக்கொண்டிருந்தான். பாவம், கடந்த ஒரு வாரமாகப் பேதியால் சோர்ந்துபோயிருந்தான். அலுவலகத்தில் முக்கியமான பணியாம், இதற்கு மேலும் விடுப்பு எடுக்க முடியாது என்று பணிபுரிகிறான். 'இவனுக்கா இப்படியொரு செயல் செய்யத் துணிந்தேன்' இளவரசி என்னைவிட்டுப் பிரிந்தபோது நீதிமன்றத்தில் ஆரவ் என்னோடு இருக்கிறேன் என்று சொன்னான். அவன் என்னை நம்பித்தானே இருக்கிறான். நான் செய்தது தெரிந்தால் என்னை வெறுத்துவிடுவானோ? நான் ஏன் அப்படிச் செய்தேன். அவன் கீழே எதையோ பார்த்து யோசித்துக்கொண்டிருந்தான். அவனது சுழல் நாற்காலியை இடப்புறமும் வலப்புறமும் ஆட்டி ஏதோ நினைத்துக்கொண்டதைப் போல நிமிர்ந்து பார்த்தான். அவனது பார்வையைத் தாங்க முடியாமல் கண்களைத் தரை தாழ்த்தினேன். அவனுக்கு என்னுடைய சின்னப் புத்தியைப் பற்றி மாதுளா சொல்லியிருப்பாளா? கொஞ்ச நாளாக நானாக இல்லை. என்ன செய்கிறேன் என்று எனக்கே புரியவில்லை. அவனைப் பார்த்துச் சாப்பிடலாமா என்று சைகையால் கேட்டேன். அவன் ஒன்றும் சொல்லாமல் மறுபடி வேலையைப் பார்க்கத் தொடங்கினான்.

காலை உணவை இட்டு வைத்திருந்த பாத்திரங்களை எடுத்து உணவு மேசைமீது வைக்கலாம் என்று யோசித்துக் கொண்டு அங்கிருந்து நகர்ந்தேன். நன்கு அவிந்து வாசனையைக் கிளர்த்திக்கொண்டிருந்த இட்லிகளை ஹாட்பேக்கில் வைத்துச் சாப்பாட்டு மேசைமீது வைத்தேன். இன்னொரு கையிலிருந்த சட்னிப் பாத்திரத்தின் மூடி தவறி விழுந்து வட்டமாய்ச் சுழன்று தன் சத்தத்தை அடக்கிக்கொண்டது. 'நீ சமைத்ததை உன்னை நம்பி இனி அவன் எப்படிச் சாப்பிடுவான்?' என்று கேட்பது போலிருந்தது. அதையே கொஞ்ச நேரம் வெறித்துக்கொண்டு நின்றேன். குனிந்து அதை எடுத்துச் சட்னியை மூடிவைத்தேன். வால் எலும்பில் பளீரென்று வலித்தது. கொஞ்ச நாட்களாகவே இந்த வலியிருக்கிறது. அடுத்து இந்தக் காரணத்தைச் சொல்லி மருத்துவமனைக்குச் சென்று இரண்டு மூன்று நாள் படுத்துக்கொள்ளலாமா? அய்யோ என் புத்தி ஏன் இப்படிப் போகிறது. ஆனால் நிஜமாக வலிக்கிறதுதானே? கடந்த முறை மருத்துவமனையிலிருந்த போதே, அன்று சுற்றுக்கு வந்த மருத்துவர் நான் கட்டிலிலிருந்து இறங்கி நடக்கும் சாயலைப் பார்த்துவிட்டு நீங்கள் எலும்பு சிகிச்சை செய்யும் சிறப்பு மருத்துவரைச் சந்தித்துப் பேசுங்கள் என்று சொன்னார்தானே?

சமைத்த உணவுப் பண்டங்களை மேசைமீது வைத்துவிட்டு எனது அறைக்குச் சென்றேன். காலையிலிருந்தே தொடர்ந்து மழை பொழிந்துகொண்டிருந்தது. ஜன்னலிலிருந்து பார்க்கும் போது வீட்டை ஒட்டியிருக்கும் குன்று போன்ற பகுதியும் பாறைகளும் ஆங்காங்கே வளர்ந்த மரமும் வனப்புடன் தெரிந்தன. மேலடுக்குப் பகுதிகளில் பெய்த மழை நீர் திரண்டு இருபத்தைந்தடி உயரத்திலிருந்து அருவிபோலக் கொட்டிக் கொண்டிருந்தது. மழை கொடுத்த பசும் வசீகரம் எல்லா இடத்திலும் ஜொலித்துக்கொண்டிருந்தது. மேலே இருக்கும் இடத்தில் மழை பெய்தால் இயற்கையாக அது அருவிபோலக் கீழே வந்து விழுகிறது. அதற்குத் தடைபோட முடியுமா? விழும் அருவியைப் பார்த்து ரசிக்காமல் இருக்க முடியுமா? மாதுளா எனக்குள் ஏற்படுத்திய மாற்றத்தையும் என்னால் தடுக்க முடியவில்லை. அதில் என் தப்பு என்ன இருக்கிறது? அவளை அன்றைக்கு அப்படிப் பார்த்துவிட்டு வந்ததும் ஏற்பட்ட அதிர்வலைகளை முடிந்தவரை அடக்கத்தானே பார்த்தேன். இது தப்பு, சின்னப் பெண் அவள் என்று என்னை நானே கடிந்து கொண்டேன். அவளை என்னுடைய மருமகளாக இல்லை மகளாக நினைக்க வேண்டும்; இப்படி எல்லாம் சஞ்சலப்படக் கூடாதென்று பலமுறை எனக்குள்ளே எச்சரித்துக்கொண்டேன்.

கடுமையான மனக்கட்டுப்பாடுகளையும் விதித்துக்கொண்டேன். ஆனால் பெருந்தீயில் ஏற்றிவைத்த புதுப்பால்போல ஒவ்வொரு நொடியும் எனக்குள் பொங்கிப் பொங்கி எழுந்த புத்துணர்ச்சி உலகத்தை வேறாகக் காட்ட ஆரம்பித்தது. நாளுக்கு நாள் அது வளர்ந்து பெருக ஆரம்பித்தபோதுதான் அது வெறும் இச்சை மட்டுமல்ல, உன்னதமான காதல் என்று நம்ப ஆரம்பித்தேன். என் மனம் என் வசத்தில் இல்லை. அது மட்டுமல்ல; உயிர், உடல் எல்லாமே மாதுளாவின் அசைவுகளை உற்றுப் பார்க்க ஆரம்பித்தது. அவள் வீட்டின் எல்லா வாசனையும், அங்கே பகலில் நிறையும் ஒளியையும், இரவில் அங்கிருந்து விரியும் ஒளியையும் அந்த வீட்டிலிருந்து இசையையும் ஒலியையும் என் புலன்கள் உணர ஆரம்பித்தது ஆச்சரியம்தான். இரவில் படுக்கையில் கவிழும்போது என் அறைக்கு நேர் கீழேதான் அவள் படுத்திருக்கிறாள் என்கிற எண்ணம் பெருகிக் காதல், மகிழ்ச்சியின் உச்சம் என்பது புரிந்தது. சில சமயம் அந்தக் கட்டிலே அவளாக மாறிவிடுவதும் உண்டு. அவள் இரவு எந்த அறையில் படுக்கிறாளோ அதற்கு நேர்மேல் அறையில் நான் உறங்கினால் இன்னும் சுகமாக இருக்குமென்று தோன்றியது. சில நாட்கள் கீழ் வீட்டின் ஒளி, ஒலிகளைக் கவனித்து அவள் தென்மேற்கில் இருக்கும் படுக்கையறையில் படுக்கிறாள் என்பதை உணர்ந்துகொண்டேன். அதன் பிறகு வடகிழக்கு மூலையிலிருந்த என் அறையை, “அங்கே புழுக்கமா இருக்கு. நான் இங்கே படுத்துகிறேன்” என்று ஆரவ்விடம் சொல்லி, தென்மேற்கிலிருக்கும் அறைக்கு படுக்கையை மாற்றினேன். அங்கே காற்று வரும் என்பது ஆரவ்வுக்கும் தெரியும். அதனால் அவனுக்கு என் செயல் எந்தச் சந்தேகத்தையும் அப்போது ஏற்படுத்தவில்லை.

ஆனால் அன்று இரவு ஆரவ் வந்து அதே அறையில் அதே கட்டிலில் படுத்தவுடன் எனக்குத் தூக்கிவாரிப்போட்டது. இத்தனைக்கும், ஆரவ்வுக்கும் மாதுளாவுக்கும் இருந்த தொடர்புகூட எனக்குத் தெரியாது. அதற்குப் பிறகு என்னால் உறங்க முடியவில்லை. அவனிடம் நீ போய் என்னுடைய அறையில் படுத்துக்கொள் என்று எப்படிச் சொல்வது? பிறகு வந்த சில இரவுகளில் அந்த அறையில் உறக்கமின்றித் தவித்தேன். மறுபடியும் வடகிழக்கு அறைக்கு மாறிக்கொண்டேன். பின்னர் தான் உறங்க முடிந்தது. காலையில் எழுந்தவுடன், அங்கே ஆரவ் படுத்திருக்கிறான் என்ற நினைப்பு வந்ததும் உடனே கோபமும் வந்தது. அதை எப்படி வெளிப்படுத்துவது என்று தெரியாமல் பாத்திரங்களை வேகமாக வைத்து, சாப்பாத்தி மாவைப் பிசைந்து அடிக்கும்போது வெளிப்படுத்தினேன்.

அதெல்லாம் ஆரவ் புரிந்துகொள்ளவில்லை. ஆனால் நான் வழக்கமான உற்சாகத்தோடு இல்லை என்றும் அவனோடு கழிக்கும் நேரத்தைக் குறைத்துவிட்டேன் என்றும் எனக்கு என்ன ஆயிற்று என்றும் கேட்டுக்கொண்டே இருந்தான். இனி அப்படியெல்லாம் கேட்பானா? அதன்பிறகுதான் ஒருநாள் நல்ல மழை பொழிந்த அன்று ஆரவ் மாதுளாவுடன் ஒன்றாக உடற்பயிற்சியகத்திலிருந்து திரும்பியதைப் பார்த்து அதிர்ச்சி யுற்றேன். சிரித்துப் பேசிக்கொண்டிருந்த மாதுளாவின் மீது எல்லையற்ற கோபம் வந்தது; மிகக் கேவலமானவள் என்று தோன்றியது.

முதலில் அவர்கள் சந்திப்பதை எப்படித் தடுக்கலாம் என்று யோசித்துக்கொண்டே ஏதோ கவனத்தில் மிக்ஸியில் கையை விட்டு மூன்று விரல்களை வெட்டிக்கொண்டேன்; ஆழமான வெட்டுதான். இரண்டு மூன்று நாள் ஆகியும் காயம் ஆறாமல் சீழ் பிடித்தபோது ஆரவ் மருத்துவமனையில் கூடவே இருந்தான். அன்றுதான் மருத்துவமனை இருப்பு ஆரவ் மாதுளாவைத் தற்காலிகமாகப் பிரிக்கிறது என்ற ஞானம் வந்தது. அப்போதுதான் எனக்குச் சர்க்கரை வியாதி இருப்பதும் தெரிந்தது. வயதாகிவிட்டது என்ற எண்ணம் மற்ற எல்லா விஷயங்களையும்விட மிகவும் என்னை வருத்தியது என்றாலும், பெண் உடல்சார் தேவைகளும் அதன் மீதான ஏக்கமும் குறையவில்லை. ஒருவிதத்தில் இதற்கெல்லாம் ஆரவ் ஒரு காரணம். அவன்தான் அடிக்கடி சொல்வான் ‘உனக்கு அப்படி என்ன வயதாகிவிட்டது’ என்று. அவன் சொல்வது மட்டுமா, இப்போதுகூட, நான் கண்ணாடியில் பார்க்கிறேனே. மீசை அரும்பத் தொடங்கிய வயசில் இருந்ததைவிட, கல்யாணம் ஆகிக் கொஞ்ச நாளில் இருந்ததைவிட, இப்போதுதான் இன்னும் வசீகரமாய் இருக்கிறேன். இப்போதும் ஆரவ்வுக்கு விஷயம் தெரிந்தால் எனக்காக அவன் விட்டுக்கொடுப்பான். அவனுக்கு என்மேல் அதீத அன்பு உண்டு. நானும் அவனும் தந்தையும் மகனும் போலில்லை. நண்பர்கள்போல மணிக்கணக்கில் பேசிக்கொள்கிறோம் என்று அடுக்ககத்தில் பலரும் சொல்வார்கள். நானும் அவனுக்கு அப்பாவாக மட்டுமா இருந்தேன்? அப்படியிருந்த நானா அவனுக்கு இப்படிச் செய்துவிட்டேன்? அதுவும் ஒரு பெண்ணுக்காகவா? அவன் ஆரோக்கியமானவன், இரண்டு மூன்று நாட்களில் தேறிவிட்டான். வாரக்கணக்கில் சோர்வு மட்டுமே அவனுக்குத் தொடர்ந்தது. முதலில் அவன் சோர்ந்து கிடப்பதைப் பார்த்தபோது பரிதாபப்படாமல், ‘அப்பாடா, இன்று அவளைச் சந்திக்க மாட்டான்’ என்று தோன்றியதை இப்போது நினைத்தாலும் கேவலமாக இருக்கிறது.

அறையில் இருக்கப் பிடிக்காமல் காய்கறி வாங்க வைத்திருந்த பையை எடுத்துக்கொண்டு, வீட்டை எனக்குரிய சாவியைக் கொண்டு பூட்டிவிட்டு வெளியே நடந்தேன். எதிரே வந்தவர் “என்ன தர்மா சார், இப்பக் கொஞ்ச நாளா ஆளையே காணோம்” என்றதற்கு, “எனக்கு உடம்பு சரியில்ல, அப்பறம் அவனுக்கு” என்று சொல்லிவிட்டு வேகமாக நடந்தேன். எனக்கு முன்னால் ஒரு நெகிழிப்பை உருண்டு உருண்டு ஓடிக்கொண்டிருந்தது. காற்றடைந்த அந்தப் பை, திக்குத் தெரியாமல் என்னைப் போலவே தவிப்பதுபோலத் தோன்றியது. அது உருண்டு புரண்டு அலைவதைப் பார்க்கச் சகிக்க முடியாமல் வேகமாக நடந்தேன். அதுவும் என் முன்னாலேயே போய்க்கொண்டிருந்தது. ஜீவா ஸ்டோர்ஸ் போவதற்கு, லேண்ட்ஸ் லிங்க்ஸ் பிரதான சாலைக்குப் போக வேண்டும்; மாடி ஏறுவதுபோல மூன்று அடுக்குகளாக அமைந்த தெருக்களை இணைக்கும் சரிவுப் பாதையில் ஏற வேண்டும். எனக்கு முன்னே ஓடிய நெகிழிப்பை அதற்குமேல் ஏற முடியாமல் அங்கேயே சிக்கித் தவித்தது. எனக்கு அதைத் தாண்டி ஏறியதும் கொஞ்சம் மனது இலகுவானது. ஆனால் மூச்சு வாங்கத் தொடங்கியது. கிட்டதட்ட இருபத்து ஐந்து அடி ஏற வேண்டும். இந்த அடுக்ககத்தில் இது ஒன்று மட்டுமே பிரச்சினை. எந்த ஒரு சிறு பொருளை வாங்க வேண்டு மானாலும் இப்படி உடற்பயிற்சி செய்ய வேண்டும்.

நான் ஏன் விருப்ப ஓய்வு பெற்றுக்கொண்டேன் என்று இப்போது நினைத்தால் துக்கமாக இருக்கிறது. மாதுளா – ஆரவ் இந்தப் பிரச்சினைகளை மறக்க வேலையாவது உதவும். அங்கே போனால் வேறு சிலரோடு பேசும்போதும், வேலையுள் மூழ்கும் போதும் எல்லாத் துக்கமும் மாறிவிடும். வீடும் வீட்டு வேலையும் என்று ஆரவ்வுக்காக இவ்வளவு நாள் இருந்தது போதும் என்ற எண்ணம் முதல்முறையாக வந்தது. கடைக்குச் சென்று திரும்பும் வழியில் தெருநாய் ஒன்று வீடு கட்டக் குவிக்கப்பட்டிருந்த மணலை வாரித்தெறித்து எதையோ தேடிக்கொண்டிருந்தது. தேடும் நாயும் நானும் வேறு வேறா? இந்த நாய்க்குக் குட்டி இருக்குமா? என் சிந்தனையோட்டத்தையெல்லாம் பார்க்க எனக்கே வெட்கமாக இருந்தது. நேற்று மாதுளாவிடம் போய் அவள் கைகளைப் பிடித்துக்கொண்டு ‘எங்காவது போய் விடும்மா’ என்று இந்த நாய் கெஞ்சியிருக்குமா? ஆனால் மாதுளா, ‘நான் ஏன் போகணும் நீங்க வேணும்ன்னா உங்க மகனைக் கூட்டீட்டு எங்காவது போங்க’ என்று சொன்னாளே. அவள் சொன்னதில் என்ன தப்பு. என்னைச் செருப்பால் அல்லவா

அடிக்க வேண்டும். இந்த வயதுக்கு அப்பறம் சின்னப் பெண் கேட்குதோ? ஆனால் ஆசைப்பட்டால்தான் அப்படி என்ன தவறு. இவ்வளவு நாள் எப்படி இளவரசி இல்லாமல் இருந்தேன்? என்ன வைராக்கியம்? அவள் மட்டும் என்னை விட்டுப் போகாமல் இருந்திருந்தால் இது எதுவும் நடந்திருக்காதோ?

இதுக்கு என்னதான் முடிவு? நான் எங்காவது போய்த் தொலைந்தால் எல்லாம் சரியாகிவிடுமா? இல்லை நான் ஏன் போக வேண்டும்? ஆரவ்வை இவ்வளவு நாள் எப்படி எல்லாம் பார்த்துக்கொண்டேன். இளவரசியும் விட்டுவிட்டுப் போயிட்டாள். மாதுளாவுக்காக இவனை நான் ஏன் விட்டுக்கொடுக்க வேண்டும்? ஆரவ் என் மகன்; அவன் நான் சொல்வதைக் கேட்பான். மேல் அடுக்கிலிருந்து சரிவுப் பாதையில் இறங்கி வர வர அங்கே வீசும் காற்று எனக்கு ஒரு புதுத்தெம்பைக் கொடுத்தது. ஆரவ் என்னை அப்படி யெல்லாம் விட்டுக்கொடுக்க மாட்டான். அவன் கண்டிப்பாக மாதுளாவிடம் 'நமக்குள் எதுவும் வேண்டாம். அப்பாவைவிட எனக்கு வேற எதுவும் முக்கியமில்லை என்று பேசுவான்' என்று நினைக்கும்போது இன்னும் நம்பிக்கை வந்தது. சரிவுச் சாலையில் சிமெண்ட்டால் ஆன தரை ஓடுகளைப் பாவியிருந்தார்கள். கடும் மழையின் பொருட்டு அவற்றில் ஒன்றிரண்டு பற்றுதலை விட்டுத் தளர்ந்திருந்தன. பக்கத்து அடுக்ககக் காவலாளியின் குழந்தை, பூனைக்குட்டியோடு விளையாடிக்கொண்டிருந்தாள். அந்தப் பூனைக்குட்டி ஏதோ ஒரு வீட்டுக்குள் நுழைந்தது. வீட்டிலிருந்து யாரோ அதை விரட்டினார்கள். அன்று மாதுளாவின் வீட்டுக்குக் காப்பிப் பொடி கடன் வாங்கப் போனபோது அவள் "நான் டீதான் குடிப்பேன். காப்பிப் பொடி இல்லையே அங்கிள்." அங்கிள் என்ற சொல்லை அழுத்தி சொன்னபோதே பிடிக்காத ஒரு ஜந்துவை விரட்டுவதுபோல இருந்தது. ஒரு தரை ஓடு என்னைக் கீழே தள்ளப் பார்த்தது. தடுமாறிச் சமாளித்துக்கொண்டேன். அந்த வீட்டிலிருந்து வெளியேறிய பூனை என் தடுமாற்றத்தைக் கண்டு நொடி நேரம் நின்று பின் வேகமெடுத்தது. வாழ்க்கைச் சரிவுப் பாதை சறுக்கும், ஆனால் என்ன செய்வது? பயணம் நிற்காது. ஒருவேளை ஆரவ் மாதுளாவை மணக்க நினைத்தால்? நான் எங்காவது போய்விடுவேன் என்று சொன்னால் போதும், அவன் மாதுளா என்ன, வேறு எந்த அப்சரஸ் வந்தாலும் வேண்டாம் என்றுதான் சொல்வான். அப்படியில்லாமல் ஒருவேளை பிடிவாதம் பிடித்தால்? அப்படி அவளைத்தான் வேண்டுமென்று கேட்டால், அவளை என்ன செய்வது?

கிரீன் பார்க் அடுக்ககத்து நுழைவாயிலை அடைந்த எனக்கு, அங்கே மகிழ்வோடு ஒன்றை ஒன்று சுற்றிப் பறந்து கொண்டிருந்த இரண்டு மஞ்சள் நிறப் பட்டாம் பூச்சிகள் ஏனோ மிகுந்த எரிச்சலை உண்டு பண்ணின. மஞ்சள் நிறப் பட்டாம்பூச்சியின் மெலிந்த தேகம் ஏனோ எனக்குப் பதற்றத்தை உண்டாக்கியது இரண்டும் ஒன்றுக்கொன்று இணையான ஜோடி என்று தோன்றியது. அவையிரண்டும் அருகருகே ஒரு ரோஜாப் பூவில் அமர்ந்தன. அவற்றை அந்த ரோஜாவோடு சேர்த்து, தரையில் தேய்த்துக் கொல்லக் கையை ஓங்கினேன். ஆனால் ஒரு பட்டாம்பூச்சி பறந்துவிட்டது. அது மாதுளாவா அல்லது ஆரவ்வா?

---

*சலீம் - அமைதி

*ஆரவ் - அமைதி

லாவண்யா சுந்தரராஜன்

ஓருமுறை: 8–1

தாகம்

குருதியில் தோய்ந்த குருக்ஷேத்திரம். கையிழந்தோர், காலிழந்தோர் வலியால் அரற்றும் மரண ஓலம். யானைகளும் குதிரைகளும் அங்கஹீனம் அடைந்து வலியால் துடித்து அலறிக் கொண்டிருந்தன. பத்தாம் நாள் வளர்பிறைச் சந்திரன் இந்தப் பரிதாபக் காட்சிகளைக் காண அஞ்சி, அடிக்கடி மேகத்துள் ஒளிவதும் தெரிவதுமாய் இருந்தது. மொத்த உடலையும் துளைத்து அம்புப் படுக்கையில் வீழ்ந்துகிடந்த பீஷ்மரின் கண்களில் நிலவு மேகத்துள் ஒளியும் போது அதனைச் சுற்றி எழுந்த நிலவுக் கோட்டை ஆறாம் முறை அவரிடம் வந்து தன் காதலை ஏற்க மன்றாடித் திரும்பியபோது தளும்பிய அம்பாவின் விழிகளை அது நினைவூட்டியது. நிலவு மேகத்திலிருந்து ஒரு நொடி நேரம் தோன்றிய போது சுயம்வர மண்டபத்தில் முதன்முதலாகப் பார்த்த காசி இளவரசி அம்பா தேவியின் முகம்போலப் பொலிவாகத் தெரிந்தது. அதன் பின்னர் எத்தனை முறை அம்பாவைப் பார்த்திருந் தாலும் அவள் முகத்தில் அன்றிருந்த ஆனந்தப் பொலிவைக் கண்டதே இல்லை. ஒவ்வோர் முறை அவரிடம் இறைஞ்சி நிற்கும்போதும் அவள் முகத்தில் எழுந்த ஆற்றாமையும் சோகமும் அவரைக் கைகளைப் பிசைந்துகொண்டு செய்வதறியாது திகைக்க வைத்திருந்தது. “இறுதியாக என்ன சொல்கிறீர்கள்” என்று கடைசியாக அவரைச்

சந்தித்த அன்று கேட்ட கேள்விக்குப் பதிலில்லாமல் கூசி நின்ற காட்சியே நினைவுக்கு வந்தது. எப்போதும் அம்பையை நினைக்கும்போதுதான் அவரிடமிருக்கும் கம்பீரம் அவரை விட்டு நீங்கிவிடுகிறது. அவர் கண்களில் தாரை தாரையாய் நீர் வழிந்தது.

"என் நெஞ்சே இன்னும் ஏன் வேகாமல் இருக்கிறாய், அவள் இட்ட தீ அன்றும் இன்றும் என்றும் எரியும்போது இன்று நேரில் வந்து நின்றாளே. அவளா நின்றாள்? எதிரே நின்றது கோடி சூரியனால் ஏற்றப்பட்ட தீபம், எரியும் கொள்ளிக் கனல், கண்கள் ஒரு கணம் கூசின. அவள் தீ, எரிக்காத தீ. அவள்தான் அம்பா. என்னை ஜென்மம் ஜென்மமாய்த் தொடரும் நெருப்பு. அவள் கண்களில் கனன்று பொரியும் கோப நெருப்பையே என்னால் தாங்க முடியாது தலை குனிந்திருக்கிறேன். வந்துநின்றபோது இப்போது சிகண்டியாய் என் முன்னே ஒரு பெண்ணோடு போர் புரிய மாட்டேன் என்று சொல்லிக்கொண்டது எனக்கான சமாதானம். நான் அவளிடம் எப்போதோ தோற்றுவிட்டேன். எனக்கு நா வறள்கிறதே. கங்கையின் புத்திரன் தண்ணீருக்குத் தவிப்பதுதான் விதியா?' புலம்பிக்கொண்டிருந்தார் பீஷ்மர்."

"இப்போது நீர் அதர்மத்தின் பிரதிநிதி, அம்புப் படுக்கையில் இருக்கின்றீர் பீஷ்மரே."

"இந்தக் குரல் எங்கிருந்து கேட்கிறது? இது அம்பா தேவியின் குரல். இப்படிக் கிடக்கும்போது கூடவா அம்பைக்கு என்மேல் இரக்கமில்லை? நான் என் கடமையைத்தானே செய்தேன். அரசர் ஆணைக்குக் கட்டுப்படுவதுதானே பிரஜைகளின் கடன்; நானோ அரியணையின் அடித்தொண்டன். அன்னை தந்தைக்குக் கொடுத்த வாக்கைக் காக்க வேண்டாமா? இந்த அரசின் தலைமைத் தளபதி பொறுப்பும் என் தலையில், அது என் ஊழ்வினை. அரசு போர் தொடுக்கிறது, நான் போரிட்டேன். போரில் வீழ்த்துவதும் வீழ்த்தப்படுவதுமே தர்மம். என்னைச் சீண்டும் இந்தத் தொனி யாருடையது? அம்புப் படுக்கையில் இருந்தாலும் கங்கையின் புத்திரன்தான். எனக்கே தண்ணீர் தர யாருமில்லை. எங்கள் வீட்டில் குலம் தழைக்க, நான் சிறையெடுத்த சிறு விளக்கு எப்போது தன்னைத் தானே பெரு நெருப்பில் இறக்கி, என் நெஞ்சில் நீங்காத தீபமாய் எரியத் தொடங்கினாளோ, அன்றிலிருந்து எவ்வளவு தண்ணீர் குடித்தாலும் அது நெருப்பெனவே நெஞ்சில் இறங்குகிறது. தவிப்புக்குத் தணிவோ கனிவோ இல்லாமல் என்னைக் கொல்கிறது. நாவோ உடலோ ஏதோ ஒன்று எப்போதும் ஏன்

எரிந்துகொண்டே இருக்கிறதென்றே தெரியவில்லை. தண்ணீர் வேண்டும் யாரேனும் கருணை காட்டுங்கள்."

"கங்கைக்குப் பிறந்தும், உன்னுள் நீர்மை இல்லையே!" எதிரே வந்து நின்றாள் சிகண்டி.

"அய்யோ பெண்ணே எங்கிருக்கிறாய். இதே வார்த்தையைத்தானே சால்வனை நோக்கிச் சென்றுவந்த பின்னர் சொன்னாய்."

"ஜென்மம் பல எடுத்தாலும் உண்மை ஒன்றுதானே தேவ விரதரே! ஈரப்பதமே இல்லாத வெற்றுக் கண்கள். அதுதான் உங்கள் கண்களுக்கு நான் தெரியவில்லை."

"அம்பா நீயா? தீயில் பாய்ந்து உன்னை மாய்த்துக் கொண்டதாகச் சொன்னார்களே. வந்துவிட்டாயா தேவி, உன் குரல் என் காதை மட்டுமல்ல மனத்தையும் குளிரச்செய்கிறது. அய்யோ... என்னால் விண்ணையும் நிலவையும்தானே பார்க்க முடிகிறது. உன்னை மறுபடி கண்டால் போதுமே."

"ஹும்ம்... அம்பா தேவி, காசி நாட்டு இளவரசி. சால்வனின் காதலி. அஸ்தினாபுரத்துக்கே அதிபதியாக வேண்டியவள். ஆனால் யாருமற்றவள். காசி நாட்டில் எப்படி யெல்லாம் வளர்ந்தாள்... ஊழ்வினைபோல நீர்தானே குறுக்கே விழுந்து கெடுத்தீர் அய்யா. சால்வன்மீது மலர்ந்திருந்த காதலைக் கொன்று, உம்மைக் காதலித்தாள். கங்கையின் புத்திரரே, கங்கைமேல் ஆணையிட்டுச் சொல்லுங்கள். உண்மையைச் சொல்வீர் உமக்கு அவளைப் பிடிக்காமலா இருந்தது?"

"உன்னைப் பார்த்ததுமே பிடித்திருந்தது அம்பா. ஆனால் என்னுடையவளாக அல்ல. எம் மண்ணின் அரசியாக. எங்கள் குல வாரிசை நீதான் பெற்றெடுப்பாய் என்று மனதார நினைத்திருந்தேன். உன்னைச் சுயம்வர மண்டபத்தில் பார்த்த அப்போதே நீ என் நெஞ்சத்துச் சிம்மாசனத்தில் ஏறி அமர்ந்து விட்டாய். உனது தங்கைகள் அம்பிகா, அம்பாலிகா இருவரும் எனது குழந்தைகள்போல். ஆனால் நீயோ என் கண்ணோடு கண் நோக்கி 'சால்வனை விரும்புகிறேன்' என்றாய். அடடா என்ன தைரியமென்று வியந்தேன் அம்பா. அப்போதே என் மனதில் இன்னும் ஒருபடி மேலெழுந்து விட்டாய். அப்படியில்லை யென்றால் சுயம்வரத்தில் ஜெயித்த பெண்ணைச் சென்று வா என்று யாரேனும் அனுப்புவார்களா?"

"உங்களால் உரிமைகொள்ள முடியாத பெண்களை நீர் ஏன் கவர்ந்து வந்தீர்?"

“என்ன நிலவிலிருந்தா குரலாய் ஒலிக்கிறாய். அம்பா சிகண்டியாக இன்று நீயா வந்தாய்? நீயன்றி யாராக இருக்க முடியும். அதே மருண்ட கண்கள். மகிழம்பூ மணக்கும் மேனி. வேறு யார் என்னை என்ன செய்ய முடியும்?”

“முதலில் என் கேள்விக்குப் பதில் சொல்லும்.”

“உனக்குத் தெரியாத உண்மையா அம்பா? மூவரில் நீயே மூத்தவள். உங்களைக் கொண்டுவரும் வழியில் சொன்னேன் அல்லவா கதையை. அன்னையோ நதி... அவளால் ஓர் இடத்தில் ஒருவருக்குக் கட்டுப்பட்டு இருக்க முடியுமா? தந்தையைப் பத்திரமாய்ப் பார்க்க வேண்டிய கட்டளை எனக்கு இட்டாள். அவள் வழி நோக்கி நடந்தாள். நான் உயிர் வளர்க்கக் காரணமானவர் தந்தை மட்டுமே. அவர் எனக்குத் தந்தை மட்டுமல்ல, மூத்த பிள்ளை. அவர் ஆசையை நிறைவேற்ற என் இளமையும் நான் பெற வேண்டிய நற்செல்வங்கள் மட்டுமே தடையாக இருந்தன. அன்னை சத்யவதி என்னைக் கண்டு பயந்தார். அவள் பிள்ளைகளுக்கு என்னால் ஆபத்து வருமோ என்று அஞ்சினாள். நான் பிரகஸ்பதியிடமிருந்து பெற்ற அரசியல் அறிவைப் பயன்படுத்தினால் அவளுக்கோ அவள் வாரிசுகளுக்கோ எங்கேயிருக்கும் முன்னுரிமை? நான் அரசியலைப் படித்து அறிவு பெற்றேன். சத்யவதி அன்னையோ பிறப்பிலேயே பிரகஸ்பதியாய் இருந்தாள். என் கங்கையன்னை தன்னைக் களங்கப்படுத்தித் துன்புறுத்துபவருக்கும் அன்பளிப்பவள், அவள் பிள்ளை நான். என்னைக் கண்டு ஒருவர் எள்ளளவும் கலங்கினால் அது தர்மமாகுமா? ஆகவே விரதம் பூண்டேன். கன்னிமை போற்றும் பெண்கள் இந்து தர்மப்படி தெய்வமாகிறார்கள். அவர்களுக்கு வழிபாடுகள் நடக்கின்றன. ஆனால் தந்தைக்காகவும் நாட்டின் நன்மைக் காகவும் கன்னிமை நோன்பு பூண்ட வீரனை இப்படி அம்பின் மீதுதான் படுக்கவைக்கிறார்கள். அர்ஜுனா நற்காரியம் செய்தாயடா? இத்தனை நாளாய் என்னுள் எரிந்துகொண்டிருந்தவளை என் கண்முன்னே கொண்டு வந்து நிறுத்தினாயே நீ. கண நேரமென்றாலும் நெஞ்சம் நெகிழ்ந்ததடா. நீ நீடூழி வாழ்க.”

“என் கேள்விக்கு என்ன பதில்?”

“என்ன சொல்லட்டும்? அரசுக் கட்டிலைக் காப்பவனுக்கு அரச வாரிசுகளை உருவாக்கும் உத்தமிகளைத் தேடிக் கொணர்வது கடமையில்லையா?”

“வெட்கக்கேடு! பேடிப் பயல்களுக்குத் திருமணமொரு கேடு. சொந்தமாய் ஜெயித்து மனைவியரைக் கவர வக்கில்லாத

வர்களுக்குக் காவல்காரன் நீர். நானும் என் தங்கைகளும் மரப்பாச்சி பொம்மைகளல்ல. ரத்தமும் சதையுமாகச் செரித்த உயிர்கள்."

"என் கடமை அரியணை காப்பது. அன்னை சத்யவதியின் வாரிசுகளின் நலம் பேணுவது."

"நீர் என்ன மறுதாய் வேடமா பூண்டீர். அன்று நீர் ஓர் இளைஞன் அல்லவா? வயதை மாற்றி ஔவைபோலத் தாளாத வயதுடையவன்போல வந்திருக்கலாம்தானே. மேலும் சுயம்வரம் எதற்கு நிகழ்கிறது? எமக்கு உகந்த கணவரை நாங்களே தேர்வு செய்யும் சுதந்திரம் அல்லவா அது. வந்தீர் வென்றீர். ஒருவருக்கு மூவரையும் சிறைப் பிடித்தீர். பின்னர் எங்களை எப்படி நிர்க்கதியில் விட்டீர் மாவீரரே?"

"நான் எனது கடமையைத்தானே செய்தேன்."

"என்ன கடமை பீஷ்மரே? திரும்பத் திரும்ப அதே மந்திரத்தைச் சொல்கின்றீர். பெண்ணைச் சிறை பிடிப்பவன் அவள் கற்புக்குக் காவலனாக இருக்க வேண்டும். சிறை பிடித்தவனே மணாளன் என்று வந்தவர்களைத் தம்பிக்குத் தாரை வார்த்தீர். அது கொடுமையல்லவா?"

"போரில் வென்றதெல்லாம் அரசனுக்குத்தான் சொந்தம்!"

"சுயம்வரம் போரல்ல. மேலும் வாள் வீசுபவன் ஒருவன். வீசச் சொல்லி வீசும் ஒளியைப் பார்ப்பவன் இன்னொருவனா? வெட்கக்கேடு. உலகில் எங்கேயும் நடக்காத பேரதிசயம் இதுவல்லவா? தன் தம்பிக்காகப் பெண்களை வென்றாராம். உம் தம்பிக்காக நீர் உணவு உண்ண முடியுமா? அவர் உண்டதை நீர் செரிக்க முடியுமா? இது எந்தப் பிரபஞ்சத்தின் தர்மம்? நீர் சுயம்வரத்தில் சண்டையிட்டு வென்றீர், உம்மை எதிர்த்து எம்மைக் காக்க எவருமில்லை என்றுதானே எங்களை உம்மோடு எம் தாய், தந்தையர் அனுப்பினர். உம் வீரம் கண்டோம், எம் காதலை மாற்றிக்கொண்டோம். காசியிலிருந்து அஸ்தினாபுரம் வரும் வழியில் என் மனதிலிருந்த சால்வனை விரட்டி உம்மை மனதோடு பூட்டினேன். வீரரே! ஆனால் நீர் செய்தது என்ன? வென்று எம் வாழ்வை அழித்து, பிள்ளை பெறத் திராணியற்ற உம் தம்பியிடம், வெட்கக்கேடு பாவம் என் தங்கையர்க்கு நிகழ்ந்தது, நான் என்னை எரியூண்டிக் கொண்டதைவிடக் கொடூரமானது. உமது அரசுக்கு வாரிசுப் பிரச்சினைத் தீர்க்கப் பாவப்பட்ட பெண்டிர் நாங்களா கிடைத்தோம்?"

"அம்பா என்னை அப்படியே கொன்றுவிடேன்."

“உம்மைக் கொல்லத்தானே என்னையே கொன்று இன்னொரு பிறவி கண்டேன். உம்மைக் கொல்லாமல் விடுவேனா? எவ்வளவு ஆனந்தத்தில் உம்மைப் போலொரு பேராண்மை கொண்டவர் யாரும் உண்டா என்று என்னை மாற்றிக்கொண்டேன். சால்வனைக் கண்டதும் காதல் கொண்டேன்; உம்மையோ கண்டு காதலுற்றேன். ஆனால் என் கதி இருகரை கொண்ட நதியின் படகாகி ஒருமுறை அல்ல ஆறுமுறை பயணம் செய்தேன். ஒவ்வொரு முறையும் உம் காதல் பொங்கியது. சால்வன் என்னை எவ்வளவு கேவலமாய் ஏசினான். ஒவ்வொரு முறையும் அவன்மேல் இன்னும் இரக்கம் பெருகியது. அவன் அப்படி இழி நடவடிக்கையில் ஈடுபட நீர்தானே காரணம் தேவ விரதரே. உன்மேல் கனிந்த காதலை, சால்வன்கூட உணர்ந்திருந்தான். ஆனால் நீர் ஏன் எம்மைப் புறக்கணித்தீர்? என்னை விடுத்து நீர் என்ன சாதனை புரிந்துவிட்டீர்? சத்தியத்துக்குக் கட்டுப்படுகிறேன் என்று நடந்த எல்லா அக்கிரமங்களும் நீர் மௌனசாட்சியாக மாறினீர்.”

“ஆம்! நான் என் தந்தைக்குச் செய்துகொடுத்த சத்தியத்துக்குக் கட்டுப்பட்டேன். நீ சால்வனிடம் மன மயக்கம் கொண்டிருக்கிறாய் என்று தெரிந்த உடனே அனுப்பினேன். அவன் உன்னை ஏற்கவில்லை. அவன்மேல் வராத கோபமும் கொல்லத் துடிக்கும் இந்த வெறியும் என்மீது மட்டும் ஏனம்மா?”

“அப்படிக் கேளுங்கள் தேவ விரதரே, முற்பிறவியில் சொல்லித் தீர்க்க முடியாததை உம் மரணப் படுக்கையில் மரண சாசனமாய் சொல்லித் தீர்க்கிறேன். சால்வன்மீது எனக்கு ஏற்பட்டது பிள்ளைக் காதல். ஆனால் உம்மீது நான் கொண்ட காதல் பூரணத்துவமானது. காதலை வென்ற காமம். என்னைப் போவென்று அனுப்பினீரே அப்போது என் காமம் உம்மீது விஸ்வரூபம் கொண்டது. ஒப்புக்கு சால்வனிடம் கேட்டேன் என்னை மணந்துகொள் என்று. அவன் வீரன், உம்மைப்போல அல்ல. என்னை ஆணையிடச் சொன்னான். உம் தலையைக் கொய்து வந்து என் காலடியில் வைப்பேன், பின் மணப்பேன் என்று பிதற்றினான். உமக்கு என்னால் தீங்கு நிகழுமோ என்று பதறிப்போனேன். அதைக் கண்ட பின்னர் என்னுடையது பிறழ் காமம் என்று ஏசத் தொடங்கினான். அவன்மீது எந்தப் பிழையுமில்லை. எங்கள் இருவரின் வாழ்க்கையைப் புரட்டிப் போட்டவர் நீங்கள். என்னுள்ளே உங்கள்மீது கனிந்திருந்த காதலை உணர்த்தியவனே அவன்தானே. அவன்மீது எனக்குக் கருணைதான் வந்தது. உங்களிடம் வந்தேன். நீங்கள் மறுபடி மறுபடி அவனிடம் அனுப்பினீர்கள். உங்கள்மீது எத்துணை பக்தி கொண்டேன் அய்யனே. நீங்கள் சொல்வதற்கெல்லாம்

அப்படியே அடிமைபோல அடிபணிந்தேன். இப்போதாவது சொல்லுங்கள், நீங்களும் என்னைக் கண்டதும் என்மீது காதலுற்றீர்கள்தானே. இப்போதாவது உண்மையைச் சொல்லுங்கள்."

"போதும் அம்பா போதும். என்னால் எந்த உண்மையை யும் பேச முடியாது. பேசக் கூடாது. எனக்கு என் விரதமும், நான் அன்னை சத்யவதிக்குக் கொடுத்த வாக்கும்தான் பெரியது."

"இதுதான் இந்த வாக்குதான், அதைப் பேசிய நாக்குதான் என்னை வெறியேற்றியது. குரு துரோகத்தினும் தீது குருவை நிந்தித்தல் அதைவிடப் பாவகரமானது குரு சொல்லுக்கு அடிபணியாமல் இருப்பது. குருவின் சொல் கேட்டேனும் என்னை ஏற்பீர்கள் என்றுதான் பரசுராமரைத் தேடிச் சென்றேன். நீங்களோ குருவின் அறிவுரையைக்கூடக் கேட்காமல் விட்டீர்கள். அவருடனேயே போரிடத் துணிந்தபோது உங்களை எவ்வளவுக்கு எவ்வளவு காதலித்தேனோ அவ்வளவுக்கும் வெறுத்தேன். நீங்கள் உடலோடு உயிர் தொடர அருகதையற்றவர் என்று உணர்ந்தேன். மாதா, பிதாவைவிடக் குரு பெரியவர் அல்லவா? என் பொருட்டு பரசுராமர் அடைந்த அவமானத்தைத் துடைக்க உங்களைக் கொல்லத் துணிந்தேன்."

"கார்த்திகேயனை நோக்கி விரதம் பூண்டேன். அவன் கொடுத்த வாடாத தாமரைகளை ஒரு மாலையாக்கி உங்களைக் கொல்ல வேண்டி அந்த மாலை ஏந்தும் தோள்களைத் தேடினேன். நானே அணிந்துகொண்டு உங்களைக் கொன்றிருக்க முடியாதா? என்னால் முடியவில்லை, எம் காதலரே எம்மால் முடியவில்லை. உங்கள் மீதான என் காதலன்பு அப்படிப்பட்டது. யாரேனும் எனக்காக உம்மைக் கொல்வாரா என்று பித்தாகி, இந்த உலகம் முழுவதும் அலைந்தேன். யாரும் எனக்கு உதவவில்லை. திக்கற்றுப் போக்கிடமில்லாமல் பேயாகி அலைந்தேன். பேணி வளர்த்த உடலை, பொன்னென மின்னும் இளமையை வெறுத்தேன். என்னையும் வெறுத்த நிலையில் என்னைப் பார்த்துப் பரிகசித்தன என்றுமே வாடாத தாமரைகள். அவை உங்கள் தோளுக்கானவை என்று என்னிடம் சொல்லாமல் சொல்லின. இன்னும் சீற்றம் கொண்டேன். அந்த மாலை மட்டும் கார்த்திகேயன் தராததாக இருந்திருந்தால் சின்னாபின்னம் செய்திருப்பேன். ஏதோ கல்தூணில் மாட்டிவிட்டேன். அதுவும் நீங்களும் ஒன்றுதானே ஸ்வாமி. சிவனை நோக்கித் தவம் புரிந்தேன். உம்மை மறுபடி பார்க்கவே எனக்கு விருப்பமில்லை. சிவனோ எனக்கு உம்மைக் கொல்ல வரம் கொடுத்தார். ஆனால் அடுத்த ஜென்மத்தில்தான் அது சாத்தியம் என்றுகூறி சிவன் மறைந்தார். பரிதவித்தேன் என்ன செய்ய? காதலை விடலாம்...

ஆனால் காமத்தை என்ன செய்ய. அதுதான் என்னையே எரித்துக்கொண்டேன்."

"அய்யோ தேவி, நீ அப்படித் தீயில் இறங்க முடிவெடுப்பாய் என்று தெரிந்திருந்தால்..."

"தெரிந்திருந்தால் என்ன செய்திருப்பீர் தேவ விரதரே. ஆறுமுறை வந்தும் இரங்காத மனமா மாறிவிடும். காமத்தினும் கொடியது பாசம் தரும் போதை பெருமானே. நீர் அன்னை, தந்தைமேல் வைத்துள்ளது பாசமல்ல. அது அகிலத்தை அழிக்கும் பிரமாஸ்திரம். என்னைப் பற்றி நினைத்துப் பார்த்தீரா தேவ விரதரே. பிறந்தது காசி நகரில் அதுவும் இளவரசியாக. ஆனால் வீடில்லாப் பேய்போல் அலைந்தேனே. நான் என்ன செய்தேன்? யாருக்குத் தவறு தீங்கிழைத்தேன்? ஏன் எம்மைக் கைவிட்டீர்?"

"தேவி இப்படிக் கழிவிரக்கத்தோடு பேசலாமா? எனக்கு உன்னிடம் பிடித்ததே பிடிவாதமான தன்னம்பிக்கைதானே? உன் தைரியம் யாருக்குமே இல்லையே அம்மா. என்னால் பேச முடியவில்லை. நாக்கும் தொண்டையும் வறண்டுவிட்டது. உயிர் வாய்வழி வெளியேறிப் போய்விடும் போலிருக்கிறது. அய்யோ தாகமாய் இருக்கிறதே. அன்னையே குரலால் இவள் என்னை வதைப்பதை நீ ஏன் பார்த்துகொண்டு எனக்குத் துணைக்கு வராமல் எங்கோ நின்று வேடிக்கையா பார்க்கிறாய். எனக்குத் தண்ணீர் வேண்டும். நான் போரில் வீழ்ந்து கிடக்கிறேன். அன்னையே எனக்குக் கைகளிருந்தும் கையில்லை, கால்களிருந்தும் காலில்லை. நீயே வந்து நீர் புகட்டு. தாயே இவள்தான் என்னைக் கொல்லாமல் கொல்கிறாள் என்றால், நீயுமா கனிவில்லாமல் இருக்கிறாய்."

இப்போது கங்கையின் குரல் எழுந்தது, "புத்திரனே... உனக்குக் கைகளும் கால்களும் மட்டுமா இருந்தும் இல்லாத தாகப் போனது?"

"அன்னையே... என்ன சொல்கின்றீர் அன்னையே புரிய வில்லை."

"நீ அம்பில் படுத்தது இன்றுதான்... ஆனால் இது நாள்வரை நடமாடும் பிணம்தானே நீ. பெண்ணின் மகத்துவம் அறியாத பதர் நீ."

"நீங்கள் தந்தைக்குச் செய்ய வேண்டிய எந்தக் கடனையும் செய்யவில்லை என்ற குற்றவுணர்வில், அன்னை சத்யவதியின் கட்டளைக்கு அடிபணிந்தேன். பூண்ட விரதத்தை எப்படி மாற்ற முடியும்?"

லாவண்யா சுந்தரராஜன்

“நீ மட்டும் அம்பாவை மணந்திருந்தால், வேதம் படித்த அந்தணரின் அறிவோடும், அரசியல் அறிந்த சாணக்கிய விவேகத்தோடும் யாருமே வெல்ல முடியாத வீரத்தோடும் இந்த நாட்டை ஆண்டிருப்பாய். ராஜசபையில் பெண்ணின் ஆடையவிழ்த்து அவமானப்படுத்தியபோதும் சிரம் தாழ்ந்து நின்றிருக்க வேண்டியதில்லை. நீ அம்பாவுக்கு மட்டும் தீயூட்ட வில்லை. அவள் தங்கைகளைத் திரௌபதியைத் தீயினும் கொடிய ஒன்றால் எரித்துவிட்டாய்.”

“அரசக் கட்டிலுக்குக் காவலிருப்பவன் அரசனை எப்படி எதிர்க்க முடியும்? அது தர்மமாகுமா அன்னையே?”

“எது தர்மம் பீஷ்ம? கோழைகூடக் கொதித்தெழும் நிகழ்வுகளுக்குப் பேடைபோல் காவலிருப்பதுதான் தர்மமா?”

“இதைச் சொல்லிப் பலரும் பலமுறை இடித்துரைத்து விட்டார்கள் அம்மா. தாகம் அடங்கவே இல்லை, நீங்கள் வந்த பிறகுமா உங்கள் புத்திரன் தாகத்தோடு தவிப்பது? கொஞ்சம் தண்ணீர்கொடுங்கள் தாயே. . .”

“பீஷ்மா! உனது தாகம் அடங்காது.”

“அன்னையே நீங்களுமா சபிக்கிறீர்கள். அம்பை என்னைச் சபித்தது போதாதா?”

“எல்லாப் பெண்களின் சாபமும் உன்னைச் சூழ்ந்து விட்டது மகனே. . . இனி எத்தனை ஜென்மம் எடுத்தாலும் இதைத் தீர்க்க முடியாது.”

“அம்பா! எங்கே போனாய் நீ? என் முன்னே வா. . . நா வறண்டு செத்துவிடுவேன் போலிருக்கிறேன். நீயாவது கொஞ்சமேனும் தண்ணீர் கொடு. அன்னையும் இரங்காத பாவியாகிவிட்டேன் சகியே.”

“உன் அடங்காத தாகமே அவள்தான் பீஷ்மா. அது நீ அம்பாமேல் கொண்ட தாபம். மரிக்கும் முன்னரேனும் அதை உணர்ந்துகொள் மகனே!”

இரண்டாம் முறை: 8-2

அறம்

இரண்டாயிரத்து ஐந்நூற்று இருபத்து இரண்டாம் வருடம் குருசேத்ரா நகரத்தில். சரஸ்வதி மல்டி ஸ்பெசாலிட்டி மருத்துவனையின் ஐசியூ பிரிவிலிருந்து வெளிவந்த உதவி டாக்டர் மிகப் பதற்றமாக, "பேசண்ட் பிஷ்மரோட வந்தவங்க யாருங்க? கொஞ்சம் சீக்கிரம் வாங்க சீப் டாக்டர் பேசணும்ன்னு சொன்னார்" என்று அழைத்ததும் அர்ஜுன் ஓடினான். அவனோடு நானும் ஓடினேன். அங்கிருந்த எங்கள் பந்துக்கள் பிறரும் என் பின்னே தபதபவென்று ஓடிவரும் ஓசை கேட்டது.

"அந்த பேஷண்ட் இத்தனை குண்டடி பட்டும் எப்படி உயிரோட இருக்காருன்னு தெரியல. இது ஒரு மெடிக்கல் மிராக்கிள்ன்னுகூடக் கின்னஸ்ல போடலாம்."

"அவர் தன் உயிர் எப்போ போகணும்ன்னு நினைக்கிறாரோ அதுவர சாக மாட்டார்" என்றான் அர்ஜுன்.

"இல்ல, அதிசயம் அவர் உயிரோட இருக்கிறது மட்டுமில்ல. அவர் உடம்பிலிருந்து பொட்டு இரத்தம்கூடக் கசியல" என்றார் டாக்டர்.

"பேடிப் பய அவனுக்கு இரக்கம்தான் இல்லன்னு நினைச்சேன். உடம்புல ரத்தமும் இல்லையா? சீக்கிரம் சாவட்டும்" என்றேன்.

லாவண்யா சுந்தரராஜன்

"சிகா நீ கொஞ்சம் வாயை மூடிட்டு இருக்கியா, நானே உன் பின்னால் நின்னு தாத்தாவ சுட்டுட்டேனேன்னு கவலேல இருக்கேன்" என்றான் அர்ஜுன்.

"உனக்கு அந்த மஹாவிஷ்ணுவே வந்து விஸ்வரூபம் காட்டி அறிவுர சொல்லியும் இன்னும் புத்தி வர்ல" என்றேன்.

"நீங்கள் இரண்டு பேரும் விவாதம் செஞ்சது போதும். அந்த பேஷண்ட் இதுநாள்வரை எப்படி உயிரோட இருந்தார்ன்னே எங்களுக்குச் சந்தேகமா இருக்கு. அவருக்கு ஹார்ட்டே இல்ல" என்றார் டாக்டர்.

"இததான் ரெண்டு ஜென்மமா சொல்லிட்டு இருக்கேன்" என்றேன்.

"சிகண்டி உன் கிண்டல் போதும்" என்றார் தர்மன். அவரோடு என் பிற மைத்துனர்களும் உறுமிக்கொண்டு நின்றனர்.

"மேலே தடிமனான மனிதத் தோல் இருக்கிறது, உள்ளுறுப்புகள் எதுவும் தென்படவில்லை. ஏதோ ஒரு சில கடினமான உலோகப் பட்டைகள் மட்டுமே இருக்கு. எப்படி டிரீட்மெண்ட் தரதுன்னு எங்களுக்கு ஒரே குழப்பமாக இருக்கு. ஒரு சந்தேகம் இருக்கு ஒருவேளை . . . இருங்க. டெக்னிகல் டீம்கிட்ட நாங்க கண்டுபிடிச்சதைச் சரி தானான்னு உறுதி செய்துகிட்டுச் சொல்றோம். இப்போதைக்கு எங்களால் எதுவும் செய்ய முடியாது."

"அப்படியே விடுங்கள், செத்துத் தொலையட்டும். போர்க்களத்திலேயே விட்டுடுலாம்ன்னு சொன்னேன், இந்த அர்ஜுன்தான் அழுது உருண்டான். அவனைச் சமாதானம் செய்யத்தான் அவர தூக்கிக்கிட்டு இங்க ஓடிவந்தோம்."

"உங்களில் யாராவது ஒருவர் மட்டும் இப்பப் போய் அவர பார்க்கலாம். அவருக்கு நினைவு எப்ப வேணும்ன்னா தப்பலாம். அவர் பேசறது வேற ரோபோர்டிங் வாய்ஸாகக் கேட்கிறது. ஏதோ மந்திரம் முணுமுணுக்கிறதுப்போல தெரியுது."

பீஷ்மரை உடல் முழுவதும் குண்டுகள் துளைத்த கோலத்தில், நினைவுகள் அற்றுப்போகும் நிலையில் யாருக்கும் அவரைப் பார்க்கத் துணிவில்லை என்பதை உணர்ந்த நான் உள்ளே சென்று பீஷ்மரின் இறுதி நிமிடங்களை நேரடியாகக் கண்டு மகிழ விரும்பினேன். நான் உள்ளே சென்று பார்க்கிறேன் என்று சொல்லி அவர் இருக்குமிடம் நுழைந்தேன்.

“ருக் ணீ ஸத் பாமா யாம்
ஹித க்ருண”

விட்டுவிட்டு ஒலிக்கும் ரேடியோபோல ஏதோ முணுமுணுத்துக்கொண்டிருந்தார் பிதாமகர். தீவிர சிகிச்சைப் பிரிவு அறையில் ஒலிக்கும் எந்த பீப் ஒலிகளும் ஒலிக்கவில்லை, இதயத் துடிப்புகளைக் காட்டும் கருவியில் ஒரே நேர்கோடாக இருந்தது. அப்படியென்றால் இவர் உடலிலிருந்து ஆவி பிரிந்துவிட்டதா? இல்லை என்பதுபோல பீஷ்மர் வாயிலிருந்து திக்கித் திணறி மந்திர உச்சாடனம்போல விட்டு விட்டு எழுந்துகொண்டிருந்தது. விழி மேல் நோக்கிப் பார்த்துக்கொண்டிருந்ததால் நான் உள்ளே நுழைந்தது தெரிந்திருக்க வாய்ப்பில்லை. ஆனாலும் எனது காலடிகள் அதிர்வுகளை உணர்ந்ததுபோல அவர் கைச் சதையில் இருந்த நரம்புகள் அதிர்ந்தன. நான் எனது கையைத் திருப்பினேன். கையில் கட்டப்பட்டிருந்த கடிகாரப் பட்டையிலிருந்து நேரம் ஒளிர்ந்தது. அந்தக் கடிகாரத்துக்கும் கைத்தோலுக்கும் வித்தியாசமே தெரியாது கையே ஒளிர்வது போலிருந்தது. அந்தக் கடிகாரப் பட்டை அவ்வளவு மெல்லியது, எடையற்றது. “ஏய் பீஷ்மா என்று அழைத்ததும், கடிகாரத்திலிருந்து ஒரு ஒளியிலான பூதம் கிளம்பி “சொல் தேவி” என்றது. “உன் அறிவுபூர்வத்தை என்னிடம் காட்ட வேண்டாம். நான் கேட்கும்போது மட்டும் நேரம் சொன்னால் போதும் முட்டாளே” என்றேன்.

“அம்பா நீயா” என்று மரணப் படுக்கையிலிருந்த பீஷ்மர் குரல் அழைக்கக் கேட்டேன். அந்த மூன்று அட்சரம் மட்டும் மிகத் தெளிவாகக் கேட்டது. “நீ தா வன்டிக்கிராய் என் சென்சார் சொன்து” அவர் என்ன சொல்கிறார் என்பது என்று புரியவில்லை. பீஷ்மரின் மார்பிலிருந்து ஏதோ ஒளித்திரைபோல தோன்றியது. அதில் *latitude longitude* என்று இரண்டு எண்கள் வந்தன. “அம்பா நான் பீஷ்மர், அந்த லோகேசன் டீட்டெய்ல்ஸ் குறித்துக்கொள் உடனே. இவன் எவ்வளவு நேரம் தாக்குப்பிடிப்பான் என்று தெரியவில்லை” என்று தகவலும் அதில் ஒளிர்ந்தது.

“ஏய் பீஷ்மா” என்றதும் ஒளிபூதம் தோன்றி என் கட்டளைக்குக் காத்திருந்தது. “புகைப்படம் எடு” என்று கட்டளை பிறப்பித்து என் விரல் நுனியைப் பிதாமகன் மார்பில் ஒளிர்ந்த எண்கள்மேல் காட்டினேன். கிளிக் என்ற ஓசையோடு படமெடுத்துவிட்டேன் என்று ஒளிபூதம் சொல்லியது. ஆனாலும் நம்பிக்கையின்றி வெளியே ஓடினேன். அந்தப் புகைப்படம்

சரியாகப் பதிவாகியிருக்குமா? எண்களை நாமும் ஒருமுறை ஏதேனும் பேப்பரில் எழுதுவோமா? எனக்கும் அந்த எண்கள் தோராயமாக நினைவிருக்கின்றன. இருந்தாலும் அவ்வளவு துல்லியமான எண்களை நினைவில் வைத்துக்கொள்ள முடியுமா என்றும் சந்தேகம் வந்தது. வெளியே ஓடினேன். அங்கே நடந்து சென்றுகொண்டிருந்த மருத்துவரிடமிருந்து அவருடைய கையிலிருந்த கோப்பினைப் பிடுங்கினேன். மறுபடி தீவிர சிகிச்சைப் பிரிவு நோக்கி ஓடினேன். அந்த மருத்துவர் என் பின்னாலேயே ஓடிவந்தார். அந்த எண்கள் பாதிப் பாதியாகத் தெரியத் தொடங்கின. இதை எழுதிவைக்க முடியாது; என் கடிகாரப் பேசியிடம் மறுபடி அந்த எண்களைப் புகைப்படம் எடுக்கச் சொன்னேன். பின்னால் வந்த மருத்துவர் மருத்துவக் கோப்பினைக் கேட்க அவரிடம் மன்னிப்புக்கூடக் கேட்க நேரமின்றிக் கோப்பினைத் திருப்பிக்கொடுத்தேன். அவர் ஏதோ கேட்கத் தகாத வார்த்தைகளில் என்னைத் திட்டிக்கொண்டே வெளியேறினார். மறுபடி பிதாமகர் மந்திரங்களைச் சொல்லித் தொடங்கியிருந்தது தெரிந்தது இம்முறை இன்னும் தெளிவில்லாத இயந்திரக் கரகரப்பிருந்தது.

“பூத்த்தார் பூப்ப்பரூர்ர்த் வோவ்வ்
பூத்த்த்மாம்ம்ம் பூத்தவ்வ்வ்வென்”

எனக்கு அவர் என்ன சொல்கிறார் என்று புரியவில்லை. தொடர்ந்து புரியாத பாஷையில் உளறிக்கொண்டிருந்தார். எனக்கு எடுத்த புகைப்படத்தைப் பார்க்க வேண்டும். ஆனால் கைப்பேசித் திரையை ஒளிப்படமாகப் பெருக்கிக் காண அங்கே எந்தச் சுவருமே இல்லை. கட்புலனாக கதிரிலைகளைக் கொண்டு மெய்நிகர்ச் சுவர்களால் அறைகளைத் தடுத்திருந்தார்கள். அதனால் அந்த இடத்தில் சுவர் இல்லாமலேயே தடுப்புக்குள் இருக்கும் நோயாளிகளை யாரும் பார்க்க முடியாது. அவை திரைகள்போல் மெல்லியதாக இருந்தன. ஆனால் க்ரிப்டோகிராப் சங்கேதக் குறிப்புகள் கொண்டு அனுமதியில்லாதவர்கள் அந்த மெய்நிகர்ச் சுவர்களைத் தாண்டிச் செல்ல முடியாமல் அமைத்திருந்தார்கள். மருத்துவப் படிமங்களை நிரப்பிய உடன் கொடுக்கப்பட்ட மெய்நிகர் ஐடி பேட்ஜ் பையில் இருந்தாலே சம்மந்தப்பட்ட சுவர்கள் தானாக அனுமதிக்கின்றன. இந்த மெய்நிகர்ச் சுவர்கள் ஒளியை உள்வாங்கி மின்சாரமாக மாற்றும்படி அமைத்திருந்தார்கள். அப்படிச் சுவர்கள் ஒளியை உள்ளே இழுத்துக்கொள்வதால் எனது கைப்பேசித் திரையில் தெரியும் புகைப்படத்தை உருபெருக்கிப் பார்க்க கடிகாரப் பட்டையிலிருந்து ஒளிப்படமாக மாற்றிப் போ என்று சுவர் நோக்கி ஸ்வைப் செய்ய முடியாது. ஒரே ஒரு வெள்ளைச்

சுவர் போதும் நான் எடுத்த புகைப்படத்தைக் காட்சியாகப் பார்த்துவிட முடியும். தீவிர சிகிச்சைப் பிரிவை விட்டு வெளியே வந்தேன். எங்கேயும் சுவர்களையே பார்க்க முடியவில்லை. குறிப்பாக வெள்ளைச் சுவர்களே இல்லை.

"ஏய் பீஷ்மா" என்றது ஒளிபூதம் "ஹூம்" என்றது. "பீஷ்மா உன்னிடம் ஹூம் ஹூஹூம் ஹாங் என்று சொல்லாதே என்று எத்தனைமுறை சொல்வது, ஏதோ காம இச்சைக்குத் தயாராவது போலிருக்கிறது."

"கட்டளையிடுங்கள் தேவி."

"இப்படி நீ சொல்வதைக் கேட்கும்போது காதுகள் பரவசமடைகின்றன. புகைப்படமெடுத்த எண்களைப் படிக்க முடிகிறதா பார்த்துச்சொல். உடனடியாக அந்த இடம் எங்கிருக்கிறது என்பதைக் கண்டறிய வேண்டும்."

"அந்த எண்களை என்னால் பிரித்தெடுக்க முடியவில்லை தேவி."

"முட்டாளே உடனடியாக அந்தப் பிம்பங்களை ஒப்பிட்டு எண்கள் என்னவாக இருக்குமென்று துல்லியமாகக் கண்டறி. கூகுள் மேப்பில் அந்த அட்ச ரேகை, தீர்க்க ரேகைகளைக் கொடுத்தால் அது எந்த இடமென்று தெரியும். உடனே செய்" என்றேன்.

எனக்கு அது எந்த இடமாக இருக்குமென்று புரியவில்லை. இவன் அதிக நேரம் தாக்குப்பிடிக்க மாட்டான் என்று சொன்னது குழப்பமாக இருந்தது. இங்கே சாகக்கிடப்பது பீஷ்மர் இல்லையா? நான் என்னைக் கொன்று இன்னொரு பிறவியெடுத்தேன். பெண்ணாகவே இருந்தால் பீஷ்மர்மீது காமம் மாறாதோ என்று ஆணாக மாற அறுவைச் சிகிச்சை செய்துகொண்டேன். இத்தனை வலிகளை அனுபவித்தது எதற்கும் பலனில்லாமல் போய்விடுமா "ஏய் பீஷ்மா" என்று அலறினேன்.

"நீங்கள் ஏற்கெனவே சொன்ன கட்டளையை இன்னும் முடிக்கவில்லை. வேறு ஏதேனும் செய்ய வேண்டுமா தேவி?"

"உன்னையில்லை முட்டாளே, நான் நிஜ பீஷ்மரை அழைத்தேன். நீ அந்த இடம் எங்கிருக்கிறது என்று கண்டுபிடி. உடனடியாக."

"செய்கிறேன் தேவி" என்று ஒளிபூதம் மறைந்துபோனது. சில வினாடிகளில் அது இடத்தைச் சுட்டிக் காட்டியது.

குருசேத்திரத்திலிருந்து நூற்று எண்பத்தைந்து புள்ளி ஆறு கிலோமீட்டர் தொலைவிலிருந்தது அந்த இடம், முப்பரிமாணக் காட்சியில் அந்த இடத்தைப் பார்த்தபோது நல்ல மலைப்பகுதி போலத் தெரிந்தது. ஆரவல்லி மலைத் தொடர்கள் என்று அங்கே குறிப்பிடப்பட்டிருந்தது. உடனடியாகச் செல்ல வேண்டும் என்று என்னுடைய வண்டியை அழைக்கச் சொல்லி ஒளிபூதத்துக்குக் கட்டளையிட்டேன். பூ ரதம்போல வந்து நின்றது என் வாகனம். தேசிய நெடுஞ்சாலை நாற்பத்து நான்கில், என் வாகனம் நானூறு கிலோமீட்டர் வேகமெடுத்தது. சற்றே கண்ணை மூடினேன். சில நொடி நேரத்தில் குறிப்பிட்ட இடம் சென்றுவிடலாம். ஓட்டுநர் இல்லாத் தானியங்கி வாகனம் கூகுள் வரைபடம் காட்டிய பாதையில் தானாக ஓடிச் சேருமிடம் வந்ததும் அறிவிக்கும். சட்டெனத் தரையிலிருந்து கொஞ்சம் மேலெழும்பி மிதப்பதுபோல உணர்ந்தேன். கண் விழித்துப் பார்த்தபோது என் வாகனம் மிதந்துகொண்டிருந்தது. கீழே பல உயரமான கட்டடங்கள் இருந்தன. ஆரவல்லி மலையின்மீது சென்றுகொண்டிருப்பதாக வாகனத்தின் வழிகாட்டும் திரை காட்டியது. “முப்பரிமாணப் படத்தில் பார்த்தபோது இங்கே மலைதானே இருந்தது” என்று நினைத்தேன். “ஆம் அவை எல்லாம் சாலை போடுவதற்காகவும், கனிமங்களுக்காகவும் தரைமட்டமாக்கப்பட்டுவிட்டன என்று தகவல்கள் கிடைக்கின்றன” என்றது எனது கைப்பேசி. மனத்தில் நினைப்பதைக்கூட ஒற்றறிந்துவிடும் இந்தக் கடிகாரப்பேசி உளவாளியைக் கண்டு கண்மூடித்தனமாகக் கோபம் வந்தது. போக்குவரத்து நெரிசல் காரணமாக வாகனங்கள் எல்லாம் பறந்துகொண்டிருந்தன. சூரத்குண்ட் ஏரி தெரிந்தது. நல்லவேளை அதன் அருகில் மட்டும் சில மலைப் பகுதியை விட்டு வைத்திருக்கிறார்கள். அதுதான் நான் இறங்க வேண்டிய இடமென்று என் கடிகாரப்பேசியில் பீஷ்ம பூதம் தோன்றி அறிவித்தது.

அந்த மலைப் பகுதியில் சில குகைகள் இருந்தன. அதில் யாருமே வசிக்கவில்லை. என்ன செய்வது என்று குழம்பிய போது, கடிகாரப்பேசிக்கு ஒரு புதிய இடக்குறிப்பு வந்துசேர்ந்தது. கூடவே “அம்பா! தேவி நீ என்னைத் தேடி மறுபடி வருவாய் என்று தெரியும், விரைந்து வா” என்ற குறுந்தகவல் இருந்தது. அந்த இடம் சூரத்குண்ட் ஏரியிலிருந்து ஒன்றரை கிலோமீட்டர் தொலைவு காட்டியது. காட்டிய பாதையைப் பார்த்தபோது அது ஒரு வனம்போலத் தெரிந்தது. அங்கே வாகனத்தை எடுத்துச் செல்ல முடியாது. ஆகவே தனியே நடக்கத் தொடங்கினேன். சுற்றி இவ்வளவு பெரிய கட்டடங்கள் இருக்கும்போது அந்த

இடம் மட்டும் அடர்வனமாக விட்டுவைக்கப்பட்டிருந்தது. கடிகாரம் ஏதோ தகவலை உள்வாங்கியதுபோல அதிர்ந்தது எனக்குப் புரிந்தது. இடது கையைத் திருப்பி "ஏய் பீஷ்மா என்ன தகவல் என்று வாசி" என்றதும் "உங்கள் எண்ண அலைகளில் ஏற்பட்ட சந்தேகத்துக்கு விடையளிப்பதுபோல என்னிடம் தகவல்கள் இருக்கின்றன. ஆனால் நீங்கள் எனக்கு வாய் மூடியிருக்கக் கட்டளையிட்டதால் காத்திருக்கிறேன்" என்ற சொல்லி முடித்தது ஒளிபூதம். நான் புன்னகை புரிந்தேன். உடனே, "இங்கே கனிமங்களைத் தொடர்ந்து தோண்டி எடுப்பதும், மலையைச் சுரண்டிப் பெரிய கட்டடங்கள் அமைப்பதும் மயில் ஏரி என்று அழைக்கப்படும் இந்த ஏரிக்கும் ஆரவல்லித் தொடருக்கும் மிக ஆபத்தாக அமைந்தது. அதனால் சுற்றுச் சூழலைக் காக்க ஒருவர் தொடர்ந்த வழக்கால் இந்த ஏரியைச் சுற்றி ஐந்து கிலோமீட்டருக்கு எந்தக் கட்டடமும் கணிமத் தோண்டுதல்களும் நடக்கக் கூடாது என்று உச்சநீதிமன்றம் உத்தரவிட்டுள்ளது. மேலும் இந்த இடத்தில் சுற்றுலாத் துறையால் ஒவ்வொரு வருடமும் சூரத்குண்ட் மேளா என்ற கண்காட்சி நடத்தப்படுகிறது" என்றும் கடிகாரப்பேசி சொன்னது. சில சமயங்களில் இந்தப் பேசி நான் நினைப்பதை அறிந்து தகவல்கள் தருவது மிகவும் உதவியாக இருக்கிறது. அது எப்படி நாம் மனத்தில் நினைப்பதைக் கண்டறிகிறது என்று கேட்டால் கடிகாரப்பேசி நிறுவனர்கள் சிரித்துக்கொண்டே அது தொழில் ரகசியம் என்றார்கள். அது உங்கள் கையோடு இணைந்திருக்கும் சமயம் உங்கள் எண்ணங்களைக் கண்டறியும் பயிற்சி மென்பொருள் வேலைசெய்ய ஆரம்பிக்கும் என்றபோது கொஞ்சம் பயமாகத்தான் இருந்தது. ஆரம்ப நாட்களில் தப்பும் தவறுமாக எனது எண்ணங்களை டிகோட் செய்தபோது கொஞ்சம் ஆசுவாசமாக இருந்தது. ஆனால் நாட்கள் செல்லச் செல்லத் துல்லியமாக நான் நினைப்பதை எல்லாம் கண்டறியத் தொடங்கிவிட்டது.

அந்த வனப்பகுதியில் கரடுமுரடான பாதையில் நடந்து செல்வது கடினமாக இருந்தது. மிதியடிகளில் உள்ள சக்கரங்கள் நடைபாதை சரிமட்டமாக இல்லை என்பதை உணர்ந்து காலணியின் உள்ளே பொதிந்துள்ளன. பல வருடங்களாக நடந்து செல்ல நேரமே இருப்பதில்லை. மிதியடிச் சக்கரங்களால் மணிக்கு நாற்பது கிலோமீட்டர் வேகத்தில் ஓட முடியும். அதற்கும் மேலே வேகம் வேண்டுமென்றால் ஒரே ஒரு பொத்தானை அழுத்தினால் போதும் பறந்து செல்ல முடியும். ஆனால் இவ்வளவு குறைவான தூரத்தைப் பறந்து அடைய

முடியாது. நடக்க மிகச் சோர்வாக இருந்தது. அடிக்கடி கூகுள் வரைபடத்தைப் பார்த்தேன். அந்த இடத்தை அடைய இன்னும் நூற்றைம்பது மீட்டர் தொலைவே இருந்தது. கண்களை இருட்டிக்கொண்டு வந்தது. இதற்குமேல் நடக்கவே முடியாது போலிருந்தது. பசியும் நாக்கு வறட்சியும் ஏற்பட்டது. சட்டைப் பையிலிருந்த புரோட்டீன் மாத்திரையையும், தண்ணீருக்குப் பதிலியாக வரும் மாத்திரையையும் எடுத்து விழுங்கினேன். உடனடியாகத் தாகம் அடங்கியது. அந்த மாத்திரைகளை வாயில் போட்டாலே கரையும் வண்ணம் வடிவமைத்திருந்தார்கள். உலகின் மக்கள் எண்ணிக்கைக்கு எல்லோருக்கும் மாத்திரை சாப்பிடத் தண்ணீருக்கு எங்கே போவது? தண்ணீரையும் அழிந்துபோன பல விஷயங்களையும் புகைப்படமாகவே பார்க்க முடிகிறது. மாத்திரைகள் கரைந்து தொண்டைக்குள் இறங்கியதுமே சோர்வு கொஞ்சம் நீங்கியது. மறுபடி நடக்கத் தொடங்கினேன். "இன்னும் கொஞ்ச தூரம்தான் அருகில் வந்துவிட்டாய்" என்று தகவல் வந்திருந்தது. நான் இருக்கும் இடத்தின் அட்ச ரேகை தீர்க்க ரேகையை யாரும் இணையத்தில் தேடினால் எனக்குத் தகவல் வருகிறது. அதைப் போல பீஷ்மருக்கு நான் தகவல் தேடியது தெரிந்திருக்கலாம். ஆனால் நாங்கள் பயணம் தொடங்கும்போது கிடைத்த இடக்குறிப்பு அவருக்கு எப்படித் தெரிந்தது என்று நினைத்தேன்.

"உங்கள் பயணப் பாதை நேரலையை நான்தான் பீஷ்மரின் பொத்தான் பேசிக்கு அனுப்பிவைத்தேன்" என்றது என் கடிகாரப்பேசி. "அப்படிச் செய்ய என் உத்தரவைப் பெற வேண்டுமல்லவா?"

"இல்லை, இது உங்கள் பயணப் பாதுகாப்பு சம்மந்தப் பட்ட விஷயம், ஆகவே உங்களைக் கேட்க வேண்டியதில்லை என்று அறிவுப் பெட்டகத்தின் ஒரு செயல் விதி சொல்லியது."

சில சமயம் இந்தப் பேசியின் தொல்லை எல்லைமீறிப் போகிறது என்று தோன்றியது. அங்கே ஒரு சிறிய வீடோ அறையோ போலொரு அமைப்பு தெரிந்தது. அங்கேதான் பீஷ்மர் இருக்க வேண்டும் என்று நினைத்தேன். "ஆம். சரிதான்... அங்கேதான் இருக்கிறார்" என்றது என் கடிகாரப்பேசி. வீட்டை நெருக்கும் போது "ரீராம ராம ராமேதி ராமே ராமே மனோ ரமே" என்று ஓங்கி ஒலிக்கும் குரல் கேட்டது. அந்த மந்திர உச்சாடனம்போல ஒலித்துக்கொண்டிருந்த பாடல் நிறைவு பெறுவதற்கும் நான் அங்கே சென்று அடைவதற்கும் சரியாகயிருந்தது. அது வீடு போலில்லை. ஏதோ புராண காலத்தில் வரும் முனிவர் குடில் போல இருந்தது, ஆனால்

எல்லா வசதிகளுமிருந்தன. நான் வாசலில் காலை வைத்த உடனே ஆயிரக்கணக்கான அம்புகள் பாய்ந்து பீஷ்மரை அம்புப் படுக்கையில் வீழ்த்தியது. அங்கே பீஷ்மரைத் தவிர வேறு யாருமே இல்லை.

"வா அம்பா நீ மறுபடி வருவாய் என இத்தனை காலம் என் உயிர்விடாமல் காத்திருந்தேன்."

"பிதாமகரே... அப்படியென்றால் என்னோடு போரிட்டது?"

"என்னால் உருவாக்கப்பட்ட எந்திர மனிதன். அவன் ஒரு அட்வான்ஸ்டு ஹூமனாட் ரோபோ."

"என்ன நீங்கள், எப்போ இங்க வந்தீங்க? அவனை எப்படி உருவாக்கினீங்க? ஏன்?"

"விதி அம்பா விதி. தாய் கங்கை என் ஏழு தம்பிகளைக் கொன்றதைப் போலவே என்னையும் கொன்றிருக்கலாம். என்னைத் தந்தையிடம் ஏன் கொடுத்தாள்? அவர் ஏன் சத்யவதிமேல் ஆசைகொண்டார்? நான் ஏன் பிரம்மச்சரிய விரதம் எடுத்தேன்? ஹஸ்தினாபுரத்து அரியணையைக் காப்பேன் என்ற சபதம் ஏன் செய்தேன்? அரியணைக்கு வாரிசு வேண்டி உங்களை எல்லாம் ஏன் சிறைப் பிடித்தேன்? விசித்திர விரியனுக்கு எந்தப் பெண்ணோடும் சேரும் யோகமில்லாமல் ஏன் போக வேண்டும்? ஊழ்வினை அம்பா ஊழ்வினை!"

"சரி போதும், தெரிந்த கதையைச் சொல்லிப் புலம்ப வேண்டாம். நீங்கள் உருவாக்கியவனைப் பற்றிச் சொல்லுங்க."

"அம்பா நீ சால்வனிடம் சென்று என்னிடம் மறுபடி வந்து உன்னை மணந்துகொள்ளும்படி மன்றாடினாயே."

"அந்தக் கொடுங்கனவை இப்போது ஏன் நினைவூட்ட வேண்டும். நான்தான் அதற்குப் பரிகாரமாய் என்னைக் கொன்று மீண்டும் வந்து உன்னைக் கொல்லத் துணிந்தேனே."

"அப்போது நீ சென்ற பின்னர் இங்கே வந்துவிட்டேன். தொழில்நுட்பங்களை இணையத்தில் தேடித் தேடி நீ அங்கே பார்த்தாயே அந்த மனிதனைச் செய்தேன்."

"இதுதான் உங்கள் நாட்டின் அறமா பீஷ்மரே?"

"எனக்கு ஹஸ்தினாபுரத்தில் இருக்கவே பிடிக்கவில்லை தேவி. அங்கேயே இருந்திருந்தால் என் விரதத்தை மீறி யிருப்பேன். அதுதான் இங்கே வந்துவிட்டேன். ஆனால் அரியணை காக்க வேண்டும் அங்கே நடக்கும் விஷயங்களை

லாவண்யா சுந்தரராஜன்

அறிய வேண்டுமல்லவா அதனால்தான் அவனைச் செய்து அனுப்பினேன். மென்பொருள் வழியே அவனோடு எப்போதும் இணைந்திருந்தேன். அவன் வழியே பேசினேன். அவன் வழியே பார்த்தேன். என் வழி அவனை இயக்கினேன். அவ்வப்போது மென்பொருளைப் மேம்படுத்தி அனுப்பினேன்."

"அதெப்படி நீங்கள் விஞ்ஞானியானீர்கள் பீஷ்மரே?"

"ஏன் ஐந்நூறு வருடங்களுக்கு முன்பே குழந்தைகளுக்கும் மென்பொருள் சொல்லிக்கொடுக்கும் கார்பரேட் உருவாகி விட்டது. இந்தத் தலைமுறையில் குழந்தைகள் விளையாடப் புதுப்புது விளையாட்டு எந்திரங்களைச் செய்கிறார்கள். பிரகஸ்பதியிடமிருந்து அரசியலையும், வசிஷ்ட முனியிடமிருந்து வேதங்களையும் பரசுராமரிடமிருந்து வில்வித்தையும் கற்றுக்கொண்ட எனக்கு விஞ்ஞானமா பெரிய விஷயம்?"

"நல்ல கதை. ஆனால் நியாயம் மட்டும் எப்போதுமே உங்களுக்குத் தெரிந்ததில்லை."

"அம்பா எனக்குத் தாகமாய் இருக்கிறது. தண்ணீர் கொஞ்சம் எடுத்துக் கொடு."

"நான் அம்பா அல்ல சிகண்டி. நான் உனக்குப் பெண்டாட்டியல்ல, சேவை செய்ய. ஹும். அம்பா இருந்திருந்தால் உன்னைப் பார்த்துக் காமுற்று இருப்பாள். அவள். . . நீரை உனக்குக் குடிக்கக் கொடுத்திருக்கலாம்."

"அம்பா ஏன் இவ்வளவு கொடூரமாய் பேசுகிறாய். கங்கையின் மகனுக்குத் தாகம் தணிக்க முடியாத நிலையா?"

"போய் உன் அன்னை கங்கையைப் பார். சுத்தமான சாக்கடையாகிவிட்டாள்."

"அய்யோ போதும் அம்பா. என்னைக் கொல்லாதே."

"அம்பா இவ்வுலகம் நீங்கி ஒரு ஜென்மம் ஆகிவிட்டது. நீர் இன்னும் உயிரோடுதானே இருக்கிறீர் பீஷ்மரே. கேட்க வேண்டியது ஏராளம் மிச்சம் இருக்கிறது."

"நீ போர்க்களத்தில் நுழைந்த அன்றே உன் பாதங்களின் நாதத்தை எந்திர பீஷ்மரின் நுண்செல்களின் மூலம் அறிந்தேன். நீ முதல் தோட்டாவை அவனை நோக்கிச் சுட்டபோது, சுவர்கள் முழுவதும் ஆயிரத்துக்கும் மேற்பட்ட வில்களையும் பொருத்தி அதன் ஒரு பொத்தான் என் அருகிலும் இன்னொன்றை வாயிற்படியிலும் வைத்தேன். நீ இங்கே காலடி வைக்கும் முதல் வினாடியே என் உடலை அம்புகள் துளைக்க வேண்டும்

என்று நினைத்தேன். உன்னால்தான் மோட்சம் செல்வேன் என்று தெரியும் அம்பா. ஒருவேளை நீ வராவிட்டால் என்னை நானே கொன்று நரகம்தான் சென்றிருப்பேன். தர்மன் போர்க்களத்தில் எந்திர பீஷ்மர் மண்ணில் சாய்ந்ததும் புலம்பிக் கேட்ட கேள்விகளுக்குப் பதிலாக விஷ்ணுசகஸ்ர நாமமும் பாடிவிட்டேன். இனி எதுவும் மிச்சமில்லை, வரும் பௌர்ணமி அன்று சொர்க்கம் புகுவேன்."

"உமக்குச் சொர்க்கமா? நல்ல கேலிக்கூத்து."

"அம்பா அப்படி உனக்கு என்மேல் ஏன் இவ்வளவு பழி வெறி? உன்னை சால்வன்தானே கைவிட்டான்? நான் இல்லையே. நியாயமாய் நீ அவனைத்தானே பழிவாங்க வேண்டும்."

"கோழைகள் உயிரற்றவர்களுக்குச் சமம். அவனை ஏன் பழிவாங்க வேண்டும்."

"என்னை மட்டுமே ஏன்?"

"உன்மேல் அம்பா கொண்டது காதலும் அதைவிட அதிகமாய்க் காமமும்."

"என்னை மன்னித்துவிடு. என்னால் உனக்கு ஏற்பட்ட எல்லாத் துயரங்களுக்கும் மன்னித்துவிடு."

"எவ்வளவு எளிமையான வார்த்தைகள். உன்னைக் கொல்லவதே என் அறம்."

"நான் என்றோ இறந்துவிட்டேன். பூண்ட விரதம் காக்கத் தர்மத்தை எப்போது மீறினேனோ அப்போதே இறந்து விட்டேன் அம்பா."

திரும்பிப் பார்க்காமல் சென்றுவிட நினைத்தேன். ஒரே ஒரு கணம் பிதாமகனின் மீது எய்யப்பட்ட ஆயிரக்கணக்கான அம்புகளும் அவர் ஆவியை அழிக்க முடியாமல் தவிப்பது போலிருந்தது. நான் பீஷ்மர்மீது கொண்ட கொலைவெறிக்கான அறம் நியாயமானதா என்றொரு குழப்பம் வந்தது. இன்னும் சாகாமல் தன் கை கால்களை அசைக்க முடியாமல் தாகத்தில் தவித்துக் கிடக்கும் பிதாமகனை இன்னும் ஒரே ஒரு கணம் பார்த்தாலும் என்னுள் இன்னும் தணியாத அக்னியாய் இருக்கும் அம்பா தன் கோபம் தணிந்து இரக்கம் கொண்டு விடுவாள் என்று நினைத்தேன். அம்பை பீஷ்மர்மீது பேய்க் காமம் கொண்டது சரிதான் என்று எனக்கு ஒரே ஒரு நொடி தோன்றியது. சிகண்டியாக மாறினாலும் பிறப்பால் நான்

லாவண்யா சுந்தரராஜன்

சிகண்டினிதானே என்று நினைத்தேன். என்னால் அதற்குமேல் ஒரு அடிகூட எடுத்துவைக்க முடியவில்லை. என்னை நீண்ட நேரம் காணாத என் வாகனம் என்னைத் தேடி மிதந்து வந்துகொண்டிருப்பதைக் கடிகாரப்பேசி அறிவித்தது. அங்கே தரையிறங்க வழியில்லாததால் அது மிதந்து அருகில் வந்தது. ஏற வசதியாகக் கயிறு ஏணிப்படி அதிலிருந்து நீண்டது. கடைசிப் படியைப் பிடித்ததும் கயிறு ஏணி மெல்ல என்னை மேலே வாகனத்துள் ஏற்றியது. சற்று தூரத்தில் தெரிந்த பீஷ்மரின் குகை கனவுபோலத் தெரிந்தது. கையருகில் இருந்த எறிகுண்டை அந்தக் குகைமேல் வீசியெறியலாம் என்ற எண்ணம் தோன்றியது. எரிகுண்டை இயக்கும் இயந்திரக் கைக்கு என் கடிகாரப்பேசி அதை எறியச் சொல்லிக் கட்டளை பிறக்கட்டுமா என்று கேட்டது.

"அங்கே கிடப்பது ஒரு பிணம். அதை எப்படிக் கொல்ல முடியும்?" என்றேன்.